கயம்

diuræ

கயம்

குமாரசெல்வா (1964)

கன்னியாகுமரி மாவட்டம், விளவங்கோடு வட்டம், மார்த்தாண்டத்தைச் சேர்ந்த குமாரசெல்வா, 1981இல் மரபுக் கவிதை எழுதத் தொடங்கிப் புதுக்கவிஞராக மலர்ந்தவர்.

குமரி மண்ணின் வட்டார வழக்கில் எழுதிய முதல் கவிஞர். விளிம்புநிலையில் ஒதுங்கிக்கிடக்கும் விளவங்கோட்டுத் தமிழை எந்தத் தயக்கமும் இன்றி எழுத்துக்குக் கொண்டுவந்தவர்.

'கய்தமுள்' (1988) கவிதைத் தொகுப்பும், 'உக்கிலு' (1992) சிறுகதைத் தொகுதியும் வெளிவந்துள்ளன.

தமிழ்ச் சிறுகதை மரபிலிருந்து விலகி, வாய்மொழிக் கதைகளின் அகச்சாயலை சுவீகரிக்கும் இவரது கதைகள், அதனூடே வாழ்வின் அபூர்வ தருணங்களையும் துக்கங்களையும் வெளிப்படுத்துகின்றன.

"அனுபவ உலகில் வாழும் மனிதர்களின் மனமொழியோடு படைப்பு மொழியை முடிந்தமட்டும் நெருக்கியிருப்பதில் தமிழுக்கு சோபைகள் சேர்த்திருக்கின்றன" என்று இவரது கதைகள் குறித்து எழுதியிருக்கிறார் சுந்தர ராமசாமி.

முகவரி : 27-24, மெயின் ரோடு
மார்த்தாண்டம் 629 165
கன்னியாகுமரி மாவட்டம்

செல்பேசி: 9443808834

குமாரசெல்வா

கயம்

காலச்சுவடு பதிப்பகம்

கயம் ♦ சிறுகதைகள் ♦ ஆசிரியர்: குமாரசெல்வா ♦ © குமாரசெல்வா ♦ முதல் பதிப்பு: அக்டோபர் 2009 ♦ வெளியீடு: காலச்சுவடு பதிப்பகம், 669 கே. பி. சாலை, நாகர்கோவில் 629 001 ♦ தொலைபேசி: 91–4652 – 278525 ♦ தொலைநகல்: 91–4652 – 402888 ♦ மின்னஞ்சல்: kalachuvadu @sancharnet.in ♦ அச்சுக்கோப்பு : சுதர்சன் புக் புராசசர்ஸ் அன்ட் டிஸ்ட்ரிப்யூட்டர்ஸ் ♦ அட்டை அச்சாக்கம்: பிரிண்ட் ஸ்பெஷாலிட்டீஸ், சென்னை 600 014 ♦ அச்சாக்கம்: மணி ஆஃப்செட், சென்னை 600 005.

காலச்சுவடு பதிப்பக வெளியீடு: 302

kayam ♦ Short Stories ♦ Author: Kumaaracelvaa ♦ © Kumaraselva ♦ Language: Tamil ♦ First Edition: October 2009 ♦ Size: Demy 1 x 8 ♦ Paper: 18.6 kg maplitho ♦ Pages: 200 ♦ Copies: 550 + 50 ♦ Published by Kalachuvadu Pathippagam, 669 K.P. Road, Nagercoil 629 001, India ♦ Phone: 91-4652 -278525 ♦ Fax: 91-4652 - 402888 ♦ e-mail: kalachuvadu@sancharnet.in ♦ Typesetting: Sudarsan Book Processors and Distributors ♦ Wrapper Printed at Print Specialities, Chennai 600 014 ♦ Printed at Mani Offset, Chennai 600 005.

ISBN: 978-81-89945-86-2

08/2009/S.No. 302, kcp. 476, 18.6 (1) 600

சின்ன வயதிலேயே இழந்துபோன தந்தை அன்பை
ஒவ்வொரு கணமும் எனக்குத் தந்துகொண்டிருக்கும்
மாமனார் திரு. **ஞானமணி** அவர்களுக்கு

இக்கதைகளை வெளியிட்டு
என்னை வாசகர்களிடம் கொண்டுசென்ற
'உதயதாரகை', 'காலச்சுவடு', 'கேப்பியார்',
'வள்ளியூர் தென்றல்', 'புதிய காற்று', 'புது எழுத்து'
ஆகிய இலக்கிய இதழ்களுக்கும்,
சதீஷ் சிஸ்ரோ, கண்ணன், கே.புஷ்பராஜ், தமயந்தி,
ஹாமீம் முஸ்தபா, மனோன்மணி
ஆகியோருக்கும் நன்றி!

படைத்தலுடனான எனது உறவு மிகவும் நீண்டது. யாராவது கையிலிருந்து வாங்கித் தொப்புள்கொடியை அறுத் தெடுத்து பிரசுரம் செய்தால்தான் வெளியாகும். நானாக எந்தப் பத்திரிகைக்கும் ஒரு கதையையோ, கட்டுரையையோ அனுப்பியது அபூர்வம்.

இப்படித்தான் ரயில் பழக்கத்தில் அறிமுகமான நண்பர் டி.வி. பாலசுப்பிரமணியம் எனது கதைகள் சிலவற்றைப் பறித்தெடுத்து நூலாக்கம் செய்ய வைத்தார். 1992இல் 'உக்கிலு' வெளியான பின்னணி இதுதான். கதைகளின் வரிசைப் படுத்தல் எழுதிய என்னையே கவர்ந்தது.

மார்த்தாண்டம் ரயில் நிலையத்தில் கிராசிங்கிற்கான பத்து நிமிட நேர இடைவெளியில் ஆலமரத்தடியில் நான் வருகிறேனா என்று பாலு பார்த்துக்கொண்டே நிற்பார். என்னைக் காணாத நாட்களில் நான் எங்கிருக்கிறேன் என்பதை எப்படிக் கண்டு பிடிக்கிறாரோ தெரியாது, அங்கு வந்துவிடுவார். கண்ணக்கோடு கிருஷ்ணன்கோயில் கடவில் நான் குளித்துக்கொண்டிருப்பேன். அல்லது வெட்டுமணி சந்தையில் மீன் வாங்கிக்கொண்டு நிற்பேன். செல்போன் இல்லாத அந்த நாட்களில் எங்கு போகிறேன் எங்கு வருகிறேன் என்று யாருக்கும் தெரியாத நிலையில் என்னைக் கண்டுபிடிக்கும் அவரது சாமர்த்தியம் மெச்சத்தக்கது.

அப்போது அவர் திருவனந்தபுரம் சட்டக் கல்லூரியில் படித்துக்கொண்டிருந்தார். பாலுவின் கையில் சட்டப்புத்தகம் எதையும் நான் ஒருநாள்கூடப் பார்த்தது கிடையாது. எப்போதும் புதிய ஒரு இலக்கியப் புத்தகம் வைத்திருப்பதைப் பார்க்காமல் இருந்ததும் கிடையாது. (கையில் இலக்கியப் புத்தகம் வைத் திருந்த ஒரே காரணத்திற்காக இந்த உலகத்தில் எதிரிகளைச் சம்பாதித்தவர் இவர் ஒருவராகத்தான் இருப்பார்.) பெரிய வாசிப்புப் பழக்கமெல்லாம் எனக்குக் கிடையாது. எனது நண்பர்கள் மனோ, விஜயசந்திரன், டேவிட் மில்டன் எல்லாம் வண்டிவண்டியாக வாசிக்கக்கூடியவர்கள். அவர்கள் பேசுவ திலிருந்து கிரகித்துக்கொள்ளக்கூடிய அறிவுதான் நமக்கு உண்டு. இந்த நிலையில் தாய்த்தமிழகத்திலிருந்து வெளிவரும்

புதிய எழுத்தாளர்களின் எழுத்துக்களையும், பெரும்பாலான இலக்கியப் பத்திரிகைகளையும் எனக்கு அறிமுகப்படுத்தியது பாலுதான்.

மார்த்தாண்டம் வடக்குத் தெருவில் நாயர் ஒருவரின் அச்சகத்திலிருந்து இறுதி புரூப் பார்க்கத்தந்த 'உக்கிலு' பிரதியை அட்டை எதுவும் இல்லாத நிலையில் யாருக்கோ அனுப்பிவைத்தார். ஒருநாள் என்னிடம், நூல் வருவதற்கு முன்பே விமர்சனம் வந்துவிட்டது என்றும், அதனை மணிவண்ணனிடம் கொடுத்து 'சிலேட்' இதழில் பிரசுரிக்கப் போவதாகவும் கூறினார். தமிழவன் கட்டுரை எனக்குள் நம்பிக்கையை விதைத்தது. "இதனை எழுதியதாகப் பேனா வினால் 'குமாரசெல்வா' என்று எழுதப்பட்டிருந்தது. இவர் யார் என்பது எனக்குத் தெரியாது" என்றும், "தமிழ் எழுத்துக்குப் பழக்கப்படாத ஒரு எழுத்தாளரிடமிருந்து வந்திருக்கிறது" என்றும், "ஆசிரியர் பற்றி தெரியாமலே இதை எழுதுகிறேன்" என்றும் தமிழவன் ஊகத்தில் எழுதியவை அனைத்தும் உண்மைகள்.

இன்று பாலசுப்பிரமணியம் ஜில்லா கோர்ட்டில் வழக்கறிஞர். நாகர்கோயில் சாலைகளில் நான் நடந்து செல்லும்போது அவர் வாகனங்களில் பறந்துகொண்டிருப்பார். என்னைக் கண்டுவிட்டால் நின்று பேசுவார். அபூர்வமாக நிகழும் இந்தச் சந்திப்புகளின்போது இலக்கிய அமைப்பு ஒன்றின் தேவையை யும், இலக்கியப் பத்திரிகை ஒன்றை ஆரம்பிக்க வேண்டியதன் அவசியத்தையும் கூறுவார். நடக்காது என்பது தெரிந்திருந்தும் உடனே நிறைவேற்றுவதாக உறுதிகொள்வோம். பரஸ்பரம் செல்போன் நம்பர் வாங்கிக்கொண்டு பிரிவோம்.

இவ்வளவும் நான் கூறியது, இன்று எழுதுவதைப் போல முக்கியத்துவம் வாய்ந்தது திருத்துவதும் தொகுப்பதும் ஆகும் என்பதை வலியுறுத்தவே. அதற்கு இலக்கிய மனம் கொண்ட 'திருத்துநர்' ஒருவர் தேவைப்படுகிறார். அந்த நபர் சமகால இலக்கியத்தை நன்கு அறிந்தவராகவும், 'கைஅறைப்பு' இல்லாதவராகவும் இருப்பது அதைவிட முக்கியம். எனக்கு மிகவும் நெருக்கமான நண்பர் கே. புஷ்பராஜ்கூட எனது கதைகளில் கைவைத்துத் திருத்த அறைப்பார். ஒரு தடவை நண்பர் செல்வின் ஜெயா எனது படைப்பு ஒன்றைப் பிரசுரிக்க வாங்கியபோது, எடிட் செய்து பிரசுரிக்குமாறு கூறினேன். "ஓய் ஒம்ம எழுத்தில நான் கை வைப்பதா?" என்று ஏதோ நம்ம உடம்பில் கை வைப்பதற்குச் சமமான செயலைச் செய்வது போலப் பதறினார்.

இத்தொகுப்பை இதிலுள்ள ‘உயிர்மரணம்’ கதையில் வரும் ரஞ்சனி, பஃறுளியாற்றின் கரை நிழலில் உதியமரத்தின் மூட்டில் ஒதுங்கி தன்னந்தனியே பிரசவித்து தொப்புள் கொடியைப் பல்லால் கடித்து அறுத்து முடிச்சு போடுவதுபோல இன்று நானே தொகுத்திருக்கிறேன். ஒரு தொகுப்பில் பிரசுரமாகாத இரண்டு கதைகளாவது இருப்பது அவசியம் என்று பாலு சொன்னதை ஞாபகத்தில் வைத்து ‘உயிர்மரணம்’, ‘கிணறு’ ஆகிய கதைகளைச் சேர்த்திருக்கிறேன்.

‘உக்கிலு’ வெளியான பிறகு இந்தப் பதினாறு ஆண்டுகால மிகப்பெரிய இடைவெளியில் திருமணம், வாழ்க்கைப் போராட்டம், உறவுக்காரர்களின் பகை, போலீஸ் வழக்கு, வேலைக்கான அலைச்சல் என எவ்வளவோ கஷ்டப்பாடுகள். கிடைத்த வேலையைப் பாதுகாத்து நிரந்தரமாக்க நான் கால் வைத்த புதைகுழி ஒன்றிலிருந்து கரையேறவே எனக்குப் பத்து வருடங்கள் பிடித்துவிட்டன. தேசிய மாணவர்களுக்கான அந்தப் புதைகுழியில் என் தலைமுங்கும் முன் நான் தப்பி இராவிட்டால் இந்தப் புத்தகத்தை நீங்கள் இப்போதும் கண்டிருக்கமாட்டீர்கள். அந்த வேதனையான, யோசிக்கவே முடியாத வறட்சியின் நாட்களிலும் பதினான்கு கதைகள் எழுதியிருப்பதை ‘எப்படி எழுதினேன்?’ என்ற ஆச்சரியத்தோடு திரும்பிப் பார்ப்பதுடன், படைப்பிற்கான எழுச்சி உடலுக்கான எழுச்சியைவிட சந்தோஷம் மிக்கது என்றும், எந்த நிலையிலும் அது வெளிப்படத்தான் செய்யும் என்பதையும் உணர்ந்துகொள்கிறேன்.

இத்தொகுப்பிலுள்ள கதைகள் அனைத்தும் ஒன்பது ஆண்டுகால இடைவெளியில் எழுந்தவை. இந்தச் சமயத்தில் இக்கதைகள் குறித்துப் பேசுவது அவசியமாகிறது. முதற் கதை ‘நாகமலை’ நான் நான்கு தடவை நான்கு விதங்களில் மாற்றி எழுதியதாகும். கையில் காசில்லாத நேரங்களில் திருவனந்தபுரம் ஆல் இன்டியா ரேடியோவில் கதையோ அல்லது எதையோ எழுதிச் செல்வது ஒருகாலத்தில் எனது பழக்கமாக இருந்தது. அப்போது ரமேசன் நாயர் என்பவர் மலையாளப் பிரிவுடன் தமிழ்ப் பிரிவையும் கவனித்து வந்தார். எனது ஆசிரியர் டாக்டர் கி. நாச்சிமுத்து அவர்கள் நாயரிடம் என்னை அறிமுகம் செய்துவைத்ததால் அவருக்கு என்னிடம் தனிப்பட்ட மதிப்பு. ஒரு படைப்பாளிக்கே உரியதான உற்சாகமும் ஆளுமையும் கொண்ட மனிதர் அவர். அப்படி ஒருநாள் சென்ற போது எனது கையில் எந்தப் படைப்பும் இல்லாதிருந்தது. அதற்கும் சிலநாள் முன்புதான் அகஸ்தியர் கூடம் சென்று வந்தேன். அந்த அனுபவத்தைக் குளிர்ச்சியான அந்த வளாகத்தில் ஒரு மரத்தின் மூட்டில் அமர்ந்து எழுதி முடித்து வாசித்து

விட்டும் வந்தேன். வழியில் நண்பர் சதீஷ் சிஸ்ரோவைப் பார்ப்பதற்காகப் படந்தாலுமூடு இறங்கினேன். 'உதயதாரகை' இதழுக்காகக் கதை கேட்டார். பத்திரிகை, அடக்கத்தில் மிகவும் சிறியதாக இருந்ததால் கதையைப் பத்தில் ஒரு பங்காகச் சுருக்கிக்கொடுத்தேன்.

அச்சில் வாசித்தபோது அந்தக் கதையில் இன்னொரு பரிமாணம் ஒளிவீசியது. வனாந்தரத்தில் தனித்து விடப்பட்ட பாச்சன் (சமண செல்வாக்கால் பிறந்த 'பார்சுவன்' பெயர்த்திரிபு. விளவங்கோட்டுப் பகுதியில் மூன்று தலைமுறைக்கு முன்புள்ள மனிதர்களிடம் இப்பெயர் வெகு சாதாரணம்) துக்கத்தால் கல்லில் தலைசாய்த்தபோது பைபிளில் வரும் யாக்கோபின் சாயல் தெரிந்தது. எனவே கதை இன்னொரு வடிவம் எடுத்தது. 'காலச்சுவடு' ஆசிரியர் கண்ணன் நேஷனல் புக் டிரஸ்ட் நாகர்கோயிலில் நடத்திய கதை வாசித்தல் நிகழ்ச்சியில் அதனைப் படிக்கவைத்தார். அந்தக் கூட்டத்தில் இதனைக் குறிப்பிட்டு, 'படைப்பு என்பது இருப்பதை வைத்துக்கொண்டு இல்லாததைப் பிடிப்பது' என்று நான் பேசியதாக ஞாபகம். நான்காவதாகத் தோற்றம் பெற்ற பிரதியை நண்பர் ஹாமீம் முஸ்தபா மதுரையிலிருந்து வெளிவரும் 'புதிய காற்று' இதழில் பிரசுரித்தார்.

'குறுவெட்டி' எனக்குக் கசப்பையும் மனவருத்தத்தையும் தந்த கதை. சோவியத் யூனியனின் தகர்வும், எய்ட்ஸ் நோயின் அறிமுகமும் உலகத்தில் ஒரே சமயத்தில் பரபரப்பூட்டியதன் தொடர்ச்சியாக எனக்குள் இயல்பாக வெளிப்பட்டது. தமிழகத்திலுள்ள யாவாரப் பத்திரிகை ஒன்று இலக்கிய மலருக்காக என்னிடம் இரண்டு தடவை கடிதம் எழுதிக் கேட்டது. என்னைத் துவக்கத்திலிருந்தே ஆதரித்தவை சிறுபத்திரிகைகள் என்பதாலும், எமது பின்னணி மார்க்சியப் பின்புலம் என்பதாலும் அந்தப் பத்திரிகையில் எனது படைப்பு வெளிவருவதை நான் விரும்பவில்லை. இந்த நிலையில் தோப்பில் மீரான், 'நாம எழுதினத அப்படியே பிரசுரம் செய்தால் போதும், யோசிக்காம அனுப்புங்கோ!' என்றார். அனுப்பினேன். அந்த வேகத்தில் திரும்பிவந்தது. ஆபாசத்தையே முதலாகப் போட்டுப் பணம் பார்க்கும் அந்தப் பத்திரிகை, புடவையை இழுத்து முழுக்கப் போர்த்திக்கொண்டு 'குறுவெட்டி' கதை ஆபாசம் என்று கூறித் திருப்பி அனுப்பியது.

நாகர்கோயில் டி.வி.டி. பள்ளியில் எழுத்தாளர் நாஞ்சில் நாடன் சம்பந்தமான விழா ஒன்றில் சுந்தர ராமசாமி கட்டுரை படிக்க வந்திருந்தார். எனது கையில் அந்த யாவாரப் பத்திரிகை

யின் உறையில் தூங்கிய கதை இருந்தது. 'என்ன?' என்று கேட்டார். மிகுந்த மனவருத்தத்துடன் திருப்பி அனுப்பிய விவரம் எதுவும் கூறாமல் கையில் கொடுத்தேன். அடுத்த நாளே அவரிடமிருந்து 'சிறப்பான கதை' என்று ஒரு தபால் கார்டு வந்தது. ஏதோ ஒரு வெறியில் அப்படியே கிளம்பி நாகர்கோயில் வந்தேன். எங்கோ கிளம்பத் தயாராக இருந்தவர் அப்படியே உட்கார்ந்து கிட்டதட்ட மூன்றரை மணிநேரம் எனக்காகச் செலவிட்டுப் பேசினார். 'தமிழ்ச் சிறுகதையின் வழித்தடத்தி லிருந்து விலகி நடக்கும் எனது பயணம் அறிந்து செய்யக் கூடியதுதானா?' என்று விசாரித்தார். 'எனக்கே தெரியாமல் நிகழ்வது' என்றேன். தமிழில் நான் படித்திருந்த, என்னைப் பாதித்த சிறுகதைகள் குறித்துக் கேட்டார். 'ரத்னாபாயின் ஆங்கிலம்' என்ற அவரது கதை, விமலாதித்த மாமல்லனின் 'சிறுமி கொணர்ந்த பூ', ஜி. நாகராஜனின் சில கதைகள் பற்றி சிலாகித்து நான் பேசியதாக ஞாபகம். பிறகுதான் வெளிப்படை யாகப் பேசினார். 'இந்தக் கதை ஒரு நாவலின் ஒரு அத்தியாயம் போல இருக்கிறது' என்று துவங்கி அதன் சரிந்துபோன பாகங் களைச் சுட்டினார். வழக்கம்போலச் செப்பனிடும் எனது மனக் குணத்தில், 'சரியாக்கிவிடலாம்' என்றேன். 'கதை வடிவத்தை இனிமேல் ஒன்றும் செய்ய முடியாது. சீவுளிபோடும் வேலை தான் உன்னால் செய்ய முடியும்' என்றார். *Imperfect art* குறித்து அப்போது மலையாளத்திலிருந்து நான் மொழிபெயர்த்த ஜான் ஆபிரகாமின் 'நேர்ச்சக்கோழி' கதையை முன்வைத்துப் பேசினேன். கனகச்சிதமான எழுத்தின் வலிமையே அவரது உட்கிடக்கையாக இருந்தது.

இரண்டாவதாக எழுதிய பிரதியை ஒரு வாரம் கழித்து அவரிடம் கொடுத்தபோது 'காலச்சுவ'டில் பிரசுரிக்க வாங்கினார். பிரசுரமும் ஆயிற்று. அப்பா! வணிகப் பத்திரிகை குத்திய அதே ஆபாச முத்திரையை வயதான சில இலக்கிய விமர்சகர் களும் பாடத் தொடங்கிவிட்டனர். நான் நொந்து நூலாகிப் போனேன். 'சுந்தர ராமசாமி கை அறைப்பினால் "அல்குல்" என்று எழுதினார். குமாரசெல்வா எந்தச் சொரணையும் இல்லாமல் பச்சையாக எழுதுகிறான்' என்று தமிழின் மூத்த விமர்சகர் ஒருவர் எழுதினார். இதே விமர்சகர் 'குறுவெட்டி'யைப் பிரசுரித்ததற்காக 'காலச்சுவடு' விமர்சனக் கூட்டம் ஒன்றில் வைத்து கண்ணனைப் பார்த்துக் கையைக் காலை அசைத்த வாறு, 'சுந்தர ராமசாமியின் மகனா நீ?' என்றுகூடக் கேட்டாராம். 'நீர் என்ன பதில் சொன்னீர்?' என்று கண்ணனிடம் நான் கேட்டேன். 'நாக்கின் அடியில் மாறடைப்பைத் தடுப்பதற்கான மாத்திரை வைத்துக்கொண்டு என்னை அடிப்பதுபோல

முன்னேறி வந்த மனிதரிடம் நான் என்ன பதில் சொல்ல?' என்றார்.

ஆபாசத்திற்கும் நிதர்சனத்திற்கும் வேறுபாடு தெரியாத ஒரு சமூகத்திடம் இந்த விஷயத்தில் எதைச் சொன்னாலும் எடுபடாது என்று எனக்குத் தெரியும். சமூகம் அவ்வாறாகத் தயாரிக்கப்பட்டிருக்கிறது. பல்கலைக்கழகமொன்றில் நடந்த கவிதை வாசிப்பு நிகழ்ச்சியில் கவிஞர் சுகிர்தராணியைப் பார்த்து ஒரு மாணவன், 'உனக்கு செக்ஸ் புத்தகம் எழுதக் கூடாதா?' என்று கேட்டதை நான் எனது கண்ணாலும் காதாலும் கேட்டேன். எத்தனை ஆற்றல் மிக்க கவிஞர் ஒருவர் சாதாரண மாணவன் ஒருவனால் அற்பமாக்கப்பட்டு விட்டார். இந்த உணர்வை அவன் பெறும் கல்வியால் ஏன் தடுக்க முடியவில்லை? பல்கலைக்கழக அளவிலான கல்வியை அல்லவா அவன் பெறுகிறான்.

நான் வேலைக்காகக் கலந்துகொள்ளச் சென்ற நேர்முகத் தேர்வுகளிலும் எனது கவிதைகள் எனக்கெதிராகப் பயன்படுத்தப் பட்டிருக்கின்றன. ஆனால் ஆபாசத்திற்கு ஆதரவாளனாக நான் ஒருபோதும் இருந்தது கிடையாது. ஆபாசத் திரைப்படங் களுக்கு எதிராக மார்த்தாண்டத்தில் 'மக்கள் திரைப்படக் கழகம்' என்ற அமைப்பை நிறுவி நல்ல திரைப்படங்களை மக்களுக்குத் திரையிட்டுக் காட்டியவன் நான். இன்றுகூட ஒரு 'குமுத'மோ, 'கல்கி'யோ, 'ஆனந்தவிகட'னோ நான் வாசிப்பது கிடையாது. அந்தப் பத்திரிகைகளெல்லாம் தற்போது எப்படி வருகின்றன என்பதே எனக்குத் தெரியாது. நானா ஆபாச எழுத்தாளன்? இந்தக் குற்றச்சாட்டைவிட ஆபாசமானது எதுவும் இல்லை.

இருந்தாலும் இன்றுவரை 'குறுவெட்டி' கதை வாசகர் களால் மதிக்கப்பட்டுவருகிறது என்பதைத் தமிழகத்தில் பல இடங்களில் நான் யாத்திரை செய்தபோது உணர்ந்திருக்கிறேன். மதுரைப் பல்கலைக்கழகத்தில் ஒரு இலக்கிய நிகழ்ச்சிக்கு சென்றிருந்தபோது மாணவர் ஒருவர் 'குறுவெட்டி குமார செல்வா' என்று எனது பெயருடன் நான் எழுதிய கதையை அடைமொழியாக வைத்து என்னை அறிமுகப்படுத்தினார். சமீபத்தில் சென்னைப் பல்கலைக்கழகத்தில் கட்டுரை வாசிக்கச் சென்றிருந்தபோது 'குறுவெட்டி' கதையைப் பற்றிப் பலரும் என்னிடம் விவாதித்தனர். இவை ஆரோக்கியமான மனநிலையில் வெளிப்பட்டன எனும்போது, யாரோ ஆபாசம் எனக் கூறியது குறித்து நான் கவலைப்படத் தேவையில்லை என்று இப்போது கருதுகிறேன்.

'கயம்' கதை சமணத்தின் செல்வாக்கால் பிறந்ததாகும். குமரி மாவட்டத்திலுள்ள கோயில்களில் நகை கொடுக்கல்

வாங்கல் சம்பந்தப்பட்ட கதை பேசப்படும் அனைத்துக் கோயில் களுமே சமணக் கோயில்கள்தான். இன்று அவை சிவன் கோயில்களாக மாற்றப்பட்டிருக்கின்றன. மகாதேவர் என்று குறிப்பிடுவது மகாவீரரையாகத்தான் இருக்கும். மலையடி, சிதறால், திருநந்திக்கரை, பெரும்புளி போன்ற இடங்களில் உள்ள கோயில்களைக் கண்டுவந்ததன் பின்னணியாக என் மனதில் உருவான சித்திரம்தான் இந்தக் கதை என்று சொல்லலாம். சித்த மருத்துவத்தின் செல்வாக்கு சமணப் பகுதிகளில் சிறந்து விளங்குவது ஔடத தானத்தின் ஒரு பகுதி யாகத்தான் இருக்க வேண்டும். காவு ஒன்றில் நாகர் சிலை களுக்கு நடுவே தீர்த்தங்கரரின் உருவம் இருப்பதையும் கண் டிருக்கிறேன். உயிர்களின் தொடர்ச்சியும், வடிவு எடுத்தலுமான விஷயம் படைப்பு மனத்திற்கு உகந்ததாகத் தெரிந்ததால் அதைச் சமணம் சார்பாகத் திற்பரப்பு பகுதியில் கிடைத்த நாட்டுப்புறக் கதை ஒன்றின் துணையினால் விரிவாக்கி உருவாக் கினேன். இந்தக் கதையை வாங்கி கே. புஷ்பராஜ் தனது 'கேப்பியார்' இதழில் பிரசுரித்தார்.

'விடாலு' என்ற கதை பிறக்கக் காரணமாக இருந்தது எங்கள் வீட்டில் வளர்ந்த ஒரு நாயாகும். ஜூலி என்று நான் பெயர் சூட்டிய அந்த உயர்ரக நாய் உடலைப் பூமியில் சேர்த்த வாறு நீந்துவது போல இழுத்திழுத்து ஊர்ந்து செல்வதைப் பார்த்ததும் எனக்குக் கதை எழுதணும் போலத் தோன்றியது. கதை, எழுத்து வடிவிலாகிக்கொண்டிருக்கும் நாட்களில் ஒருநாள் சாயங்காலம் குழித்துறை லட்சுமி தியேட்டரில் 'ஆளவந்தான்' படம் பார்க்க நானும், எனது மகனும் சென் றிருந்தோம். படத்தில் லாட்ஜில் ஒரு பெண்ணைக் கொலை செய்யும் சம்பவம் வரும். அதுவரை நிஜமனிதர்கள் நடித்துக் கொண்டிருந்த படம் கொலை சம்பவத்தின்போது கார்ட்டூனாக மாறும். சென்சார் பிரச்சினையில் இவ்வாறாக ஒட்டுப் போடப் பட்ட விஷயம் விஞ்ஞானரீதியாக மூளையில் அறிவுறுத்தினாலும், உணர்வுரீதியாக இந்தக் கலப்பும் மயக்கமும் எனக்குள் ஒரு படைப்பு உத்வேகத்தை அளித்தன. வீட்டில் வந்து பத்து மணிக்குமேல் கதையைத் தொடர்ந்து எழுதினேன். அடுத்தநாள் வாசித்தபோது ஆச்சரியமாக இருந்தது. கதையில் பாதிதூரம் மனிதர்களாக வந்தவர்கள் ஒரு சர்க்கஸ் நிகழ்ச்சியில் கலந்து கொண்ட பிறகு நாயாகவும் முயல்குட்டிகளுமாக மாறி கதை தொடர்கிறது.

எழுத்தாளர் எஸ். ராமகிருஷ்ணன் ஒருமுறை பேசிக்கொண் டிருக்கும்போது, "மேஜிக் என்பது சிம்பிள். பார்பர் ஷாப்பில் முடிவெட்டும்போது தலையை மட்டும் விட்டுவிட்டு ஒரு

துணியால் உடம்பை மறைப்பான். கொஞ்ச நேரம் உடல் இல்லாத தலையுடன் அமர்ந்திருக்கும் நினைப்பு நமக்கு வருகிறதே, படைப்பும் அதுபோலத்தான்" என்றார். இந்தக் கதையைத் திருப்பி ஒரு தடவை படித்தபோது அந்த உரையாடல் தான் நினைவுக்கு வந்தது.

பாளையங்கோட்டை வந்திருந்தபோது 'விடாலு' கதையை எழுத்தாளர் தமயந்தி வாங்கி 'வள்ளியூர் தென்ற'லில் பிரசுரித்தார். இக்கதையின் இரண்டாவது வடிவம் கௌதம சித்தார்த்தன் கேட்டுப் பெற்றும் பிரசுரம் ஆகாது போனதால் தொலைபேசியில் குரல் மூலமாக மட்டுமே அறிமுகமான (இவ்வாறான, நான் முகம் பார்க்காத இனிமையான இலக்கிய சொந்தங்கள் எனக்கு ஏராளம் உண்டு) மனோன்மணி என்பவரின் 'புது எழுத்து'க்குத் திருப்பி அளிக்கப்பட்டது.

கிராமமும் அதன் எழிலும் சிறுவயதிலிருந்தே எனது தாயாரின் வழியாக எனக்குள் படிந்தன. அவர்கள் ஒரு கிராமத்திலிருந்து வாழ்க்கைப்பட்டு நகரத்திற்கு வந்தவர்கள். தேசிய நெடுஞ்சாலை ஓரமாக அமைந்த எனது வீட்டில் இரைச்சலும் தூசியுமாக வாழ்ந்த வாழ்க்கை தாயாரின் மரணத்தோடு முற்றுப்பெற்றது. எஞ்சிய நாட்களை அமைதியோடு புத்தகங்களிலும் எழுத்துக்களிலும் செலவிடலாம் என்ற எண்ணத்துடன் அந்தக் கிராமத்தை நான் தெரிந்தெடுத்தேன். மார்த்தாண்டத்திலுள்ள நண்பர்கள், அக்கம்பக்கத்தினர் கூறிய அறிவுரையைப் புறந்தள்ளிவிட்டு வந்து ஒதுங்கிய அந்தக் கிராமம் நேரில் பார்த்தபோது எனது கனவுகளைக் கருக்குவதாக இருந்தது. கிராமம் அழகுதான். அங்கு வாழும் மனிதர்களோ நாகரிகத்தின் வாசனைகூட எட்டாதவர்களாக, மனிதர்கள் எப்படி வாழக் கூடாதோ அப்படி வாழ்ந்துகொண்டிருந்தனர். படிப்பறிவோ, பகுத்தறிவோ எதுவுமற்ற காட்டு மிராண்டிக் கால வாழ்க்கை வாழும் இந்தக் கிராமம், ஆயிரக் கணக்கான இந்தியக் கிராமங்களின் ஒரு மாதிரி.

மனிதனின் மூடத்தனத்தை ஒருபோதும் ரசிக்கக் கூடாது தான். அது குரூரம். ஆனால் இந்த நினைப்பையும் மீறி இவர்களிடம் நான் ரசித்தவற்றில் ஒன்றை மட்டும் கூறுகிறேன். ஒரு மரத்தில் மலந்தூக்கன் ஒன்று தேனடை கட்டி இருந்தது. ஒரு தேனீக்குப் பாதகம் வராதபடி மலைகளில் காட்டுமிராண்டி கூடத் தேனெடுப்பான். இந்த ஊரிலுள்ளவர்கள் ஒருநாள் கூட்டமாக ஊளையிட்டுக்கொண்டு தேனெடுக்கச் செல்வதைப் பார்த்தேன். முன்வரிசையில் சென்றவனின் கையில் ஒரு ஸ்டீல் பாத்திரமும் மரக்கட்டையும் இருந்தன. அது எதற்கென்று

ஒருவன் வினவ, தேனீக்கள் கலைந்துவிட்டால் இந்தப் பாத்திரத்தில் தட்டி ஓசையெழுப்பும்போது பறந்து சென்றுவிடும் என்றான். ஒருவன் கல்லெடுத்து தேன்கூட்டில் எறிந்தான். ஈக்கள் கலைந்து ரோட்டில் வருவோர் போவோரை எல்லாம் கொட்டித் தீர்த்தன. கும்பல் கலைந்தோடி குளத்தில் சாடியது.

இச்சம்பவத்தை ஒருநாள் வெட்டுமணியில் நண்பர் ஒருவர் நடத்தும் தேன் கடையில் அமர்ந்து பேசியபோது தேனீக்களின் கூட்டுவாழ்க்கை குறித்து அவர் கூறிய தகவல்கள் என்னை ஆச்சரியப்படுத்தின. குறிப்பாக ராணித்தேனீயை மையமாக வைத்துச் சுழலும் அந்த வாழ்க்கை தாய்வழிச் சமூகத்தை நினைப்பூட்டியது. சிறுவயதில் என்னிடம் பெருத்த பாதிப்பை ஏற்படுத்திய ராகுல சாங்கிருத்தியாயனின் 'வால்காவி லிருந்து கங்கை வரை' என்ற நூலில் நான் வாசித்த இன்னும் மறக்காத. காட்சிகள் பல மனதில் படர்ந்தன. எழுதத் தொடங்கிய பிறகு கதை வேறொரு பரிமாணம் பெற்றது.

'கிணறு' வெளிப்படையான கதை. தகப்பன் சொத்தில் பெண்களுக்கும் சம உரிமை என்ற சட்டம் ஏற்படுத்திய பாதிப்பிலிருந்து பிறந்தது. அதிக வரதட்சணை கொடுப்பதால் அதிகம் வரதட்சணைக் கொடுமைகள் நிகழும் மாவட்டமாகக் குமரி மாவட்டம் திகழ்கிறது. தகப்பனின் சொத்துமீது ஒரு பெண்ணுக்குள்ள உரிமை ஆண்களிடம் (அவள் சகோதரன் மற்றும் கணவன்) சென்று சீரழியாமல் எங்ஙனம் கடைசிக் காலத்தில் தந்தையைக் காப்பாற்றுகிறது என்பதே நான் வலியுறுத்த விரும்பியது.

ஒரு நோக்கத்தை வைத்துக் கதை எழுத நினைத்தால் பெரும்பாலும் வெற்றிபெற முடிவதில்லை. என்னைப் பொறுத்த வரை ஒரு பிரதி என்பது முற்றுப்பெற்றதல்ல. இடைநிலைதான். அது மாறியும் திருப்பியும் பல வடிவங்களை எடுக்கும். இதிலுள்ள கதைகள்கூட இன்னொரு வடிவம் எடுக்கலாம். இப்போது இருப்பதை வாசித்துவிட்டு இன்னொரு இடத்தில் வேறுமாதிரி இருக்கிறதே என்று நாளை ஒருவன் என்னிடம் சண்டைக்குக்கூட வரலாம். ஒரு கதையைக் கதையாகத்தான் மாற்ற வேண்டும் என்பது கிடையாது. இத்தொகுப்பிலுள்ள 'கயம்' என்ற கதையைத் திற்பரப்பு போன்ற இயற்கையான களத்தின் பின்னணியில் வைத்து நடித்தால் எப்படி இருக்கு மென்று நாடக வடிவிலும் எழுதிப்பார்த்தேன்.

ஒரு படைப்பை மாற்றி எழுதக்கூடிய உரிமையை ஒவ்வொரு எழுத்தாளனும் வாசகனுக்கு வழங்க வேண்டும். வெறும் வாசிப்பு என்கிற வேலையை மட்டுமே வாசகனுக்கு

நாம் அளித்துவருகிறோம். உடலையும் உறுப்புக்களையும் தானம் செய்வதுபோல இதனைப் 'படைப்பு தானம்' என்று சொல்லலாம். நான் எனது பிரதிகளை அவ்வாறு தானம் செய்ய விரும்புகிறேன். பாரதியின் பாடல்களில் எனக்குப் பிடிக்காதவற்றை இவ்வாறு நான் திருத்திப் படித்ததுண்டு. ஆனால் நமது சமூகம் படைப்பாளியின் சர்வாதிகாரத்தையே விரும்புகிறது, படிக்கிறது.

'ஒரு சாண் வயிற்றை வளர்ப்பவர் உயிரை ஊரார் நினைப்பது சுலபம்' என்று வரும் சினிமா பாடல் வரியில் உள்ள 'சுலபம்' என்ற வார்த்தை நெருடியதால், 'ஊரார் நினைப்பது இல்லை' என்று நான் மாற்றிப் பாடியபோது எனது மாணவன் ஒருவன், 'சுலபம்' என்று என்னைத் திருத்தினான். சமூகம் பதிந்ததையே பதிய வைக்கிறது. படைப்பைத் திருத்திப் படிக்கும் உரிமையை வாசிப்பவனுக்கு அளிக்கும் போது அந்த முதிய விமர்சகர் 'குறுவெட்டி' கதை சம்பந்தமாக முன்வைத்த பிரச்சினைகள் எழுவதில்லை. ஆஸ்பத்திரி கியூ வரிசையில் ஒருவன் பேசிய கெட்டவார்த்தையைப் படைப்பாளி எழுதியது பிடிக்காமல்போனால் பொருட்படுத்த வேண்டிய தில்லை. அதற்குப் பதிலான நாகரிகமான வார்த்தையை அந்த முதிய விமர்சகர் மாற்றி எழுதிப் படிக்கலாம். அல்லது ஆங்கிலத் தில் எழுதிப் படிக்கலாம். அதிலும் திருப்தியுறாது போனால் இருக்கிறது 'சங்க இலக்கியப் பொருளடைவு' நூல். அந்த உறுப்புக்கு என்ன வார்த்தை கூறுகிறது பொருளடைவு நூல் என்று தேடிக் கண்டுபிடித்து பூர்த்தி செய்யலாம். எவ்வளவு வசதி!

இந்தக் கதைகள் நூலாக்கம் பெறும்போது செப்பனிட்டுப் பிழைகள் திருத்திய படைப்பாளர் ராஜமார்த்தாண்டனுக்கு நான் முதலில் நன்றி சொல்ல வேண்டும். ஒரே பத்தியில் அவனுக்கும், அவருக்கும் வித்தியாசம் தெரியாமல் எழுதிய எனது எழுத்துக் களை அவர்தான் ஒழுங்குபடுத்தினார். கணினி வடிவமைத்த பா. கலா, ஆர்.எஸ். ஐயப்பன் ஆகியோருக்கும் நன்றி.

கதைகளில் வெளிப்படும் விளவங்கோடு பகுதிக்கே உரித்தான வட்டாரச் சொற்களுக்கான பொருள் விளக்கப் பட்டியலைத் தயாரிக்கும்போது எனக்கு உதவி செய்த பைங்குளம் கிளை நூலக வாசகர் வட்டத் தலைவர் பெரியவர் சிகாமணி, பொறுப்பாளர்களான மு. கோவிந்தராஜ், மாதவன் தம்பி, தலைமை ஆசிரியை இராமலட்சுமி டீச்சர், பேரா. சஜீவ், துரைசாமி ஆசிரியர், அருமைத்தம்பி கவிஞர் தமிழ்மாறன், பஞ்சாயத்து யூனியன் கவுன்சிலர் இராஜேஸ்வரி, பைங்குளம் கிராமப் பஞ்சாயத்துத் தலைவர் அன்புச் சகோதரர் சந்திரகுமார்

ஆகியோரை நன்றியுடன் நினைவுகூர்கிறேன். ஒரு சின்னஞ்சிறிய கிராமத்தில் மக்களிடம் வாசிப்புப் பழக்கத்தை உருவாக்கும் முயற்சியில் தீவிரமாக ஈடுபடும் இவர்களோடு இணைந்து செயல் படக் கிடைத்த வாய்ப்புக்கும், ஒரு எழுத்தாளன் என்றவகையில் என்னிடம் வைத்துள்ள மரியாதைக்கும் இவர்களுக்கு நான் மிகுந்த கடமைப்பட்டிருக்கிறேன்.

பணிபுரியும் இடத்தில் என்னை உயிர்ப்பாக வைத்திருக்கும் சக ஆசிரியர்கள் சஜன், ஸ்டீபன்சன், இயக்கச் செயல்பாட்டில் பொறுப்புத் தந்து செயல்பட வைத்த 'மூட்டா' மத்தியக் குழு பொருளாளர் அருமை அண்ணன் மனோகர ஜஸ்டஸ், 'மூட்டா' உறுப்பினர்கள் அனைவருக்கும் நன்றி.

எனக்கொரு பிரச்சினை என்றால் முதலில் வந்து நிற்கும் த.மு.எ.ச. குமரி மாவட்டத் துணைத்தலைவர் வழக்கறிஞர் தோழர் ரகுபதி, தோழர் சந்திரசேகர், சி.ஐ.டி.யு. மாவட்டக் குழு உறுப்பினர் தோழர் சத்தியநேசன், அன்புத்தம்பி தோழர் சதீஷ் ஆகியோர் எனது எழுத்து வாழ்க்கையில் ஆதாரமாக நின்றவர்கள், நிற்பவர்கள். நண்பர் கே. புஷ்பராஜ், ஜே.ஆர். வி. எட்வர்ட் ஆகியோரையும் சேர்த்து நன்றி கூறுகிறேன்.

எல்லாவற்றிற்கும் மேலாகக் கடந்த ஐந்து வருடங்களாக என்னைக் காணும்போதெல்லாம் படைப்புக்களைக் கேட்டுக் கேட்டுச் சலித்துப்போன நிலையில் தற்போது நானே முன்வந்து அளிக்க மகிழ்ச்சியோடு இதனை வெளியிடும் 'காலச்சுவடு' பதிப்பகத்திற்கும் அன்பு நண்பர் கண்ணனுக்கும் நன்றி!

மார்த்தாண்டம்,
1.4.2009

குமாரசெல்வா

பொருளடக்கம்

நாகமலை	23
குறுவெட்டி	36
உயிர்மரணம்	67
கயம்	94
கிணறு	134
விடாலு	164
முடிவுபெறாமல் சில...	189
விளவங்கோடு வட்டாரச் சொற்கள்	192
வழக்குகள்	197

நாகமலை

தலைக்கு மேலே குடைவிரித்த மரம். அதனின்று உதிரும் இலைவிழிகளின் மிருதுவான கண்ணீர். பனி, திரைகட்டியதால் எங்கும் இருண்ட பூமி. மலையுச்சி தூரத்தில் இன்னும் நன்றாய்க் கறுத்திருக்கிறது. கதிர்ச் சிறகை ஒடுக்கிய சூரியன் குளிருக்குப் பயந்து கொதுவிய போது, கண்களைத் திறந்த பாச்சனுக்கு அந்த அதிகாலை யில் தென்பட்டது இவைகள்தான்.

வேரிலிருந்து தலையை எடுத்துப் பார்த்தான். உண்டபின் வீசி எறிந்த ஐந்தாறு இலைகளும், அவனும் மட்டும்தான் அங்கே இருந்தார்கள். நேற்றைய இரவின் வெளிச்சம் இன்று கரிகளாக. வேறு எதையும் காணும் மனநிலையில் அவன் இல்லை.

அவிழ்ந்த பழந்துணியை உதறியவாறு எழுந்து நின்றான். சாதாரண நேரங்களில் பீடியைத்தான் முதலில் தேடி இருப்பான். ஊமையின் அழுகையாய்ப் புதைந்த சொற்களின் அர்த்தம் புரியாமல் சுற்றி நிற்கும் மலைத் தொடர் முழுக்கவும் பார்வையைச் சுழற்றினான். நேற்று நடந்ததைக் காணும் கண் அவற்றிற்கு இல்லாமற் போய் விட்டதா? கண்டும் மௌனம் போர்த்தி நின்ற விழிகளின் மர்மம் ஆராய்ந்தான். உருண்டைப்பாறைகள் அவனைப் பார்த்து நகைத்தன. மனிதமுகங்கள் என்னும் ஆவேச வெறியில் ஒன்றன் தலைமேல் ஒன்றாகத் தாவி ஏறினான். முந்தைய தோற்றம் வேறாகிப் போனது. தன் கால்களில் புதையும் சமவெளிப் பரப்பில் நின்று புறங்களைப் பார்த் தான். நேற்று பார்த்த அதே வானம், அதே மரங்கள், ஒழுகும் ஓடைகள்...

அவனுக்கு என்னவோ சம்பவிக்க இருக்கிறது என்பதைக் கூடவந்தவர்களில் முக்கியமான சிலரது

போக்கிலிருந்து நேற்றே மனதில் உணர்ந்தான். யாரும் விரும்பும் அவனது செயல்களின் உட்புறத்தில் விலக்கு ஒன்றும் தன் பிறப்பில் அதற்கு முன்பே படிந்திருப்பதான அறிவு அவனை எட்டியபோது, அதன் தொடர்ச்சியை எவ்வாறு அறுத்து எறிவது என்னும் அறிவுக்கு அவனால் வரஇயலவில்லை. அது நிறம் சார்ந்ததா? சதை சார்ந்ததா? மனம் சார்ந்ததா? என்பதும் தெரியவில்லை. பழம் மட்கி விழும் கொட்டையைப் போல உடலின் முடிவானது மண்ணில் கலப்பதைத்தான் நேரில் கண்டிருக்கிறான் அவன். எல்லோருக்குமான இந்த இறுதித்தீர்ப்பில் தான் மட்டும் எங்ஙனம் பாதி உயிருடன் புதைய நேர்ந்தது? இந்த வினா மட்டும்தான் தற்போது அவனிடம் எஞ்சி நிற்கிறது. தொடர்ந்து அவர்களுடன் பயணப் பட முடியாத நிலையை அவன் அடைந்த போது, அதையும் கூட அமைதியான கொடுமையின் வழியே அவர்கள் நிறை வேற்றியபோது, வேளை பிந்திய புரிதலின் துயரம் அவனைக் காற்றாய்த் தழுவியது.

தனிமை புலியாய் உறும, சூழநின்ற மரங்களைப் பார்த்தான். கம்பி அளிகளாய்த் தாண்ட முடியாத வனச்சிறை போலக் குறுக்கே நின்றன. அவன் பனை போல் செழித்தவனென்று பலர் கூறக் கேட்டிருக்கிறான். இந்தப் பயணக் குழுவில் எல்லோர் பாரங்களையும் சுமந்து திரியும் தன்னைத் தானொரு பாரமாக உணரத் தொடங்கிய பிறகு மரங்கள் அவனுக்கு இராட்சத பிம்பங்களாக மாறிவிட்டன. வானத்தைத் தாண்ட வேண்டுமென்றால் அதன் உயரத்திற்கு ஏறவும் வேண்டுமே. வலிமை வாய்ந்த தனது உடம்பு ஒன்றுக்கும் உதவாதது என்பதை முதன்முதலாக அவன் அறிந்தான். சுழித்தோடிப் பாயும் வெள்ளத்தில் குதித்து இந்த வனாந்தரத்தைத் திரும்பவும் ஒருமுறை சுற்றி வரலாமேயொழிய, தாண்டிச் செல்ல உதவுமா?

நீரில் அலையடித்து ஒதுங்கி மறைவதைப் போல, வெள்ளை நிறப் பக்கி தேனெடுத்து அசைவதுபோல, தூரத்தில் மரங்க ளிடையே பொட்டுப் பொட்டாகத் துணியின் புரளல். மனதில் சின்னதாய் ஒரு நம்பிக்கையின் கடைசித் துளி. மனிதனால் கிடைத்த துயர அனுபவங்களில் மூழ்கும்போதே, அதே மனிதனை யாசித்தல்லவா மனம் தப்பித்தலுக்கான முயற்சி களை மேற்கொள்கிறது. திரும்பி வருவது ஒருவேளை அவனை விழுங்கிக்கொண்டு போவதாக இருக்கலாம். ஆனாலும் இப்போதைய நிலையிலிருந்து வரும் மாறுதலோடு, அது தனக்குச் சாதகமாக இருக்கும் என்பதாகவும் நினைத்தான். உடம்பை விடுவிக்க மனம் எந்தத் துரும்பையும் ஆதாரமாகப்

பற்றிக்கொள்ளும் என்பதோடு எந்தக் குழியிலும் இறங்கி ஏறவும் தயாராய் இருந்தது.

உருண்டைப் பாறைகளில் மேலும் தாவி ஏறினான். இந்தத் தடவை கால்களில் புதைய வைக்கும் ஆவேசம் அவனிடம் இல்லை. தனக்கான ஆதரவு வேண்டல் மட்டுமே இருந்தது. அதுவொரு தப்பித்தலுக்கான வழிமுறையைக் கண்டுகொள்ளும் தேவையாக இருந்தது. உதடுகளில் விரல்களைக் கூட்டிக் குவித்தான். அவன் கழுத்து, நரம்புகளால் புடைத்து இறுகியது. ஒடுங்கிய வயிற்றின் வழியே அவன் திரட்டி வைத்திருந்த ஆவேசங்கள் வெளிக் கிளம்பின. அந்த ஓடைகள் வந்து நிற்கும் சமவெளி முழுவதும் அவனது ஊளையால் நிரம்பின.

பதில் இல்லை.

கீழே இறங்கி வந்தான். தகப்பனை அடக்கம் செய்துவிட்டுத் திரும்பும் மகனின் தோற்றத்தை ஒத்திருந்தது அவன் நடை. பிழியப்பட்ட கோதலில் துளி நீரும் அற்று வீசப்பட்ட பொருளாய், எல்லாவித நம்பிக்கைகளாலும் கைவிடப்பட்டு நடந்தான். ஆகாய விரிவினாலும், அவன்முன் காணக்கிடந்த இயற்கை வெளிகளாலும், காணப்படாத வனவிலங்குகளாலும், வேறெந்த உயிரிகளாலும், நினைவினாலும் எந்த அசைவையும் அவ னுள்ளில் எழுப்ப இயல்வில்லை.

திரும்பவும் வந்தான். திரும்பிய இடத்திற்கு. திரும்ப நடந்து. திரும்பத்திரும்ப அதே இடம்.

இராக்காலம் வந்தது. துயரின் எல்லா வடிவங்களையும் சுமந்துகொண்டு குளிர் வந்தது. தனிமைக்கும், குளிருக்குமிடையில் அப்படியொரு நெருக்கமும், பொருத்தமும். காலங்காலமாகத் தொடர்ந்துகொண்டிருக்கும் இந்த பந்தம் அவனையும் ஒரு நாக்காய் நீண்டு சுற்றி வளைத்தது. கறுத்த கரைசல் ஒன்று தன்மேல் வழிந்து அவனை ஆழத்தில் அமிழ்த்தியது. ஆகா யத்தைத் தேடினான். காற்றை வெகுவாய் மூச்சுக்குழாயில் இழுத்துப் பார்த்தான். காதுக்கு வெளியே எந்த இரைச்சலும் இல்லாதது அவனைத் தவிக்க வைத்தது. குறைந்தபட்சம் ஒரு தவளையின் குரல். அல்லது பிசாசின் அலறலேனும். எதுவுமற்றதா இந்த வெளி? கல்லில் தலை சாய்த்தபோது துக்கத்தால் அவன் நிறைக்கப்பட்டிருந்தான்.

நித்திரையும் உணர்வும் குழம்பி ஒரு நீளப்பாட்டின் இடையே தெறித்த ஒலித்துண்டாய் நீண்டபோது, அவன் உள்ளே காட்சி தந்த நினைகனவுகள் ஆற்றில் விழுந்துளியில் மழைமீன் துடிப்பதாகக் கருதும் பால்ய கற்பனை போலும்,

கயம்

அஃதில்லாமலும். நிஜங்கள் மௌனித்தபிறகு நிகழும் இன்னொரு நிஜம் அது. நிஜத்தின் சொப்பனங்கள் விதைத்த ரணகளத்தில் வெள்ளைப்பூக்கள் மலர்ந்து சிறகை வீசி வானத்தில் பறந்து சூரியக்கூட்டை அடைந்து உறைவதுபோல. புறக் கணிப்பின் கசப்புக்காடி நாவில் ஏற்றிய, சதா குரல்வளையில் பதிந்த உணர்வின் ஓங்காளத்தில் சீனி நுள்ளி வைப்பதுபோல.

கயிறேணி ஒன்று அவனுக்கு முன்னால் விழுந்து தொங்கியது. அதன் இன்னொரு நுனி வானத்தோடு இணைக்கப் பட்டிருந்தது. கறுத்த படிகளின் வழியே உச்சியில் தெரியும் திறப்பிலிருந்து தேவதூதர்கள் இறங்குவதும், ஏறுவதுமாக இருந்தார்கள். அவர்களின் வருகை தனக்காக இருந்தது என்பது அவனால் நம்ப முடியாததாக இருந்தது. அவர்களின் சூக்கும உடலிலிருந்து வெளிப்பட்ட பிரகாசத்தால் தூண்டப்பட்டு அவன் அருகில் நின்ற மரம் ஜோதியாய்ப் பிரகாசித்தது.

○

உச்சிமலை என்பது ஒளிவெள்ளத்தடாகம். உலகத்தின் சிகரம் அதுவாகத்தான் இருக்கும். சூரியன் முட்டையிட்டுக் குஞ்சு பொரித்து தினந்தோறும் ஒவ்வொன்றாக அங்கிருந்து அனுப்பிவைக்கும். நாகத்தின் உஷ்ணத்தில் அதையே தனது மூச்சாகச் சுவாசித்து உயிரானது உடம்பில் ஏற்ற குறுமுனி தவமிருந்து ஜோதியிற் கலந்த இடம். பத்தி விரித்த ஏழுதலைப் பாம்பின் குகை அடிவாரம் அந்தத் திருக்கோயில். அதன் மூலஸ்தானத்தில் ஒரு நாழிக்கிணறு. ஏழுதலைப் பாம்பின் வாய் அது. அதை இறைக்க இறைக்க வந்து குவியும் ஒளி வெள்ளம். இத்தனை பேரொளியும் அந்தப் பாம்பு உமிழ்ந்த முத்திலிருந்துதான் புறப்பட்டு வருகிறதாம்.

நாகத்தின் வாலிலிருந்து புறப்பட்டு வருவார்கள். எண்ணி ஏழு நாட்கள் முடியும்போது உச்சியை அடையலாம். அனைவரின் இலக்கும் அதுவாகத்தான் இருக்கும். நாடகள் தூக்கிக் கொண்டுபோய் சிகரத்தில் ஏற்றி விடும் என்ற நினைப்பு இல்லாதவர்களுக்கு அது வாழ்வின் சாகசம். அது இல்லாதவர் களுக்கும் இன்பக்கனவு. கால்களை வாங்கியோ, வாடகைக்கு அமர்த்தியோ உச்சியைத் தொடுபவர்களும் உண்டு. எல்லாருடைய தலைகளிலும் பெரிய கடவங்களில் அரிசி, பருப்பு, மரக்கறி சாமான் வகைகள் இருக்கும். கன்னாசுகளில் நயம் வாற்று குலுங்கித் தளும்பும். இடையே வழிமறிக்கும் பனி மூட்டங்கள். பல மணி நேரம் கலையும்வரை நின்று பயணிப்ப தோடு, மேலிருந்து குளுக்கோஸ் பொடிகளாய் வந்து விழும் பனித்துகள்களையும் அனுபவிப்பார்கள். மரங்கள் தோறும்

வகையறியாத விலங்குகள் பெரிய கனத்தில் சாடும். புலிகள் குறுக்கிட்டுச் செல்லும். ஆனால் இதுவரையில் எதனிடமிருந்தும் தாக்குதல் நிகழ்ந்ததான சம்பவம் இல்லை. குகைகள் தோதாகக் கிடைக்கும்போது எல்லோரும் அதிலே முடங்கி விடுவார்கள்.

வருடந்தோறும் மகா அமாவாசைத் திருநாள் இங்கு ரொம்ப விசேஷம். இந்த நாளில் உயரத்தை அடையும்படி யாகப் பயணிப்பார்கள். ஆரவாரமோ, பெருங்கூட்டமோ எந்த வருடமும் இருக்காது. பல பாதைகளில் ஒருவரையொருவர் காணாதபடிக்குத் தனித்தனியேயும், குழுவாகவும் பயணிப் பார்கள். காடுகளும், ஓடைகளும் உலகத்தையே ஒளித்துவைக்கும் அளவுக்கு வியாபித்திருக்கும். ஏழாம் நாள் ஜோதி கனலும் பேரொளிப் பிழம்பு உச்சியில் தெரியும். குறுமுனியின் உருவம் அப்பிழம்பினிடை ஒருமுறை தோன்றி மறையும். அப்போது தாங்கள் கொண்டுவந்த நாட்டுச் சாராயத்தோடு கிழங்கும், தேனும், இதர காய்கறி வகைகளும் படையலிட்டு வணங்கு வார்கள்.

நான்கு வருடங்களாக அவர்கள் ஐவரும் வருவார்கள். அதுவொரு அசாத்தியமான இணைப்பு. முதிய உருவம் ஒன்றைச் சுற்றி நான்கு பேர்களடங்கிய அந்தக் கும்பலில் பாச்சன் மட்டும் தனித்தவனாகவும், அதேசமயம் எல்லோரும் ஏறிச் செல்லும் வாகனமாகவும் இருந்தான். நவநீதப் பாட்டா அவர்களின் மையப்பொருள். யார் விரும்பினாலும், விரும்பா விட்டாலும் அவரைச் சுற்றியே ஒவ்வொரு விஷயங்களும் இயங்கின. அவரைப் பராமரிப்பது பத்து யானைகளைக் கட்டி மேய்ப்பதற்குச் சமம். அதை ஒருவனாக பாச்சன் நிறைவேற்றினான். தடித்த உதடுகளில் துவங்கி வலப்பக்க மூக்குவரை குஷ்டத்தின் கறையான் பற்றி அரித்த அந்தத் திருவாசகப் புத்தகத்திற்கு இதயம் ஒரு இரும்புப் பெட்டியாகக் கனத்திருந்தது. அவரது பேராசைக்கு அளவே கிடையாது. குறையாகிப்போன கைவிரல்களை மூக்கில் தேய்த்துக்கொண்டு ஓட்டை விழுந்த பற்களைக் காட்டி இளிப்பார் என்றால் அத்தனை பேர் மத்தியிலும் ஒரு பெண்ணை அவர் அடைந்து விட்டார் என்று அர்த்தம். என்ன செய்தாலும் திருப்திப்படுத்த முடியாத மனம் அவருடையது. எது செய்தாலும் அதற்குள் ஒரு விகடம் கண்டுபிடிக்கும் வகையில் அவர் உருவாக்கப் பட்டிருந்தார். எதற்கெடுத்தாலும் அவரை முந்திக்கொண்டு கோபம்தான் முதலில் வந்து நிற்கும். கைகள் வளைந்து விரல்கள் உதிர்ந்த நிலையில் பலம் முழுவதும் கால்களில் இறங்கியதுபோல உதைப்பார். அதை ஏற்பதற்காகக் கைகளைத் தரையில் ஊன்றிக் கால்களுக்கிணையாக வைத்துக்கொண்டு

மிருக பாவனையில் பாச்சன் நிற்க வேண்டும். அடுத்த நிமிடம் பாட்டாவுக்கு நிறுத்த முடியாத காக்காய் வலிப்பு வரும். அவருடன் போராடப் பிறந்தவனே இவன்தான் என்று எல்லோரும் கொடுத்த நற்சான்று ஒன்றுதான் பாச்சனுக்கு உண்டு.

முதற்தடவை அவர்கள் பயணம் செல்லும் போது பாச்சன் இல்லை. வேலாயுதன்தான் இரண்டாவது தடவை வரும் போது அவனைக் கொண்டு வந்தான். பாச்சனை முதலில் பார்த்த நவநீதப் பாட்டா, தனது கண்களின் பார்வைப் பயனையே அது இழக்கச் செய்துவிட்டதாக நினைத்துப் பதறினார்.

"கறுப்பன்...இவன் எதற்கு இப்படிப் பிறவி எடுத்தான்? எமது உன்னதமான பிறப்புக்கு முன்னால் இப்படி ஒரு கீழ்த்தரமா? தாழ்மைகள் என்றுமே அங்கீகரிக்கப்படாமலிருக்கும் போது, இவன் எதற்காக இந்த ரூபத்தை அடைந்தான்? கீழ்மையின் கோலத்தைத் தரித்தான்?"

வேலாயுதன்மேல் பாட்டாவுக்கு எரிச்சல் ஏற்பட்டது. தேவார திருவாசக பிரபந்தங்களை எல்லாம் சில நிமிடங்கள் நெஞ்சிலிருந்து இறக்கி வைத்துவிட்டுத் தெருவாசகத்தை அவன்மீது பூசியே விட்டார். எந்தச் சலனத்தையும் வெளிக் காட்டாத வேலாயுதன், பாட்டாவின் வெப்றாளம் தீரும் வரை காத்திருந்து அமரவைத்து உணவு பரிமாறினான். நாஞ்சில் நாட்டுச் சைவச்சாப்பாடு. குனிந்ததலை நிமிராத அளவுக்குச் சுவையும், மணமும். ஆக்கியோன் முகவரியை அவர் வினவ, பாச்சனின் திருமேனியைச் சுட்டி நின்றது வேலாயுதனின் விரல். பாட்டாவின் மனசில் பாச்சனைக் குறித்து வரையப் பட்டிருந்த சித்திரங்கள் யாவும் பொலபொலவென்று உதிர்ந்து விழுந்தன. அவன் நளபாகம் அனைவரையும் வீழ்த்திவிட்டது. அதில் வேலாயுதனின் பங்கு எல்லோருக்கும் திருப்தியானது.

பாச்சனை வேலாயுதன் ஒரு சடங்கு வீட்டில் வைத்து தான் முதன்முதலாக அறிந்துகொண்டான். உணவின் சுவை ஆக்குப்புரை நோக்கி அழைத்துச் சென்றது. சரியாக ஆறடி உயரம். சட்டை காணாத கருமேனி. ஒரு நேரமும் சும்மா இருக்காத உடலசைவு. அதுமுதற்கொண்டு அந்தத் தேகத்தின் பிறவிப் பயனை அனுபவிக்கும் பொறுப்பை வேலாயுதன் ஏற்றெடுத்தான். இன்று நண்பர்களுக்கு அதை வழங்கவும் செய்கிறான். ஒரேசமயத்தில் வாய்க்கு அளிக்கும் போது, நவநீதப் பாட்டாவின் புறவழி வாசலில் கையேந்தி மலத்தைப்

பெறும் செயலையும் செய்து வந்தான். அதே கைகள் சமையலில் மணத்தபோது, தங்கள் வசதிக்குப் பங்கம் ஏற்படாத வரைக்கும் வேலிகட்டி வரம்பை உருவாக்காமல், அதையும் அனுபவித்தார்கள்.

பாட்டாவுக்கு குஷி பிறந்தால் சைனாக்காரன் மூக்கை உயர்த்தி உறுஞ்சிக் காட்டுவார். பாச்சனுக்கு அது கன்றுக் குட்டியை நினைவுபடுத்தும். வேட்டியை வயிற்றிலிருந்து முன் பாகமாகக் கீழே இறக்குவார். ஒரு நரம்புகூட உயிரில் இல்லாத செத்துப்போன பொத்தை மீனாகத் தொங்கும் சதைத் துணுக்கை விரல்களற்றுத் தட்டையாகிப்போன தனது வலது கையால் சுட்டிக்காட்டுவார். நரைத்த மயிர் மட்டும் சிலிர்த்து நிற்கும் அந்த எலும்புக்கூட்டின் தொடையிடுக்கில் பாச்சன் முகம்பதித்து முட்டுவான். அவன் மொட்டைத் தலையில் 'ஓ . . .' வென்ற குஷியில் தாளம்போடும் பாட்டாவின் வாய், 'அம்புடுதேன் . . . புடுதேன். . . தேன் . . .' என்று குழறி முடியும். அவரைப் படுக்கவைத்து அவன் குளிப்பாட்டுவதைப் பார்க்கும் எவரும் அலறியடித்து நிற்கத் தவறுவதில்லை. சட்டென்று நிர்வாண நிலையில் எழும்பிநிற்கும் போதுதான் அப்படி எதுவும் நடக்கவில்லை என்று அறிவார்கள். புதிய முண்டு உடுத்தி தோளில் துண்டு விரித்து குறைமேனி முழுக்கக் குறிபிடித்து காதில் பூவும் வைத்து திருவாசகப் புத்தகத்தைத் திறந்து முன்னால் வைத்தால் பின்னர் எவரும் ஒரு வாசகத் திற்கும் உருக மாட்டார்கள்.

மூன்றாவது தடவை வரும்போது பாட்ட ாவுக்கு வலிப்பு வரவில்லை. உயிரின் ஒளி ஒரு வருட காலம் ஓங்கி ஒளிர்ந்தது. அந்தத் தடவைதான் தனது மரணம் குறித்த தீர்க்கதரிசனத்தை அவர் எல்லாரிடத்திலும் இயம்பினார். மரிக்கும் நாளின் வேளை, நாழிகை, நொடிவரைக்கும் துல்லியமாக நேரங்குறித்துக் கொடுத்தார். காலத்தின் ஊஞ்சல் நொடிகளாக ஆடிக்கொண் டிருந்த வேளை. தனது முடிவின் எல்லையில் மெல்லக் கண்திறந்து பாச்சனை நோக்கினார் நவநீதப் பாட்டா. உயிரின் காற்று வெளியேற முடியாத அடைப்பு கனத்ததால் தீர்க்க தரிசனம் பொய்த்துவிடும் அபாயம் ஏற்பட்டது. குறுமுனிக்குப் படையல் செய்ய வைத்திருந்த முழுத் தேங்காயைக் கண்களால் காட்டினார். பாச்சன் அதை எடுத்து அவர் தலையில் ஓங்கி அடித்துத் திறப்பை ஏற்படுத்தினான். மறுகணம் அந்த உயிர் பலூனில் ஊசி குத்தும்போது ஏற்படும் காற்றுபோல் வெளி யேறி ஜோதியிற் கலந்தது.

இன்று நான்குபேர். பாச்சனுக்கு அவ்வளவாக வேலையும் இல்லை. ஒரு கனத்த சுமையை இறக்கி வைத்ததுபோல இதமாய்

இருந்தது பாட்டாவின் மரணம். நால்வரின் உடைமைகளும் தலைமீது இருந்தபோதிலும் பாரம் அற்றதுபோல் ஒரு உணர்வும், நினைப்பும். கட்டி இழுக்காமல் தானே விரும்பிச் செல்லும் ஒரு ஆட்டுக்குட்டியைப் போல அவர்களின் பின்னால் நடந்து கொண்டிருந்தான்.

வனாந்தரத்தில் யாருமற்ற வெளிகளில் ஒரு குழுவாகப் பயணம் செய்வதென்பது அச்சம் மூடிய வியப்பின் அனுபவம். எப்போது, எது வேண்டுமானாலும் நடக்கலாம். யாருக்கும் எதையும் உறுதியாகச் சொல்ல முடியாது. அதையும் மீறிய பரவசங்கள் மனசைத் தழுவும் சந்தர்ப்பங்கள். பொழுதுகள் இங்கே சுத்தமாய் இல்லை. எப்போதும் இருட்டியபடியே இருப்பதால் நாள் கணக்கெல்லாம் தெரியாது. இயலும் வரைக்கும் நடப்பார்கள். கால்கள் தளர்ந்ததும் பாறையின் அடிவாரத்தில் ஒதுங்கிவிடுவர். உறங்கி எழும்புவதை வைத்துத் தான் நாட்களை முடிவது வழக்கம். தடி எரிந்து தரும் கதகதப்பும், மணமும் பாறையின் அடிவாரத்தை வெளியின் நிலையிலிருந்து வேறாக வைத்திருக்கும். இன்னொரு கிரகத்தில் புகுந்த மனநிலையில் ஆங்காங்கே உட்கார்ந்து கதைகள் பேசுவர். அதில், மனித நிலையைவிட்டு வேறாய்ப்போன உருவங்களும், பாதி மனித உருவும், மீதி மிருகமுமான ஜீவன்களும், வேறுவேறு உலகங்களும், அதிலுள்ள பொருட்களும், அவற்றின் பயன்களும், விதம் விதமான வார்த்தைகளில் வந்து விழுந்து புரளும். கதையின் மயக்கம் தருகின்ற கிறுகிறுப்பில் கண்கள் அடையும் தருணம். பாச்சன் வேலைகளை முடித்து வைத்து விட்டு எல்லோரையும் எழுப்பி உணவு தருவான். நடையின் சிரமம் உண்ட பிறகு மெல்ல வெளிக் கிளம்பும். இயற்கையின் அரவணைப்பு அடுத்த நொடியில் அதை எல்லாம் மாய்த்துவிடும். கழுவித் துடைத்து வைத்த பாத்திரம் போல மினுக்கங்கொள்ளும் ஒவ்வொருவர் அகமும் தேகத்தை வென்ற பொலிவை வார்த்தையை வென்ற உணர்வுகளில் வெளிப் படுத்தும். ஆனால் வேலாயுதனைத் தவிர பாச்சனிடம் யாரும் எதையும் வெளிப்படுத்தாத ஓர் அன்னியத்தைக் கடைப்பிடித்து வந்தார்கள். அதில் பாச்சனுக்கு மனவருத்தம் எதுவும் இல்லாத போதிலும் அந்த வேறுபாடு துல்லியமாகத் தெரிந்தது. பச்சிலைக் காற்றின் அடிப்பு இடைக்கிடை கிட்டும் தருணம். அந்தக் கணத்தில் எல்லோரிடத்திலும் புத்துயிர்ப்பு. வேலாயுதன், பாச்சனை அழைத்து ஒரு பாறையின் மேல் அமர்த்திவிட்டுப் பாடச் சொல்லுவான். கரடு தட்டிப்போன குரல் அவனுடையது. அவனுக்குத் தெரிந்த ஒரே பாடலும் அதுதான்.

இந்திரன் தேகம் நொந்தது கண்களால்
வந்த வினை ஏதோ? – உடல்
வெந்து உலைந்ததேனோ? – அவன்
கந்தையாய் ஆனது கண்களின் மீது
சிந்தை வைத்ததாலோ? – மனம்
சிந்தையை வைத்ததாலோ?

அணஞ்சபெருமான் கதையை வில்லடிப்பாட்டுக்காரி, கோயில் கொடையிற் பாடியதிலிருந்து இந்த வரிகள் அவனுக்குக் கிட்டின. அன்றிரவு ஆக்குப்புரையில் தீ அவியும் நேரம். மண்டபத்து மண்தரையில் யுத்தகளப் பிரேதங்களைப் போல எல்லோரும் கிடந்தனர். அந்தத் தனிமை அவனை என்னவோ செய்தது. வில்லடிப்பாட்டுக்காரி பூங்கனி சீவிமுடித்த கூந்தலைக் கைத்தாள வேகத்தில் சுழல் வட்டம் கிறக்கியபோது தெறித்த வரிகள் தனக்கே வாய்த்த குரலில் பாச்சனிடமிருந்து மறு பதிவாகப் புறப்பட, ஓலைமறைவில் ஏதோ அனக்கம் ஏற்படுவதை உணர்ந்தான். லெச்சி ஒடுக்கு சாரும் இடம் அதுவென அறிந்தபோது, ஒருவித வெட்கம் படரப் பாட்டு நின்றது. அவள் ஆக்குப்புரையில் தண்ணிகோரும் வேலைக்கு விடப்பட்டவள் என்பதோடு முடியாமல் நீண்ட பணி கொண்டவள். பாச்சனுக்கு முன்பே பாட்டாவின் பிணம் தின்ற பெருமையுடைத்தவள். விரல்களற்று தோசை இளக்கும் சட்டுவம் போலான தனது கைகளை அவள் உடம்பில் பலமுறை நுழைத்து ஆனந்தத்தில் பாட்டா திளைத்திருக்கிறார். அதற்குள் பூகோளமே நுழைந்து வரலாம் என்பது பௌதீகத்தை யும் மீறிய இயக்க விதி.

அவள் பாச்சனை நோக்கி நடந்து வந்தாள். அவன் தலையைத் திருப்பி மறுபுறவாக்கில் வைத்துப் படுத்துவிட்டான். லெச்சியின் கையில் காக்கைச் சிறகிலிருந்து உதிர்ந்த இறகு ஒன்று தென்பட்டது. இறகின் கொண்டைப் பகுதியைத் தவிர அனைத்தையும் மொட்டையாக்கிவிட்டுப் பார்த்தபோது பாட்டாவின் கைகள் அவளுக்கு நினைவில் வந்தன. பொட் டென்று கிளம்பிய வெடிச்சிரிப்பைக் கைகளால் வாயைப் பொத்தி அமர்த்திவிட்டு அவன் காதில் அதைப் போட்டுக் குடைந்தாள். அவன் திடுக்கிட்டு எழுவதைப் போல பாவனை காட்டிவிட்டு உட்கார்ந்தான். அதற்குள் அவளும் அந்த ஓலைப்பாயில் அவனுக்குச் சமமாகப் படுத்துவிட்டாள். அவன் தீக்குச்சி உரசி சிவப்புச்சாயலில் அவள் முகத்தைப் பார்த்தான். ‘ஒய் ஒருக்கா கூட அந்தப் பாட்டைப் பாடும்’ என்றாள். அவன் பாடினான், பாடினான்; பாடிப் பாடிப் பாடிப் பாடினான்.

இந்தத் தடவை அவர்கள் பாச்சனைப் பாடச் சொல்லாதது கூட அவனை வருத்தவில்லை. எல்லோரும் அவனிடமிருந்து ஒதுங்கியே நடந்தனர். அவன் தங்கள் பொருட்களைத் தொடுவதைக்கூடக் கஷ்டப்பட்டே அனுமதித்தார்கள். இந்த ஒரு வருட கால இடைவெளிக்குள் அவன் தேகத்தில்தான் எத்தனை பெரிய மாறுதல்கள். வேலாயுதனால்கூட அவனை அடையாளங் காணமுடியவில்லை. குழைத்துப்பூசிய சேற்றின் மீது கடும் வெயில்பட்டு வெடித்ததுபோலப் பாளம்பாளமாகப் புண்கள். ஆங்காங்கே கும்மு பொடித்து நிற்பது போன்ற கொப்புளங்கள் வேறு. அவை உடைந்து வீசும் துர்நாற்றம் அந்த வனத்தைக் கொளுத்தினாலும் அடங்காது போலிருந்தது. சமையல் பழையதுபோலக் கமகமத்தாலும், அவனது தோற்றம் அதையும் மீறிய வெறுப்பைத் தந்தது.

○

சாரல், துகள்களாய் முகத்தில் பதிந்து அவனைத் தழுவிய போது கனவின் மயக்கம் மெல்லக் கலைந்தது. பாச்சன் எழுந்து பழையபடி மரத்தின் மூட்டிற்கு வந்தான். அந்த நடையில் இப்போது ஏதோ புதிய அர்த்தம் தெரிந்தது. அதைப் போலவே ஓடைக்கும், பாறைக்கும் இடையிலான முக்கோணச் சுழற்சியில் மரம் ஒரு குறிப்பிட்ட பொருளாக நின்றுகொண் டிருந்தது. வேகம் குறைந்த நடையிலும்கூடக் காலில் இடறிய சிரட்டை சுழன்று சுழன்று பள்ளத்தை நோக்கிச் சென்றுகொண் டிருந்தது.

நேற்று இரவு தூங்கும் முன்பிருந்த உலகம். அதில் இந்த வானம், இந்த மரங்கள், செடிகொடிகள், ஒழுகும் ஓடைகள் மட்டுமல்ல, அவர்கள் நால்வரும்கூட அவனுடன் இருந்தனர். இயற்கை இல்லாமல் மனிதன் இல்லைதான். ஆனால் இயற்கை அர்த்தப்படுவது மனிதனால் அல்லவா? நேற்று பார்த்த அழகு இன்று இல்லாமற் போனதும், அதன் மீதொரு நிழல் படிந்ததும் அதனால்தானா?

மனம் களித்திருந்த பொழுது. ஒரு குரூரமான நடவடிக்கை யின் ஆயத்தமென்று அதனை ஒருவராலும் சொல்ல முடியாத அளவுக்கு இயல்பாக இருந்தது. பாச்சனின் பாட்டை அவர்கள் கேட்பது இதுதான் கடைசி என்று பாடியவனுக்குகூடத் தெரியாது. சிரட்டையில் ஊற்றிக் கொடுத்த சாராயத்தைக்கூட அவர்கள் சந்தோசம் பொங்கப் பரிமாறினர். அவன் வழக்கம் போலவே வயிறறியாமல் குடித்தான். இலையில் வைக்கப்பட்ட உணவு வகைகளின் மேல் ஒருதடவை அவன் விழுந்து புரண்டதைக்கூட அவர்கள் பொருட்படுத்தவில்லை. அங்கே வைக்கப்பட்டிருந்த அனைத்துப் பொருட்களுமே அவனுக்காகச்

செய்யப்பட்டவை என்று பறைசாற்றும்படியாகத் திகழ்ந்தன. அன்று இரவு அவர்கள் குடித்ததுகூட அவனுக்காகத்தான். வாழ்க்கையில் முதன்முதலாக அன்றுதான் பாச்சன் நடனமாடினான். அவனை நடுவில் விட்டு அவர்களும் சுழன்று ஆடினார்கள். அந்தத் தேகத்தை ஒருமுறை எல்லோரும் சேர்ந்து கட்டித் தழுவமாட்டார்களா என்று பாச்சனுக்குள் ஒரு ஆதங்கம். இருப்பினும் அவனை அறியாத புரிக்குக் கொண்டு செல்லும் ஆனந்தத்தின் காரண வேரையோ, அவர்களின் நோக்கத்தின் அசைவையோ அவனால் அறிய முடியவில்லை.

சாராயம் உடலையும், சந்தோசம் மனசையும் போதையேற்ற தள்ளாடியபடியே நடந்து வந்தான். அவன் இயக்கமெல்லாம் இழுத்துப் பூட்டினாற்போன்ற ஒடுக்கத்தில் மரத்தின் மூட்டில் வந்து விழுந்தான். சிரட்டை கையை விட்டுச் சிதறிப் போனது. முகங்குப்புறப் பதிந்து கால்களைப் பரத்திக்கொண்டு கிடந்தவன்மேல் எந்தச் சலனமும் தோன்றாத வரைக்கும் காத்திருந்தனர். இரவுகூடக் கிட்டத்தட்ட அவனைப் போலவே கிடந்தது. வெளியில் எந்தவிதமான அசைவும் இல்லை. அவர்கள் நாலைந்து தடவை அவனைப் பெயர்சொல்லி அழைத்துச் சோதனை செய்தார்கள். அவனால் உணர்வை மீறி எழ முடியவில்லை. தலையைத் தூக்கி உயர்த்தும் பாம்பு போல ஒருமுறை முயன்றுவிட்டுத் துவண்டான். அவர்கள் அனைவரும் ஆரவாரித்தனர். தங்கள் தீர்மானம் வென்ற மகிழ்ச்சியில் துள்ளிக் குதித்தார்கள். அந்தக்கணமே அவனை அங்கே விட்டுவிட்டு ஓலைச் சூட்டுங் கொளுத்திக்கொண்டு அவர்கள் பயணப்பட்டார்கள்.

நாலாபுறங்களிலும் நடந்து திரிந்த பாச்சனின் கண்களில் மரத்திற்குப் பின்னால் எதுவோ மறைந்திருப்பதான உணர்வு ஏற்பட்டதும் சென்று கடவம் ஒன்று விடப்பட்டிருப்பதைக் கண்டான். அவன் உறங்கியபோது தலையின் மறுபுறம்தான் அது இருந்திருக்கிறது. சாரைசாரையாக ஊரும் எறும்பின் பாதையைக் கண்டும் அவன் உணராமற் போன அதிசயத்தில் திளைத்தான். ஒரு கழுத்துடைந்த பானை. கொஞ்சம் போல அரிசி அதில். இதுவரை அறியாமலிருந்த பசி அதைக் கண்டதும் அவனுக்குள் கிளர்ந்தெழுந்தது.

யாரிடத்திலோ கொஞ்சம் கருணை இருந்திருக்கிறது. அது யாராய் இருக்கும்? தனியாகப் பிரித்துப் பார்க்க இயலாவிடினும் சாகப் போகிறவன் ஒரு நேரக் கஞ்சியாவது குடித்துவிட்டுச் சாகட்டும் என்ற நினைப்பு அவர்களிடம் இருந்திருக்கிறது. பாச்சனின் இதயம் அந்தத் தனிமையிலும் அவர்கள் சகவாசத்தை அனுபவித்தது. அவன் உள்ளத்தில் சுரந்த ஊற்றுக்

கண் தந்த உத்வேகத்தினால் மரத்தின் மூட்டில் கல்லடுப்பு கூட்டினான். தளர்ந்த கைகளின் வழியே உற்சாகம் பாய, இலைகொண்டு முகர்ந்த ஓடைநீரால் பானையை நிறைத்தான். தீயிலிட்ட புழுவைப் போல அரிசி மணிகள் நெளிய, சற்று நேரத்தில் மூட்டம் போல ஒருங்கே திரண்ட சோறு குழைந்து ஊதியது. கையில் அந்த நேரம் வேறு எதுவும் அகப்படவில்லை. தலைக்குமேல் கைகளை உயர்த்தித் துள்ளிப் பிடி கிடைத்த மரத்தின் கொப்பிலிருந்து ஒரு கம்பை ஒடித்துப் பானையிலிட்டுக் கலக்கினான். கஞ்சி முழுக்கவும் சிவந்து இரத்தம் போலாயிற்று.

அதுவொரு மாறுதலான கலவை. ஒவ்வொரு தனித்தனிப் பிரிவினருக்கும் என்பதை மறுத்து வேறொன்றாய் இருந்தது. வயிற்றின் இரைச்சல் எல்லாவற்றையும் மீறி உண்ண வைத்த போது, மனதில் மரத்தை உறுஞ்சி இரத்தம் குடிக்கும் உணர்வு ஏற்பட்டது.

அவன் குடித்தது ஞானஇரத்தமாய் இருக்க வேண்டும். புறத்திலிருந்து உள்ளே புகுந்த ஒன்று அவன் பிறப்பிலிருந்து அவனைக் கழற்றி எடுத்து திருமுழுக்கு அளித்தது. சிரசில் வழிந்த நீரைத் தொட்டுப் பார்த்தபோது சிவப்பு ரத்தம். மரம் மனிதனாகி, மனிதன் இரத்தமாகி, இரத்தம் சதையாய் மாறி, எல்லாம் உணவாய் மாறி, உடலில் கலந்து உணர்வாய் மாறிப் பழையவை ஒழித்துப் புதியனவாக்கிய நிலையில் எழுந்தான். பாறையில் வந்து படுத்தபோது பசியுடன் பயமும் அவனைவிட்டு நீங்கி இருந்தது. தனக்கு ஞானம் தந்த அந்தக் கன்மலை மீது உயர்ந்து நின்ற மரத்தைப் பார்த்து நீண்ட நேரம் பேசினான். தனது சிறுவயது முதல் அனுபவித்த துன்ப துயரங்கள் அதில் கலந்திருந்தன. அவனுக்குள்ளிருந்த வேதனை கள் யாவும் வார்த்தைகளால் வெளியேற வெளியேற அந்த வெற்றிடம் ஒளியால் நிரப்பப்பட்டது. தேகமற்ற வெளிச்சத்தில் தூங்காமல் தூங்கிச் சுகம் பெறும் துயில் அவனைத் தழுவியது.

அந்தத் துயிலின் இடையே தன்னைவிட்டுப் பிரிந்து சென்றவர்களை அறிந்தான். உச்சிமலைக்கு ஏற இன்னும் நான்கு நாட்களின் இடைவெளி. அவர்கள் மூவரும் ஒரு குகை அடிவாரத்தில் அமர்ந்து பீடி குடித்தவாறு பேசிக்கொண் டிருக்கிறார்கள். அதில் வேலாயுதன் அவர்களுடன் மாறுபட்டுப் பேசினான். அந்த உரத்தகுரலில் இருளின் மோனம் கிழிந்து தெறித்தது. எல்லோருமாகச் சேர்ந்து அவனை நோக்கிக் கையை நீட்டி எதற்கோ குற்றப்படுத்தினார்கள். ஒருவன் கன்னாசைத் திறந்து சாராயத்தை எல்லோருக்கும் ஊற்றினான். அவர்களில் வேலாயுதன் மட்டும் வாங்க மறுத்தான்.

"இப்ப உள்ள நிலைக்கு இதுதான்டேய் பற்றும்."

வாங்கினான். குப்பிக்கிளாசைக் கொஞ்ச நேரம் மறித்து மறித்துப் பார்த்தான். ஓங்கி அதைக் கல்லில் தூக்கி எறிந்து விட்டு நடந்தான். இருளில் வேகமாக நடந்த அவனைப் பின்பற்ற அவர்களால் இயலவில்லை.

மறுநாள் காலை. வேலாயுதனால் பாச்சனை அடையாளம் காணமுடியவில்லை. தேகத்திலிருந்த புண்கள் விலகி, வெடிப்புகள் நிரந்து, பச்சைக் குழந்தையின் சருமம்போல மாறி இருந்தது அவன் உடம்பு. அதில் புதிதாய்த் தென்பட்ட தேஜசில் மயங்கினான். கணத்தில் ஒருவரையொருவர் நோக்கி விழித்தனர். பாச்சனை வாத்சல்யத்தோடு அவன் அணைத்தான்.

உதயதாரகை, ஜனவரி 1994

☙

குறுவெட்டி

நனைப்பு காணாத புத்தம் உடுப்பு, பாடப்புத்தகங்களின் அட்டையிலுள்ள பெயின்ட், தாள்களின் மணம்; பல்கூசும் நாற்றம். நனைக்கும் மழையில் பெரிய லீவைக் கரைத்துவிட்டுப் பள்ளிக்கூடம் செல்லும்போது அடிக்கும் நாற்றம்தான் இப்போதும் அடிக்கிறது. வேலியோ, புதர்களோ அருகில் உள்ளதா என்று சுற்றுமுற்றும் பார்த்தேன். சீமை கொன்னையும், வேம்பும் நிறைந்த மாவட்டத் தலைமை மருத்துவமனை வளாகத்தில் பூச்சிமுட்கள் தாராளமாகக் குருத்திருந்தன. இதுபோன்ற இன்னொரு வளாகத்தில்தான் நான் படித்த பள்ளிக் கூடமும் இருந்தது. அதை நினைத்தால் இந்த வயசிலும் கைகால் விறைக்கும். முன்னால் விரிந்து கிடந்த புத்தகத்தில் கண் சிவந்த முயல்குட்டியும், மாம்பழமும். அவை தந்த அனுபவத்தில் பெயர் மறந்து போயிற்று. கை மணிக்கட்டில் பென்சில் கம்பு கொண்டு வாத்திச்சி அடித்த வேதனை; நொம்பலத்தைவிட அது தந்த பயம். இந்த இருபத்தாறு வயசிலும் ஒன்றைச் செய்ய முற்படும் போது பயம்தான் வரவேற்கிறது. அப்போதெல்லாம் இந்த நாற்றத்தை உணர்ந்திருக்கிறேன். மூத்திரப்புரை இல்லாத ஓலைப்பள்ளியின் முற்றத்தில் வெள்ளம் அரித்து குண்டுவிழுந்த ஓடைகளில் மலஜல நாற்றங்களுக்கு மத்தியில், யாரது சகாயமுமின்றி வளர்ந்துநின்ற குறு வெட்டிகள். காளைப்பிடுக்கை ஞாபகப்படுத்தும் அதன் காய்கள். கிளைகளில் அமர்ந்து இலைகளை அடத்து, வழியும் பாலில் முக்கி ஊதும்போது குமிழிகள். உற்சாகத்தில் இடைவேளை முடிந்த மணியடிப்பு காதினின்று தெறித்துப்போக, வாத்திச்சி பல்லைக்கடித்தவாறு பிரம்பினால் காற்றைக் கிழித்து, 'இனிமே அந்த மரத்துக்க மூட்டில பெய்ப்பாருங்கலே, பாப்பம்' என்று உறுமினாள்.

36 குமாரசெல்வா

மறுநாள் உச்சைக்கு அதன் மூட்டில் சென்றதும் சாப்பிட்ட தெல்லாம் மஞ்சள் நிறத்தில் வாந்தி எடுத்தது. இரண்டுநாள் மூச்சை இழுத்து விடும்போதெல்லாம் குறுவெட்டியின் நாற்றம். பயத்தோடுள்ள உணர்வுகளுக்கு உருவங்கிடைத்த அறிதல் அதுமுதல் எனக்குக் கிட்டியது.

பள்ளிக்கூடம் செல்லும் மனநிலையோடுதான் இங்கு வரநேர்ந்ததும். தோழர் சுப்பையாவின் அருகாமை இருந்தும் அதையும் மீறிய பயம். இங்கு வந்தது என்னைத் தெரிந்த யாருக்கும் தெரிந்துவிடுமோ என்னும் பதற்றம். மிக அருகி லிருந்தும் தோழருக்கு இதொன்றும் தெரியாது. என்னை அழைத்துக்கொண்டு ஓ.பி. கௌண்டருக்கு வந்தார்.

"சகாவே! என்ன இந்தப்பக்கம்? வல்லவும் கலெக்ஷனுக்கா?"

"ஒரு துண்டெடு!"

"என்ன செய்யுவு? கம்மூனிஸ்ட்காரம்மாருக்கு சோக் கேடும் வருமா?"

தோழர் இறுக்கத்தைக் குறைக்காமல் எனது பெயரையும், வயசையும் கூறினார். உள்ளே இருந்தவன் என்னை ஒருதரம் பார்த்துவிட்டு வாயை மூடிக்கொண்டு எழுதினான். தோழரின் அணுகுமுறை நம்பிக்கை தந்தாலும் நிஜப்பெயரைச் சொல்லி விட்டரே என்ற கவலை. பொய்ப்பெயரில் மருத்துவம் பார்த் திருந்தால் சற்று ஆறுதலாக இருந்திருக்கும்.

போனவாரம் வெட்டுமணி பார்க் நணபர்களோடு லெக்கும், பிரேக்கும் இல்லாமல் தொடர்ந்த பேச்சு, ஒரு நபரின் நோய்மீது பட்டு நின்றது.

"அவனுக்கு அது உண்டா?"

"பாம்பேல வண்டி ஓட்டிற்று கெடக்கம்பளே உண்டு."

"அதியான் தாயளி எப்பளும் சூத்தையும், தொடையையும் போட்டுச் சொறியுதான்."

"இஞ்ச வந்து ஒருவாடுவேருக்கு அவன் குடுத்தாச்சி. பாபு ஓட்டல்ல புட்டுக்கு மாவு இடிச்சியவா தொட்டு அவங்கூடத் திரிய எல்லாப் பயக்களும் இப்பிடித்தான் சொறியானுவ."

"அப்ப இனி அங்ஙினபெய் சாய குடிச்சவும் பற்றாது."

"பின்ன?"

“அது எப்பிடிடேய் இருக்கும்?”

“சங்கதியில கறுப்பா அழுக்கு படிஞ்சதுபோல இருக்கும். கொறச்சி மேல மொட்டுப்பின்னுக்க தலைபோல செறிய புண்ணு புண்ணா சாம்பல் நெறத்தில இருக்கும். தொடையில அடைபற்றிய சொறி. ஒருநாளும் நீங்காது. இழுவி வடியும்.”

“அனுபவம் பேசுதோ?”

“இல்லடா. படந்தாலுமூடு தியேட்டர்ல திரு‘நீல’கண்டர் பாக்கப்போனாக்கில இந்த சோக்கேட வச்சே ஒரு படம். இது தொற்றின ஒருத்தன் கால கவச்சிவச்சி நடந்தத நெனச்சம்ப இப்பளும் சிரிப்பா வருவு.”

எனது நெஞ்சில் ஒரு இடி. அவர்களின் உரையாடல் உடம்பை இறுக்கிப் பிழியத் துவங்கியது. பீடி கொளுத்தப்போகும் பாசாங்கில் முறுக்கான் கடைக்கு வந்தேன். கடைக்குப் பின்னால் ஒடுங்கிய சந்தில் பார்க்கிலிருந்து சிதறும் டியூப்லைட் வெளிச் சத்தில் வேக வேகமாய்த் துணியை விலக்கிப் பார்த்தபோது, அதே கறுப்பா அழுக்கு படிஞ்சதுபோல ... எனக்கும்.

நான் கொளுத்திவிட்டு வந்த பீடியை அவர்களும் இழுத்தனர்.

“இந்த சோக்கேடு பீடிவழி பரவுமா?” – நான்.

“பின்ன இல்லாத? சாயக்கடையில நிக்கியவா மாவு இடிச்சம்ப வியர்வ தொளிஞ்சாலே போரும், அங்கபெய் புட்டு தின்னிய எல்லாருக்கும் பற்றும்.”

“அப்பிடியா?”

எனது நெஞ்சில் அடுத்த இடி. நானும் அங்குபோய் புட்டுத் தின்னிருக்கேன். எனக்கும் அதே சோக்கேடுதான். அடுத்து அவர்கள் பீடி கேட்டபோது கவனிக்காததுபோல தூரப் பார்த்துக்கொண்டிருந்தேன். என்னிடமுள்ள நோய் என்னோடேயே அடங்கட்டும். அடுத்தவர்களை ஏன் வதைக்க வேண்டும்?

“இந்த சோக்கேடு விபச்சாரிக்கிட்ட பெய்த்தான் கிட்டணும்னு இல்லை. இந்த ரோகம் பற்றின ஒருத்தன் மோண்ட மோத்திரத்த ஒருத்தன் கவட்டிவச்சாலே போரும், உடனே நமக்கும் பற்றும்.”

இப்போது பல இடிகள் தொடர்ந்தாற்போல விழுகின்றன. எனக்கும் இந்த நோய்தான். சந்தேகமே இல்லை. வீட்டில்

அடித்ததுபோலச் சொல்வார்கள், செருப்பு போட்டுட்டு நட என்று. கேட்டேனா? கடைசியில் இந்தச் சனியன் தொற்றி விட்டதே?

"இது தீருமா?"

"கஷ்டம்தான். ஆயிரத்தில் ஒண்ணு தீரும். மருந்தில ஒண்ணும் லேசில மசியாது."

நிமிடநேரம் மூச்சுவிட முடியவில்லை. நண்பர்கள் போனதோ, பேசியதோ தெரியவில்லை. எழும்ப நினைத்தால் கால் அசையாது. நாக்கு வாய்க்கடியில் புதைந்ததுபோல. தோளும், கழுத்தும் சேருமிடம் துடித்தது. அந்த இரவும், பார்க்கும், நானும் அப்படியே உறைந்திருந்தோம்.

ஒருவார காலம் தூங்க முடியாமல் ஆனபிறகு தோழரிடம் அழுகையோடு அதனைத் தெரிவித்தேன். கடைசியில் அவரிடம் சொல்லும்படி நேர்ந்ததற்காக நொந்துபோனேன். நியாயமான ஆள் கிடைக்காத குறையே காரணம். நண்பர்கள் இந்த விஷயத்தில் உதவுவார்களென்று சொல்ல முடியாது. அவர்களின் குரூரமான கேலிகளில் பாதி உயிர் போய்விடும். தோழர் உதவுவதே வாழ்க்கை என்று ஆனவர். போராடியும், வாதாடியும் உரிமைகளை மீட்பதிலிருந்து பாவப்பட்டவர்களின்பால் அவர் கொண்டிருந்த பரிவைத் தினந்தோறும் உணர்ந்தவன் நான். இந்தப் பிரச்சினையிலும் உதவுவார் என்று நினைத்தேன்.

தோழருக்கு வயது நாற்பது இருக்கும். இளமையும், கிழமையும் கொஞ்சும் கனிந்தும், கனியாத ஒரு பழம். திருமணம் ஆகவில்லை. ஆகக்கூடாது என்பதில் புரட்சியைக் காட்டிலும் தீவிரம். முழுமையான கட்சிப் பணியில் தாய் தகப்பன், சொந்தபந்தம், சொத்து சுகம் எல்லாவற்றையும் கரைத்த பிறகு குடும்ப வாழ்க்கை ஒன்றுதான் மிச்சமிருக்கிறது. அது கரையாமல் போய்விடுமோ என்ற பயம் அவருக்கு. இல்லாவிட்டால் அளவுக்கதிகமான கவனம் அதில் செலுத்துவாரா என்று எங்களுக்குள் பேசுவோம். இதெல்லாம் கடந்த மனம் அவருடையது. இந்த உலகம், வாழ்க்கையின் தீவிர அனுபவங்களினால் எல்லாவற்றிற்கும் தீர்வு புரட்சி எனக் கண்டு ஆவேசக் கனவுகளோடு அந்த இயக்கத்தில் பங்கு பற்றினோம். அதற்கு எங்களைத் தயார்படுத்தியதில் தோழர் சுப்பையா முன்னோடி. வாழ்க்கைமீது எங்களுக்கிருக்கும் அதிருப்திபோல நூறு மடங்காவது குடும்ப அமைப்பின்மீது அவருக்கு உண்டு. குடும்பம், நிலவுடைமைச்

சமுதாயத்தின் எச்சசொச்சம் என்பதுடன், எல்லாப் பிரச்சினை களுக்கும் அதுவே மூலகாரணம் என்பது அவரது அசையாத போதனை. ஒரு நாள்முழுக்க அவர் நடத்திய கட்சி வகுப்பு தோழரின் அந்தரங்கம் குறித்த சில யூகங்களை எங்களிடம் பலமாக எழுப்பியது. எதாவது பெண்ணைக் காதலித்துத் தோற்றிருப்பார் என்பது அதில் முதன்மையானது. அடிக்கடி சொல்வார், “பெண்களை ஒருமாதிரி பார்க்கக் கூடாது. அவர்கள் நமது சகோதரிகள். அதைவிட உயர்ந்த சக தோழியர்கள். அவ்வாறு பார்ப்பது முதலாளித்துவ சுவாபம்.”

யாரை உத்தேசித்து இதைக் கூறுகிறார் என்று எங்களுக் குள் வாக்குவாதம். சந்தேகம் மொத்தமாய் மணிகண்டன்மேல் கவிழ்ந்து நின்றது. அவன் பெண்களை மட்டுமல்ல, எல் லோரையும் ஒரு மாதிரிதான் பார்ப்பான். யாராவது ஆட்கள் முகத்தில் பார்த்தால் தூரப் பார்ப்பதும், சிரித்தால் தாடை எலும்பை இறுக்கியபடி செறைவதும், தன்மீதும், அதன்மூலம் இயக்கத்தின் மேலும் மதிப்பை உயர்த்தும் என நம்புகிறான் போலும். நெருங்கி விசாரித்ததில் தாலுகா செகரெட்டரி எலியாசிடமிருந்து காப்பியடித்ததாக அறிந்தேன். எலியாஸ், சிறையிலிருக்கும் தோழர் சங்குண்ணியைப் பார்க்கச் சென்ற போது, சிறைக்கு வந்த தனது மதிப்பைக் காட்ட அவ்வாறு பார்த்ததாகவும், அதுமுதல் தானும் அதைக் கடைப்பிடிப்ப தாகவும் தாராள பாவத்தில் இருக்கும்போது ஒருநாள் தன் னிடம் சொன்னதாக மணிகண்டன் கூறினான். எலியாசிடம் நீங்கள் எதைப் பற்றியாவது பேசமுனைந்தால் முகத்தை அருவருப்பாக மாற்றி மோட்டுவளையில் நிறுத்துவான். சில சமயம் கைமணிக்கட்டை இரண்டுவிரல்களால் தட்டி புரட்சிகரப் பாடலொன்றின் டியூனை ஹம் பண்ணுவான். அவனைப் போல ஒரு சுத்தமடையனை எங்கும் காண முடியாது. ஒரு காரியம் குறித்துக் கருத்துத் தெரிவித்தால் எங்கே தனது மடத்தனம் வெளிப்பட்டுவிடுமோவென்று இவ்வளவும் செய்வான். வீகிறுதிகள் எல்லாம் முடிந்த பிறகு மெல்லச் சிரிப்பான். ஏதோ புதியதாகச் சொல்லப் போகிறான் என்று நாம் கருதுவோம். ‘இந்த இடம் விவாதத்திற்குரியதல்ல. நமக்கு வேறொரு சமயம் பேசலாமே’ என எழுவான். தன்னால் கிரெம்ளின் மாளிகையில்தான் அமர்ந்து பேசமுடியும் என்றும், தனது தகுதிக்கான குறைந்தபட்ச அலகு அதுதான் என்பது போலவும் அவன் குரல் ஒலிக்கும். மணிகண்டன் நல்ல பையன். சில மாயைகள் அவனிடம் படிந்ததற்கு அவனல்ல காரணம். எலியாசிடம் இன்பீரியாரிட்டி காம்ப்ளெக்ஸ் நிறைய இருப்பதால் அதுவே அவனை சுப்பீரியாரிட்டி காம்ப்ளெக் சுக்கு நேராய் நடத்துகிறது என்றேன். ‘என்னது, மனோ

தத்துவமா? நீ ஒரு பூர்ஷ்வா' என்று தமாஷ் அடித்தான் மணிகண்டன். ஒருநாள் ரொம்பவும் சீரியசாக, 'பாவப்பட்ட ஜனங்களை இப்படி நீ செறையக்கூடாது' என்றேன். 'பழக்க தோஷம், மாறக்கஷ்டம்' என்றான். 'நீ மாறுவாயோ என்னவோ, ஜனங்கள் கம்யூனிஸ்ட்களென்றால் கழுத்துச்சுளுக்கினால் பாதிக்கப்பட்டவர்களென்று நினைக்கப் போகிறார்கள்' என்றேன்.

தோழருக்கு மணிகண்டன் மீது நோட்டம். வெள்ளறடையில் அண்டி ஆபீஸ் தொழிலாளப் பெண்மணியின் வீட்டில் கட்சி வகுப்பை அவன் ஏற்பாடு செய்ததிலிருந்து அது ஆரம்பித்ததாக எங்கள் எண்ணம். அவள் விதவை என்பதும், கணவன் ஓவராகக் குடித்துச் செத்த கதையும் எல்லாரும் அறிந்தது. அதற்குமேல் எதையும் அறிய அவர் முயற்சி செய்கிறாரோ? உறுதி இல்லை; தோற்றம்தான். மணிகண்டன் மிடுமிடுக்கன். பெண்களைக் காணும்போது, 'சகாவே! ஒரு முதலாளித்துவ சுவாபம் வருது' என்பான். இதொன்றிலும் சிக்காத எனது மரியாதையும் இப்போது தோழரின் வசத்தில் ஆட்பட்டுவிட்டது.

மருத்துவமனையின் ஒவ்வொரு மூலையும் தோழருக்குக் காணாப்பாடம். எனது நோய்க்கான டாக்டர் இருக்கும் பகுதிக்கு முகப்புக் கட்டடத்திலிருந்து விலகி வேறொரு திசை நோக்கி நடந்தோம். வேப்பமூட்டைச் சுற்றிய காங்கிரீட் திண்டைக் கடந்திருக்க மாட்டோம், ஏழெட்டுப்பேர் தோழரைச் சூழ்ந்துகொண்டனர். வைத்த ஒப்பாரியிலிருந்து ஒருவனை யாரோ அடித்து அவன் கடையைத் தீக்கொளுத்திய சம்பவம் தெரிந்தது. தற்செயலாகக் கண்கள் குறிப்பிட்ட திசையில் பதிய, ஐயோ.. நம்ம ஊர் பேப்பர்தாஸ். இவன் எதற்கு இங்கு வந்தான்? என்னைக் கண்டிருப்பானோ? எல்லாம் மறந்து, தோழரையும் விட்டுவிட்டுத் தற்காப்புக்காக ஓடினேன். கோட்டைச் சுவர் பக்கம் பலாமரத்தில் மறைந்த பிறகே போன உயிர் திரும்ப வந்தது.

தாசுக்குத் தெரியாத சங்கதி உலகத்தில் கிடையாது. ஊரில் ஒரு பெண்ணும், பையனும் முகம்பார்த்துச் சிரித்தாலே போதும்; செய்தி அவனை எட்டி உலகத்தின் காதுகளுக்கு இன்னொரு வடிவத்தில் திரும்பும். அவ்வப்போது நடக்கும் சண்டைகளின் புதிய வளர்ச்சி குறித்து அறிய அவனை நாடினால் போதும். 'ஒரு பீடி கொண்டா!' என்பான். பிறகு மனிதக் கற்பனை தெய்வீகக் கற்பனையாகி ஈரேழு லோகங்களை அடைந்து திரும்பும்.

தப்புவதற்கான கலக்கத்தில், அவனே ஆஸ்பத்திரிக்கு வெளியில் நடக்கத் துவங்கினான். மரத்தின் புறங்களில் சுழன்று தலை தெரியும்வரை கவனமாகப் பார்த்தேன். பஸ் ஸ்டாண்டை நோக்கித்தான் செல்கிறான். கண்டிருக்க மாட்டான் என்ற ஆசுவாசக்காற்று. பிறகு, எல்லோரும் எனது ஊரைச் சேர்ந்தவர் களென்ற சந்தேகமும், அவர்களின் கவனம் என்மீது பதிந் திருப்பதான ஐயப்பாடும். சூரியக்கதிர்கள் தோளைத் தொட்டு உலுக்குவதான எண்ணத்தினூடே மருத்துவமனை முழுக்கவும் தேடினேன். தோழரைக் காணவில்லை.

நான் காணப்போகும் டாக்டரின் பெயர் தெரியாது. ஆளைத் தெரியும். தோழர் கூறிய ரேகைகொண்டு தன்போக்கில் சென்றேன். அது குஷ்டரோகிகளுக்கான பிரிவு. இந்தக் குருட்டாட்ட இயக்கத்தில் எங்கே போவது? தலை வியர்த்து சட்டை தொப்பலாய் நனைந்து மனப்பாரத்தைக் கூட்டியது. கம்பி அளிகளினூடே தீனக்காரக் கோழிகளைப் போலச் செத்துவிழும் மனிதர்களின் கடைசி அசைவுகள். இந்தத் தனிமை அவர்களுக்குள் எத்தனை கருமேகங்களின் அடர்த்தியைத் தந்திருக்கும். நம்பிக்கையின் துளிக்கீற்றும் இல்லாமல் புழுக் களைப் போலச் சுருண்ட தேகங்கள். முனகலற்ற சாவின் அமைதி. என்னிலோ, தளர்ச்சி களைந்த உணர்வின் எழுச்சி. தைரியத்தை எதுவோ தட்டி எழுப்ப, தோழரும் வேண்டாம், யாரும் வேண்டாம் எனத் துணிந்தேன். வெகுமதிபோல கம்பவுண்டர் ஒருவர் தென்பட்டார்.

வலது பக்கம் அரைகுறையுடன் நிற்கும் கட்டடத்தின் முதல்தளம். டாக்டரின் பெயர் சந்திரன். வழுக்கைத்தலையும், கோணல் முகமும், மயக்கத்திலாழ்ந்த கண்களும், பேசும்போது அசையாத கீழுதடும் ஒரு நாள் பார்த்த பதிவில் மீண்டும் காணும் பாக்கியம் எனக்கு. நீண்ட வரிசை. அந்திக்கடை தோற்கும் சத்தம். அதில் தோய்ந்தவாறு இருந்தார்.

நேற்று சாயங்காலம் இவரது வீட்டுக்குத் தோழர் என்னை அழைத்துச் சென்றார். டாக்டர்களின் வேலைநிறுத்தத்தை முடிவுக்குக் கொண்டுவர அரசை வலியுறுத்தி ஒருதடவை போஸ்டர் ஒட்டியதிலிருந்து எல்லா டாக்டர்களும் தோழரை நன்கு அறிவார்களாம். ஆன்டெனா குறியிட்ட கல்லறைகளாய்த் தெரியும் வி.ஐ.பி.க்களின் காலனியில் சுலபமாகக் கண்டுபிடித் தோம். வீட்டுக்கு முன்னால் மருத்துவ அடையாளத்துடன் ஜீப் நின்றது. நடுஅறையில் லுங்கி தொத்திய உடம்புடன் டாக்டர் டிவி. பார்த்துக்கொண்டிருந்தார். தோழரைக் கண்டதும் சலிப்புடன் முன்வராந்தாவிற்கு வந்தார்.

"வாட் பிராப்ளம்?"

"இவர் தோழர் நல்லதம்பி..."

வணக்கம் செலுத்தினேன்.

"யெஸ்."

"இவருக்கு வி.டி. நோய். ஓங்கள கன்சல்ட் பண்ண வந்திருக்கோம்."

"ரொம்பவும் முற்றிப்போச்சா?"

எனக்கு எதுவுமே சொல்லத் தெரியவில்லை. முதலில் நோய்பற்றிய பிடி இல்லை. முற்றினா எப்படி இருக்கும், எளசில எப்படி இருக்கும் என்பதெல்லாம் தெரியாது. இரண்டாவது, தோழர் நோய் இதுவென்று உறுதியாகச் சொன்னது. பேச்சு வழக்கில் இதனை வேறு எப்படியும் சொல்ல முடியாதுதான். ஆனால் 'போலத் தெரிகிறது' என்பதைக் கூட அவர் உபயோகித்திருக்கலாம். மூன்றாவது, வீட்டிற்குள்ளிருந்து ஒரு மாதிரி பார்க்கும் பெண்கள். டாக்டருக்கு மெதுவாகப் பேசிப் பழக்கமில்லை போலும். உயிரே போனதுபோல் குறுகி நின்றேன்.

"வாய்திறந்து பேசுப்பா. ஓனக்கு எத்தன வயசாச்சி?"

"இருபத்தாறு."

"செப்டிக் எதுவும் ஆயிடுச்சோ?"

"........."

"புண்ணில சீழ்வடியுதாண்ணு கேட்டேன்."

"எந்தப் புண்ணு?"

தலையும், முகமும் கரைந்து தோள்வழி ஒழுகுவது போன்ற உணர்ச்சியில் வாய்திறக்காமல் பேசினேன். எனது நிலையை அவர் உணர்ந்தது போல எனக்குத் தோன்றியது.

"நாளை காலைல எட்டு மணிக்கு ஆஸ்பத்திரிக்கு வாங்க. மொதல் கேஸா கவனிக்கிறேன். இப்ப ரொம்பவும் கஷ்டமா இருந்தா மருந்து எழுதித்தாறேன். ஸ்டோர்ல வாங்கிச் சாப்பிடு. ஓ.கே?"

ஒரு நபருடனான பழக்கம் சில உரிமைகளைக் கொண்டது. இந்த டாக்டரின் அறிமுகம் தனிப்பட்ட முறையில் எனக்குக்

கிடைத்துள்ளது. க்யூவில் நிற்கும் யாருக்கும் வாய்க்காதது அது. பயன்படுத்தும் எண்ணம் அரும்ப, 'முதல் கேஸா கவனிக் கிறேன்' என்ற வார்த்தைகள் ஊக்கம் தந்தன. முன்னால் சென்றேன். டாக்டருக்கு வேண்டியவராய் இருக்கும் என வரிசை அனுமதித்தது.

ஒருபுறம் பெண்களும், மறுபுறம் ஆண்களுமாய் நீண்ட இரண்டு வரிசைகளின் துவக்கம் ஒரு கதவு. அதனுள்ளே டாக்டர். வாசலில் எனது உருவம் அவரது கவனப்பதிவை எதிர்நோக்கி நின்றது. தலையை நிமிர்த்தி 'என்ன?' என்பது போலப் பார்வையால் கேட்டார். சிரித்தபடியே 'வணக்கம்' என்றேன். புறக்கணித்த தலை மறுபடியும் குனிந்துவிட்டது. அதற்குள் என்னை மறந்துவிட்டாரோ? நினைவுபடுத்த வேண்டியது அவசியம் அல்லவா? நான் தொண்டையைக் கனைத்துக்கொண்டு, 'தோழர். சுப்பையாவுடன் நேற்று வீட்டில்...' எனத் துவங்கியதுதான் தாமதம், 'வரிசையில் வா!' என்று கையை நீட்டி உறுமினார். ஒழுங்குபடுத்திக்கொண்டு நின்ற பியூன் அதைச் செயலாக்குவதற்குள் நகர்ந்துவிட்டேன். எல்லோரும் என்னை வைத்துச் சிரிக்க ஒரு சந்தர்ப்பம் அமைந்தது. அதைவிட ஒளிவில் மருத்துவம் பார்க்க வந்த இடத்தில் அடிக்கடி பரசியம் ஆகும் நிகழ்ச்சிகள் நடந்து விடுகிறதே என நொந்துபோனேன்.

கடைசி ஆளாய் நான் வந்து நின்றதும், எனக்கு முன்னால் அம்பது அறுபது பேர் நிற்பதும், வரிசையில் நிகழும் கைகலப்பு முயற்சிகளும், கெட்டவார்த்தைப் பிரயோகங்களும் போதா தென்று மேலும் என்னை வதைப்பதற்கென்று நேர் முன்னால் ஒரு கிழவன். இதுவரை கடைசியாய் நின்றதிலிருந்து விடுபட்ட மகிழ்ச்சியோ, என்னவோ, சும்மா என்னை நோண்டிக் கொண்டே இருந்தான்.

"பிள்ளைக்கு என்ன செய்யுவு?"

"ஒண்ணுமில்ல."

"ஒண்ணும் இல்லேண்ணா வீட்டில இல்லியா இருக்கணும். இஞ்ச என்னத்துக்கு வந்து இந்த எளவுல இப்பிடி காத்துக் கெட்டி கெடக்கிய?"

"லேசா ஒரு காச்சலு."

"குளிய வேண்டி தின்னருதா?"

"குளுச தின்னும் தீரேல."

"எங்கின இருந்தாக்கும்?"

"நாகர்கோவிலுதான்."

"பிள்ளைக்க வேளத்த பாத்தா மேக்க மாதிரி இல்லா தெரியி."

"தாத்தா எங்க இருந்து?"

"எக்க வீடு குழித்தொற."

'பக்'கென்றது. எனது ஊருக்கும், அவரது ஊருக்கும் ஒரு ஆறு பாயும் இடைவெளி.

"பிள்ளைய நான் எங்கவச்செல்லாமோ கண்ட ஓறுமையும் உண்டு. கொஞ்சம் நெனச்சா அறியிலாம்."

"மாட்டீரு. நான் நாகர்கோவில விட்டு வேற எங்கெயுமே போறது இல்ல."

"பிள்ளைக்க அப்பனும் அம்மையும் மேக்க உள்ளவியளா?"

"ஏன்?"

"எங்க எடத்துக்காரன் பேசியது போலயே பேசிய."

"இல்ல தாத்தா. தொடுவெட்டியில கொறச்சி நாளு ஐ.டி.ஐ. படிச்சேன்."

"அதியானே பாத்தேன்."

கிழவன் பொல்லாதவன். அதிகம் இனி முகங்கொடுக்கக் கூடாது. நல்லவேளை, நான் பிந்திப்போனேன். இல்லாட்டா டாக்டரிடம் பேசும்போது பின்னால் நின்று நோயை அறிந் திருப்பான். கடைசியில் நிற்பதிலும் லாபம் உண்டு எனத் திரும்பியபோது, எனக்குப் பின்னால் மூன்று நபர்கள்.

"பிள்ள மின்ன ஏறிப் போன இல்லியா, ரூவா குடுக்கா தெயா போன?"

"ரூவாயா? எதுக்கு?"

"எதுக்கா? இப்பெறத்துப் பெரையில நேர்ஸி ஒருத்தி இருப்பா. அவளுக்கோட அஞ்சிரூவா குடுத்தா மதி. பிள்ள மின்னபெய் மருந்து வேண்டுலாம்."

"அப்பிடியா?"

"இதெக்க அறியாத போனா டாக்கிட்டரு விடுவானா? அதிலெயும் இந்த மொட்டத் தலையன் இருக்கியானே, எமன ஓழி, சங்கரன ஓழியாக்கும்."

கிழவனிடம் ஊரை மறைத்தாகிவிட்டது. நோயை மறைத் தாகிவிட்டது. இருந்தாலும் பேச்சை வைத்துக் கண்டுபிடித்து விட்டான். மேலும் பேசுவது ஆபத்து. விடுகிறான் இல்லை. என்ன செய்வது? போனாப் போவுது அஞ்சி ரூவாதானே, சமயத்துக்குப் போவவும் செய்யலாம். குடுத்தாதான் என்ன? இப்பிடி நிண்ணு காத்துக்கெடந்து மானங்கெடண்டாம்.

கிழவர் சொன்னதற்குச் சான்றாக ஒரு கேஸ் சுவரோரம் ஊர்ந்து கதவுப்பக்கம் வந்தது. மருந்து கொடுக்கும் இடத்தி லிருந்து தெருக்கூத்துக்கார வேஷத்தில் நர்ஸ் ஒருத்தி தலையை நீட்டி அவளை உள்ளே போகச் சொன்னாள். உள்ளே இருந்த நோயாளி வந்ததும் அந்தப் பெண் இடையில் நுழைய முயன்றாள். பியூன் வலதுகையைச் சுவரின் குறுக்கே வைத்து அவளை வழிமறித்தான்.

"என்னா, இஞ்ச நிக்கியவிய மனுச இல்லியா?"

"அங்க பெய்யிட்டுதான் வாறேன்."

பணம் கொடுத்ததைப் பூடகமாகக் கூறியதும், வெள்ளைத் தொப்பித் தெருக்கூத்துக்கார நர்ஸ் அவனை முறைத்துப் பார்த்தாள்.

"நீ எங்க பெய்ட்டு வந்தா எனக்கென்னா? எல்லாரைப் போலவும் வரிசைல வா!"

அவனது கேலி அவளை வம்புக்கு இழுத்திருக்க வேண்டும். முகத்தையும், தோளையும் சேர்த்து வெட்டித் திருப்பிக்கொண்டு உறுமினாள்.

"நான் மொதல்லெயே இஞ்ச நிக்கியேன். என்ன உள்ள விடு."

"மொதல்ல யாரு நிக்கியாண்ணு எனக்குத் தெரியும். நீ உள்ள போம்மா."

ஒரு சிறுமிக்கு வழி ஒதுக்கிக் கொடுத்தான்.

"பெண்ணே! உள்ள போனியாண்ணா பாரு, சவுட்டு கொள்ளுவ. வெளுப்பாங்காலத்தே வந்து நிக்கியேன். நிண்ணு நிண்ணு காலுகடுத்து எப்பம் பெறத்த எறங்கி வெள்ளம் குடிச்சப் பெய்யிட்டு வந்தா..."

“தாகந் தீ. . .ரக் குடிச்சியா?”

இழுத்து அவன் ராகம்பாடி முடித்ததும் ஏகமாய்ச் சிரிப் பொலி. அவள் முகம் சிவந்தது. பெண்கள் வரிசையிலிருந்து பியூனுக்கு ஆதரவாகச் சில குரல்கள். தனது எல்லை மீறப் படுவதை அவள் உணர்ந்திருக்க வேண்டும்.

“என்னலே, ஒருமாரி வேளம் பேசிய? குடிச்சிற்று வந்து நிண்ணுட்டு. . .”

“ஓங்கொப்பன் குடிச்சிருக்கான். நீ வெள்ளம் குடிச்ச போனியா? இல்ல, வெள்ளம் அடிச்ச போனியா?”

“விடுலே தொட்டி.”

அவன் கையை எடுத்து அவளைத் தடுக்க முயன்றான்.

“பெண்ணடியளுக்க தேகத்தில தொட்டே, லேசில ஒண்ணும் தீராது பாத்துக்க.”

“யாருங்காணாத்த சாமானம்தான். நிக்கிய நெலையிலே எல்லாம் தெரியுதே.”

“த்தூ. . .”

அவன் முகத்தில் கண்டமாய்த் துப்பல்.

“நாறத் தேவடியா புண்ட. . . துப்பவா செய்யுத?”

தோளில் பதிந்த அடியில் அவள் நிலைகுலைந்தாள். துப்பலைத் துடைக்க அவள் சேலைத் தலைப்பை அவன் தொட்டு இழுத்ததுதான் தாமதம், வரிசை குலைந்து அவனைத் தூக்கிப் போட்டுத் தல்லியது. யார் யார் அடித்தார்கள், இழுத்தார்கள், உதைத்தார்கள் என்றெல்லாம் தெரியாது, ஒரு நொடியில் எல்லோரும் திடீர் ஹீரோ ஆகிவிட்டார்கள். அவன் நெஞ்சில் ஒருத்தியின் கால் பதிந்து இருந்தது. அவளை நோக்கி இரண்டு கைகளையும் கூப்பித் தொழுதான். சிலர் தலையிட்டு விடுவித்த பிறகு கந்தலாய் எழுந்து நின்றான். அவள் இன்னமும் மயக்கம் தெளியாதது மாதிரி நீண்டு நிமிர்ந்து தரையில் கிடந்தாள். நெஞ்சு உயர்ந்து தாழ்ந்தது. தெருக்கூத்து நர்ஸ் நாடி பார்ப்பதும், பண்டுவம் செய்வதுமாய் இருந்தாள். ஐந்து ரூபாய் நிறையத்தான் வேலை செய்கிறது.

“யாரும் நம்பாதீங்க. கள்ளத்துக்காக்கும் இப்பிடி கெடக்கியா!”

அவன் பயப்படுவது குரலில் தெரிந்தது. நர்சுக்கு அது தெம்பையும், மகிழ்ச்சியையும் தந்தது.

“ஒனக்க கொழுப்பு இதோட வற்றுமாண்ணு பாப்பம்.”

நர்ஸ் அவனைப் பார்த்து இரைந்தாள்.

“இஞ்ச என்ன சோக்கேடுக்கு மருந்து வாங்க வருவினும்ணு நமக்குத் தெரியாதா?”

அவளை இழிவு செய்து தப்பிக்க நினைத்த அவனது பேச்சு தோல் நோய் சம்பந்தமாக வந்த அனைவரையும் பாதிக்க, மறுபடியும் அவன் மேல் பாய்ந்தார்கள். அதன் அர்த்தம் எனக்குத் தெளிவானபோது தொடைகள் இரண்டும் நடுங்கின.

எல்லாவற்றையும் கண்டும் கேட்டும் மரமாய் இருந்த டாக்டர் இப்போது வெளியே வந்தார்.

“ஆறுமுகம்! இங்கே வா. என்ன கலாட்டா?”

“வந்து அய்யா...”

“இது யாரு படுத்திருக்கா? ஏம்மா எழுந்திரு.”

அவள் எழும்பி உட்கார்ந்தாள்.

“வரிசைல நில்லுங்க!”

இப்போது தெளிவாக எல்லாம் தாறுமாறாகியது. நிலமையைச் சாதகமாக்கிக்கொண்ட பலர் முன்னே வந்தார்கள். நானும் அவர்களில் ஒருவன். பின்னால் திரும்பிப் பார்த்தேன். எல்லோருக்கும் கடைசி ஆளாய் குழித்துறைக்காரக் கிழவன் நின்றுகொண்டிருந்தான்.

பியூன் எதையும் கவனிக்காமல் இரும்பு நாற்காலியில் போய் உட்கார்ந்தான். நர்ஸ் அவனைப் பார்த்து நமுட்டுச் சிரிப்பு சிரித்தாள். ‘நம்மிட்டையே வெளையாட வாறியா?’ என்பதுபோல இருந்தது அது.

“தடித்திமிரு, இருட்ட வெளுக்க இஞ்செ கெடந்து நான் கத்தம் ஓதினாலும் நாலணா தருவாரில்ல. ஒனக்கு நோட்டு நோட்டா வருவு.”

“கிட்டினது போராது, இன்னும் கொஞ்சம் வேணும்ணு கேக்குதா வேய்?”

“எல்லாம் கொறச்சி நாளுதான். இதுக்கெல்லாம் ஒரு முடிவு வராமயா போவும்?”

⇨ 48 ⇦ குமாரசெல்வா

அவன் குரல் தழுதழுத்ததும் நர்ஸின் மனதில் பீதி எழுந்தது. நேருக்கு நேராய் இதுவரை நின்று மோதியவன் பதுங்கிப் பேசுவதை உணர்ந்ததும் அவள் விழிப்பானாள்.

"எழும்பிப் போய் நாலு டீ வாங்கீட்டு வாரும்."

பியூன் அடுத்த அறைக்குள் சென்று அடக்கம் ஒடுக்கம் கொண்ட மாணவனைப் போலத் தூக்குப் பாத்திரத்தை எடுத்துக்கொண்டு வெளியே நடந்தான்.

"என்ன செய்யுது?"

"சார், நேற்று சாயங்காலம் தோழர் சுப்பையாவுடன் வீட்டில் வந்து பார்த்தோம் இல்லியா..."

"அதெல்லாம் இருக்கட்டும். ஒனக்கு இப்ப என்ன செய்யுது?"

நான்கு கட்டடம் அதிரும் சத்தத்தின் முன்னால் மௌன மாகி, யாருக்கும் கேட்காத குரலில் மெதுவாக,

"அதாவது... எனக்கு மறைவான எடத்தில ஏதோ சோக்கேடு போல..."

"எங்க, காட்டு பார்க்கலாம்."

எனக்குப் பின்னால் முப்பது நாற்பது ஆண்கள். முன் வரிசையில் அதுபோலப் பெண்கள். எல்லாருடைய முன்பும் வைத்து என்னை அவமானப்படுத்த நினைக்கிறார் போலும். அவர் இருக்கும் மேசை நாற்காலிக்குப் பின்னால் மரத்தினா லான ஸ்டாண்டில் பச்சைத் துணி கட்டிய ஸ்க்ரீன் மறைப்பு இதற்கென்றே உள்ளது. பாதி உயிர் செத்து சதைகளற்ற எலும்பில் நின்று கனங்குறைந்த உடலோடு அவரைப் பாவம்போலப் பார்த்தேன். எந்த அய்யபாவமும் அவரது முகத்தில் இல்லை. துப்பல் உறைந்து வறண்ட நாக்குப் புரள மறுக்க, தொண்டைக் குள்ளிலிருந்து மெதுவாய் ஏதோ வார்த்தைகள் வந்தன.

"ஆளுவ பாக்கினும் அய்யா..."

"பரவாயில்ல."

வேட்டியை விலக்கினேன். முதுகுக்குப் பின்னால் எதுவும் நடக்கவில்லை. ஆட்களெல்லாரும் போய்விட்ட அமைதி. திரும்பிப் பார்க்கப் பயமாக இருந்தது. கைகளின் விறையலில் வேட்டியை எப்படியெல்லாமோ சொருகி வைத்தேன். தலை சுற்றி விழுவதுபோல மயக்கம் வந்தது.

டாக்டரிடம் எந்தவிதமான பாதிப்பும் இல்லை. பழைய நிலையிலேயே அவர் இருந்தார். எனக்குள் எல்லாவிதமான சப்தங்களும் ஓய்ந்து புலன்கள் யாவும் மரத்தன. ஆட்களின், எழுத்துக்களின் உருவங்கள் பெரிது பெரிதாகத் தெரிந்தன. மேஜையில் உமிக்கரி பொதியும் சைசில் நறுக்கி வைத்த துண்டுத்தாளில் இரண்டை எடுத்தவர்,

Urine : Micro

Blood : Dc, Tc,
E.S.R.,
V.D.R.L.,
AIDS.

என எழுதிய பிறகு, அடுத்த துண்டில் ஓட்டநடையில் ரெண்டு மூணு வரிகள் கிறுக்கினார்.

"இந்த ஊசிய இங்க போடு. மாத்திரைகளும் வாங்கிக்க. இந்தத் துண்டைக் கொண்டுபோய் கீழக் கொடு. பிளட், யூரின் எடுப்பாங்க. ரெண்டு நாள் கழிச்சி வா!"

அவரது குரலில் இரக்கம் இருந்ததோ என்னவோ, அவ்வாறாகக் கருதி ஒரு கும்பிடு போட்டேன். எதிர்விளைவு இல்லை.

குனிந்த தலை நிமிராமல் நடந்தேன். பெண்கள் வரிசையிலிருந்து வாயைப் பொத்தியும் அடங்காத சிரிப்பின் துணுக்கு. தொடர்ந்து குப்புகுப்பாகக் கிளம்பிய கேலிகள். கடலையும், கலத்தையும் ஒப்பிட்டு ஒருவன் சினிமா பாட்டு பாடினான். சாவுக்கு நேராய் நடந்து போகும் ஆடுபோல மருந்து கொடுக்கும் இடத்துக்குக் கொண்டு செல்லப்பட்டேன்.

வயதில் இளைய நர்ஸ் ஒருத்தி துண்டைக் கையில் வாங்கினாள். என்னை ஒரு தரம் பக்கவாட்டில் பார்த்துவிட்டு ஸ்டூலில் உட்கார்ந்திருந்த தெருக்கூத்து நர்ஸிடம் கொடுத்தாள். 'என்னது?' எனக் கேட்டுவிட்டு அதை வாங்காமல் பார்த்தவள், பிறகு சுவாரசியமாகக் கையில் வாங்கி மேசையில் வைத்து விட்டு எழும்பினாள்.

"நல்லதம்பி யாரையா?"

"நான்தான்."

"பேருக்கேத்த பிள்ள. என்ன தொழில்?"

"ஜோலி ஒண்ணும் இல்ல."

"விவசாயம்ணு எழுதட்டா?"

வயதில் இளையவளால் என்ன செய்தாலும் சிரிப்பை அடக்க முடியவில்லை.

"என்னையா! கேக்கறேன் பேசாம நிக்கிற?"

". . ."

"எத்தின கேர்ல்பிரண்ட் வச்சிருந்தே?"

"இல்ல."

"கணக்கே இல்ல. அப்பிடியா?"

"சத்தியமா இல்ல."

"பார்க், பீச், சினிமாண்ணு சுற்றி இருப்பியளே?"

"ஐயோ. . ."

"தாங்க முடியலையாக்கும்? கடைசீல பாத்தியா, ஓலக்க பூணுல வந்துதான் கப்பி அறுது."

"அய்யோ. . . அக்கா, சிரிச்சி சிரிச்சி கொடலு நோவுது. கொஞ்சம் நிறுத்துங்களேன்."

வயிற்றில் கை வைத்துக்கொண்டு குனிந்தவாறு வந்து ஸ்டூலில் அமர்ந்தாள் இளைய நர்ஸ்.

"கீழப்போய் இதக்குடுத்து ரெத்தம் எல்லாம் டெஸ்ட் செய்துட்டு வா!"

ஆஸ்பத்திரியைவிட மூன்றுமடங்கு நீள கியூவரிசை. இரத்தப் பரிசோதனை நிலையத்தின் கக்கூசோ எல்லா நோய்களின் உற்பத்தி மூலம். மூத்திரத்தை டெஸ்ட்டியூபில் விட்டு சூடு படுத்தி என்னவெல்லாமோ செய்துவிட்டு வந்தவன் என்னை உட்காரச் சொல்லி கைமடக்கின் மேல் ரப்பர் கயிறு வைத்து இறுக்கி ரத்தம் எடுத்தான்.

"சார். . . எதாவது தெரியுதா?"

"என்ன பிரதர்?"

"எனக்கு நோய் உண்டுமா?"

"இப்பத்தான் பிளட் எடுத்திருக்கேன். ரிசல்ட் ரெண்டு நாளு கழிச்சித்தான் கெடைக்கும்."

ஒழுங்காகவும் நிதானமாகவும் பேசத் தெரிந்தவர்கள் இந்த உலகத்தில், அதுவும் இந்த ஆஸ்பத்திரிக்குள் இருக்கத்தான்

செய்கிறார்கள் என்று ஆசுவாசப்பட்டு மேலே வந்தேன். எல்லாரும் போனநிலையில் வெறிச்சோடிக் கிடந்தது கூடம். 'ராணி' புத்தகத்தில் மிதந்துகொண்டிருந்த இளைய நர்சுக்கு எனது வருகை சலிப்பைத் தந்தாலும் சுவாரசியமாகவும் இருந்தது.

குப்பி ஒன்றைச் சரித்து ஊசியில் மருந்தை இழுத்தாள். வெளியே துப்பிக்கொண்டு பாய்ந்த மருந்தைப் பற்றி அவள் கவலைப்பட்டதாகத் தெரியவில்லை. அவள் அசிரத்தையால் வீணான பகுதியில் நம் ஆரோக்கியத்தின் காவலன் இருந் திருப்பானோ என்ற எண்ணம் ஒருபுறம் எழும்ப, மறுவசத்தில் குப்பெனப் பரவியது குறுவெட்டியின் நாற்றம். அந்த அறை பூராவும், வெளியே வராந்தாக்களிலும், எங்குமே அந்த நாற்றம் பரவி வியாபித்தது.

வாசல் தாண்டியதும் விலகும் எனக் கருதிய நாற்றம் பின்னும் தொடர்ந்தது. கோட்டைச் சுவரில் கையைச் சாத்தி நின்றபோது ஓங்காளித்தது. வயிறு ஒட்டி வாய்வழி வந்ததுபோல மஞ்சள்திரவ வாந்தி. கண்ணீர் அதிகமாய் வழிந்தது. வாயிலும் நாக்கிலும் கசப்பும், கடுப்பும் மிகுந்த குறுவெட்டியின் பால் போல் உமிழ்நீர். தலை கனத்துக் கண்மசவியது. பார்க்கும் பொருட்கள் யாவும் இரண்டாகத் தெரிந்தன. எதிரில் இருந்த போலீஸ் ஸ்டேஷன், அருகில் வந்து நின்றதுபோலப் பெரிதாய்த் தெரிந்தது.

பக்கத்துப் பள்ளிக்கூடத்தில் மணி அடிக்கும் சத்தம் என்னை மிகவும் பாதித்தது. கொட்டுளியால் எனது தலையில் தட்டிய மாதிரி வலித்தது. அதிலிருந்து தப்பிக்க எதிரே அமைந்த போலீஸ் ஸ்டேஷன் பக்கமாக ஒதுங்கினேன். வெளியே யாரும் இல்லா தது போலத் தெரிந்தது பொய்யாகும் வகையில் மரத்தின் மூட்டில் வரிசையாகப் பலர் உட்கார்ந்திருந்தனர்.

உள்ளே யாரோ ஒருவனைப்போட்டு போலீசார் அடிக்கி றார்கள். எனது நெஞ்சில் பதிந்த வலியின் தாங்க முடியாத மன அவஸ்தையில் தேகத்தின் சிதைவை அதுபோன்ற தேகங்கள் நடத்தும் கொடூரத்தால் பார்வையைப் புதைக்கின்றேன். "வஸ்தில்ல, சொத்தில்ல, கூலிவேல செஞ்சி வயிறு கழிக்கிய ஒடம்பக்கூட இல்லாத ஆக்கிப் போட்டியளே பாவிகளே..." என ஒப்பாரி வைக்கும் அவன் மனைவியின் கதறல் காதைக் குடைந்து எனது ஈரக்குலையை அறுத்து எடுக்கிறது. ஒரு போலீஸ்காரன் அவள் கழுத்தில் கைகொடுத்து ரோட்டில் கொண்டுவந்து தள்ளுகிறான்.

"இங்க வராத போ!"

யாரும் அவளைத் திரும்பிக்கூடப் பார்க்கவில்லை. யானை நடுரோட்டில் போட்ட முண்டம்போலக் கிடக்கும் அவள் எல்லோரது முகங்களையும் பார்க்கிறாள். கடந்து செல்லும் பஸ்களில் வேலைக்குப் போகும் பெண்கள் அந்த முகத்தையும், பார்வையையும் பார்ப்பதே மோசம் என்று கருதி தூரப் பார்க்கிறார்கள். அது இன்னும் அவளை வேதனைப்படுத்துமே என்ற எனது எண்ணம் பொய்த்துவிட்டது. லத்தியும், சதையும் மோதும் அந்த ஒலி இப்போது இன்னொரு வடிவில் கேட்கிறது. வாங்கிச் சாவதைவிடக் கொடுத்துச் சாவது மேலென அவன் கருதி இருக்க வேண்டும். அலறலுடன் போலீசார்மீது பாய்ந்து தாக்குகிறான். அவன் மனைவி ரோட்டில் கிடந்த கற்களைச் சேலை முந்தியில் வாரித் திரட்டிக் கொண்டுவந்து ஒவ்வொருவனையும் குறி வைத்து எறிகிறாள். ஆதிக்க தேகங்களிலும் இரத்தக் கசறல். வண்டிகள் நிற்கின்றன. ஜனங்கள் திரள்கிறார்கள். தங்களைவிடப் பெருத்த மனித எண்ணிக்கையில் போலீசாரின் பலங்கள் உளுத்துப் போகின்றன. ஸ்டேஷனைப் போட்டுவிட்டு உயிர் தப்ப ஓடிய சிலர் போலீஸ் உடையைக் கழற்றி எறிகின்றனர். சிலர் சாதாரண உடையில் மக்களுடன் சேர்ந்துவிட்டார்கள். இன்ஸ்பெக்டர் ஓடிப்போய் துப்பாக்கியை எடுக்கிறான். குறியற்றுப் பாய்ந்த தோட்டா ஒன்று பள்ளிக்கூட மணியில் பட்டுச் சிதறியது. பிள்ளைகள் அங்குமிங்குமாகக் கலைந்து ஓடுகிறார்கள். அதில் ஒரு சிறுவனாய் நான் மூலையில் நிற்கிறேன்.

இரண்டாம் வகுப்பில் படிக்கும்போது எனக்கு ஜன்னலின் ஓரம் இருக்கை. தற்செயலான அமைவில் மனம் வெளியைப் பார்க்கக் கிடைத்த வாய்ப்பில் குதூகலித்தது. பக்கத்திலிருக்கும் தேவாலயத்தில் புதன்கிழமை மாலை தோறும் ஒருவன் மணியடிக்க மேலே வருவான். ஏணியில் பாதி தூரம் ஏறிய பிறகு கயிற்றில் தொங்கி நின்று ஒருகாலை ஏணியில் ஊன்றியும், விட்டும் அடிப்பான். அவன் அந்தரத்தில் தொங்கும் அந்தப் பொழுதுகளில் மனம் ஒருபுறத்தில் பதறும்போதே மறுபுறம் சுவாரசியமாகவும் இருக்கும். ஒருநாள் அந்தக் காட்சியில் ஈடுபட்டவாறு இருந்தபோது முதுகில் பிரம்பால் ஒரு அடி விழுந்தது. திடுக்கிட்டுத் திரும்பினேன். கையில் பாடப்புத்தகத்தோடு பெண் போலீஸ். நான் பயந்து ஓடத் துவங்கினேன். அவள் விரட்டினாள். இப்போது கையில் ஊசியுடன்.

எங்கு போகிறேன் என்று உணர்வில்லை. கால் தரையில் பாவ மறுத்தது. காற்றில் பறப்பது மாதிரி நடை செல்ல, யாரோ தூக்கி உயர்த்துவது போல இருந்தது. கீழே விழுவதும், எழுவதுமான நிலையில், இருந்தாலும், நடந்தாலும் நிலமும்,

நானும் கிறங்குவதான பிரமை. எதுவும் வெளிப்படாத வாந்தியின் உந்துதல். இருட்டு என்னை மூடும் மனநிலையில் இன்னும் சில வினாடிகளில் உயிர் பிரிந்துவிடும் போன்ற உள்ளுணர்த்தல்.

நடையின் குறுக்கே ரயில் சத்தம். காதுகள் பார்வையிட்ட திசை நோக்கிக் கண்களின் கேட்டல். பிறிதோரிடம் போன்ற நினைப்பில் சற்று தூரம் முன்பு நிஜமான ரெயில் நிலையம். மேற்கு முகம் பார்த்துப் புறப்படும் நிலையில் ரயில். மனதின் ஏதோ அறையிலிருந்து பிறந்த உணர்வுக் கட்டளை உந்தித்தள்ள, சட்டெனப் போதை இறங்கிய மன உடல் நிலையில் ஓடினேன். உள்ளேபோய் விழுந்த பிறகு பழையதுபோல எல்லாமே இருட்டு. நீரில் மூழ்கும் உணர்வில் பிறகு எதுவுமே தெரியாமற் போயிற்று.

உணர்வின் கதிர்பரவல் தோன்றியபோது, எதிலோ பயணம் செய்யும் நினைவு. போதம் வெளுக்கும் போதே பொட்டித் தெறித்து அணைந்த விலகல். இருட்டும், ஒளியும் மாறி மாறி நடத்தும் ஜாலவித்தை. எனது மண ஊர்வலம் ராயல் மண்டபத்தை அடைகிறது. மாப்பிள்ளை வீட்டார் குழுமி நின்று பெண்ணின் வருகையை எதிர்பார்க்கிறோம். அதோ அவள் சுற்றத்தாருடன் காரில் ஏறுகிறாள். நான் எனது வண்டியைத் தேடுகிறேன், காணவில்லை.

“வண்டி எங்கவிலே?”

“றைவர்மாரு சாயகுடிச்ச கொண்டு போச்சினும்.”

“தாயளியளுக்கு நேரங்காலம் அறிஞ்சிகூடாமா?”

“ம்... வேண்டாம். மாப்பிளயாக்கும் நீ.”

“ஒனக்காவது சொல்லப்பிடாதா?”

“கோயில் கெட்டுண்ணு யாருக்கு இங்கத் தெரியும்? மண்டபத்தில எல்லாம் நடக்குதுண்ணு அவனுவ போச்சினும்”

“வேன்காரனுவ எங்க?”

“டிக்கெட் அடிச்ச பெய்ருப்பானுவ.”

“பெறக்கிப் பயக்க. கல்யாண சவாரிக்க எடையிலோடி ஒண்ணு நொட்டுகானுவ.”

“மாப்பிளே...”

“இதாருடேய்?”

“நீ கெட்டப்போற பெண்ணுக்க தள்ளைக்க தம்பியாரு.”

“ஏறுங்க மாப்பிளே...”

“பெண்ணுக்க காரிலயா?”

“இனி யாது பெண்ணுக்க காரும், மாப்பிளைக்க காரும்? சும்மா ஏறுங்க!”

அவர் காரைத் திறந்ததுதான் தாமதம், பெண்ணின் தகப்பனார் மிரண்டபடி ஓடிவந்தார். அவருடன் பேப்பர் தாஸ்.

“மகளே, இறங்குடி. இந்தக் கல்யாணம் நடக்காது!”

“ஏம்பா?”

“சொல்லியதுக்கும், பறையதுக்கும் இல்ல. ஒனக்க கல்யாணத்த அடுத்த முகூர்த்தத்தில் வேற நல்ல பையனாப் பாத்து நடத்தி வைக்கியேன் பொன்னுமவளே...”

“என்ன காரணம்?”

பெண்ணின் தோழி என்ற பெயரில் நின்ற சிங்காரி கேட்டாள்.

“இவன் சீமைல இருந்து வந்த மைனர் சோக்கேடு பிடிச்சவன்.”

“அப்பிடீண்ணா என்னா?”

பேப்பர் தாஸ் உரத்த குரலில் ‘எய்ட்ஸ்’ என்கிறான்.

“ஓட்டன் யாருபிலேய்?”

கனத்த சரீரமுடன் ஐந்தாறுபேர் வினவ, கைப்பையுடன் கெமயாக நின்ற அவன் நழுவி ஓடுகிறான். சலசலப்புடன் கலைந்த கூட்டம் எங்களை விரட்டுகிறது. பிடிகொடுக்காமல் ஓடத் துவங்கியதும் கல்லால் தாக்குகிறார்கள். ஒரு கல் எனது பின்னந்தலையில் பதிய, திடுக்கிட்டு எழுந்தேன். எனக்கு முன்னால் வட இந்தியக் குடும்பம் ஒன்று யாத்திரை செய்தது. செம்பட்டைத்தலையுடன் அற்றத்தில் குழந்தை ஒன்று என்னைப் பார்த்துச் சிரித்தபோது, நாவின் கசப்பு மாறி வெளிச்சம் உலர்ந்தது. தலை கனத்தாலும், வேதனை அதிர்வுகள் பிளந்தாலும் சற்றே ஆறுதல். ஸ்டேஷனில் ரெயில் நின்றது.

ஆலமரம் கண்ணில் அசைந்ததும் என்னில் பரபரப்பு. எனது ஊர் வந்தாகிவிட்டது. அவசரம் இயங்கினாலும் தளை

அவிழ மறுத்தது. கால்கள் அடம்பிடிக்க இறங்கும் முயற்சி நடந்து கொண்டிருந்தது. கஷ்டப்பட்டு இருந்து நடக்க முடியாமல் விழுந்து நரங்கி படிகள் வழியே பிளாட்பாரத்தில் வந்து விழுந்தேன்.

இனி மட்டுதான். எனது மண்ணில் இறங்கியாயிற்று. உயிர்போனாலும் வீட்டார் வந்து எடுத்துச் செல்வார்கள். உருண்டுருண்டு ஆலமர மூட்டில் ஒதுங்கினேன். ரெயில் சத்தம் மறைய மறையக் கண்களும், உணர்வும் மீண்டும் இருளடைந்து போயிற்று.

ரொம்பநேரம் கிடந்திருக்க வேண்டும். முகத்தில் விழுந்த தண்ணீரால் உணர்வு பெற்றுப் பார்த்தபோது, வானம் கறுத்திருந்தது. எனது தலைமாட்டில் குடத்துடன் இரண்டு பெண்கள்.

"குடிகாரன் இல்ல அக்கா. ஏதோ சோக்கேடு..."

"நான் எங்க இருக்கியேன்? இது... எந்த ஊரு?"

"பள்ளியாடி."

"அய்யோ, தொடுவெட்டிண்ணு எறங்கினேன்."

"பிள்ளைக்கு இப்பிடி அடிக்கடி வருமா?"

"என்னது?"

"போதக்கேடு."

"இல்ல. ஆஸ்பத்திரியில ஒரு ஊசி போட்டினும். அதில இருந்து ஓறும கெட்டு ரெயில்ல வந்து விழுந்தேன். எனக்க வீடு தொடுவெட்டி. இஞ்ச எறங்கி இருக்கேன்."

"பாவம்."

"உச்சைக்கு சோறு தின்னு காணாதே."

"வோ."

"வா பிள்ள. அந்தக் கடையறைக்கு பெய்க்கூடாம். எழும்பப் பற்றுமா?"

"தள்ளம்பாடுது."

ஒருத்தி ஆதரவாகப் பற்றித் தூக்க அடுத்தவள் ஒரு கையைப் பிடித்தவாறு நடத்தினாள். உரிந்த வேட்டியைச் சட்டைக்கு மேலாகத் தொத்திக்கொண்டு அவர்களுடன் நடந்தேன்.

காலை மாலைகளில் வேலை செய்வோரை மையமாக வைத்து இயங்கும் காப்பிக்கடை அது. உடைந்த கண்ணாடிப் பெட்டிக்குள்ளிருந்து முறுக்கும், ஏழெட்டு உணக்க தோசைகளும் வந்தன. சட்டினி இல்லை. தீர்ந்துபோனதாம். வீட்டு உபயோகத்திலிருந்து சாளைமீனும், கறியும் வந்தது. முதலில் ஒரு செம்பு தண்ணீரை அப்படியே குடித்த பிறகு ஆசுவாசம் பிறந்தது. ஆவேறி சாப்பிட்டேன்.

"ஓ... நல்லா பவுச்சிருக்கு. இத்தின நேரம் பகல்முழுக்க இதில கெடந்த பெறவும் யாருக்க கண்ணும் கண்டுதில்லியே?"

"லேய் மோனே, பெரைக்க அகத்த ஒரு படலை ஏத்தங்கா இருந்து. ஓடிப்பெய் ரெண்டு காய் இணிஞ்சிட்டு வாடேய்."

வெளியில் மரிச்சினி படப்புகளுக்கிடையில் பற்றமாக ஊர்கூடி வரும் காட்சி தெரிந்தது. என்னைக் காண்பதற்கென்று அறிந்தபோது, இன்னமும் மனிதர்களிடையேதான் வாழ்ந்து கொண்டிருக்கிறேன் என்பதான எண்ணத்தோன்றல். எழும்பிய போது வியர்வை உலர்ந்த தேகத்தில் குளிர்காற்று ஆசுவாசமாக என்னை முத்தியது. கைகழுவிவிட்டுச் சட்டைப் பையைத் தடவினேன். கீழேவிழுந்து எழும்பியதில் காசுகள் எல்லாம் தெறித்துப்போயின.

"பைசாயா தேடுத? கொள்ளாம். நாள ஒனக்க எடத்தில வந்து நாங்க விழுந்துகெடந்தா எங்களுட்ட இருந்து நீ பைசா வேண்டுவியோ?"

"யாரு பெத்த பிள்ளையோ என்னவோ? நாள நமக்க கதி என்னாண்ணு யாரு கண்டா?"

"மக்கோ, செல்லப்பன் மாமனுக்க சைக்கிள ஒண்ணு கேட்டு வாண்டீட்டு வாடேய்."

"கெழவன் குடிச்சிற்று நிண்ணு தானகெடு அறுப்பான். நான் போவமாட்டேன்."

"பாலுவெட்டு யாக்கோவுட்ட லோடு சைக்கிள் ஒண்ணு உண்டு. யாராவது போனாக் கொள்ளாம்."

நான்கு பேர் ஒருவரை முந்தி ஒருவர் சென்றனர்.

"சைக்கிள் ஒண்ணும் வேண்டாம். வழிய மட்டும் சொல்லுங்க. நான் நடந்தே போயிருவேன்."

"பிள்ள மிண்டாத இருக்கணும். ஒன்ன எப்பிடி நடத்தி விடணும்ணு எங்களுக்குத் தெரியும்."

பஸ் வசதி இல்லாத செம்மண் தரைகளின் வழியே சைக்கிளில் என்னை இருத்தி உருட்டியவாறு பஸ்டாண்டு வரை கொண்டுவந்து விட்டார்கள். மொத்த கிராமமே திரண்டு வந்து பஸ் ஏற்றி கண்டக்டரிடம் இறக்கிவிடச் சொல்லி டிக்கெட் எடுத்துத் தந்து வழியனுப்பியதைக் கண்களில் நீர்வழிய அமைதியாகப் பார்த்தேன்.

○

கியூவில் பொறுமையுடன் நின்றேன். இரத்தப் பரிசோதனை அறையின் கசமுசா சத்தம் எனது பரபரப்பைக் கொஞ்சம் அமர்த்தி இருந்தது. அன்று மரியாதையாக என்னிடம் பேசிய பரிசோதகரைத் தேடினேன். நல்லவர்கள் எளிதில் அகப்பட மாட்டார்கள் என்பதுபோல மனசுக்குள். நெற்றி தெரியாத அளவுக்குப் பொட்டுவைத்த புதிய ஒருவர். ஆல் இன்டியா ரேடியோ போல அகண்ட வாய். சும்மா எதையாவது உழப்பிக்கொண்டு இருந்தார். எனது முறைக்கான ஆவல் உந்தித்தள்ள முள்மேல் அமர்ந்ததுபோல இருந்தது நிலைமை. நோய் இல்லாமல் இருக்கணுமே...

கையில் ரிசல்ட் கிடைத்தது. பார்த்துப் புரியும் மனநிலை இல்லை. இருந்தாலும் புரியாததாய்த்தான் இருக்கும். அன்று பழகிய பரிசோதகரின் ஞாபகத்தில் இவரிடம் கேட்கலாம் என்ற எண்ணத்திற்கு வந்தேன்.

"எனக்கு... நோய் எதாவது உண்டுமா சார்?"

"என்னது?"

"இதில சோக்கேடு எதெங்கிலும் இருக்குதுண்ணு எழுதிட்டு உண்டுமா?"

"டாக்டருட்ட பெய்க் கேளு."

சற்று மனமடிவு. மொட்டைத் தலையன் முகத்தைத் திரும்பவும் காணப் போகிறோமே என்ற நெருடல். யாரிடம் எது இருக்கிறது என்று தெரியாத பயம். டாக்டரிடம் வந்தேன். அன்று கியூவில் யாருமே இல்லாதது ஆச்சரியத்தையும், ஓரளவு ஆனந்தத்தையும் தந்தது. மருந்தறையில் ஊசிபோட்டு அழும் குழந்தையின் அலறல் மட்டும் ஒலித்துக்கொண்டிருந்தது.

வணக்கம் செலுத்தினேன். முகத்தைப் பார்த்தார். ரிசல்டை அவரது கையில் தந்தேன். உணர்வற்ற செய்கையில் வாங்கினார்.

"மருந்தெல்லாம் ஒழுங்காகச் சாப்பிட்டியா?"

"ஆமா."

"இதக் கொண்டு கொடுத்து ஊசிபோட்டு மாத்திரைகளும் வாங்கிக்க!"

"சார், நேத்து ஊசிபோட்டதும் மயக்கம் வந்து தலைசுற்றிக் கீழே விழுந்தேன்."

குரல் கம்மி கண்களில் நீர்முட்டி நின்றது.

"அப்பிடியா? அப்ப ஊசி இண்ணைக்கு வேண்டாம். மாத்திரைகள் மட்டும் வாங்கிக்க, போதும். ஒரு வாரம் கழிச்சி வா!"

பேச்சின் கருணையில் மனம் இன்னும் நெகிழ்ந்தது. கண்களில் முட்டிய நீர் மடைதிறந்து பாய்ந்தது. இவரும் நல்லவர்தான். எதாவது வீட்டுப் பிரச்சினையில் அன்று இருந் திருப்பார். ஆகவே அப்படி நடந்துகொண்டார். இவ்வளவு பொறுமையாகப் பேசத் தெரிந்தவர், அல்லாமல் அவ்வாறு நடக்கமாட்டார். நான் போன நேரம் சரி இல்லை. அதற்கு என்ன செய்யமுடியும்?

"எனக்கு சோக்கேடு இருக்குதா அய்யா?"

பவ்வியமான அந்தக் குரலை முந்திக்கொண்டு கடுமை யான, அதேசமயம் கூர்மை வாய்ந்த அவரது சத்தம் கேலி குழைந்து வெளிப்பட்டது.

"வீ.டி...கீடி... எல்லாம் கெடையாது. எய்ட்ஸ் டெஸ்டுக்கு பிளட் மதுரை போயிருக்கு. இருந்தா அங்க இருந்து டயரக் டாவே போலீஸ் வீட்டில வந்து ஒன்ன பிடிச்சிக்கொண்டு போவும்."

சற்றுநேரம் தங்கி இருந்த அமைதி மீண்டும் தாறுமாறா கியது. கைகால் விளங்காத ஊனப்பிறவியாய் நகர்ந்தேன். குளுசைகளை வாங்கிச் சட்டைப்பையில் போடும் வலு இல்லை. நெஞ்சு இரும்பாய்க் கனத்தது தவிர வேறு எந்த அவயவங் களும் உடம்பில் இல்லாத மனநிலை. சாலையைக் கடக்கும் போது ஒரு வாகனம் கிறீச்சிட்டு நின்றது. கைகால் பறக்க ஓடிநின்று பார்த்தேன். அதிலிருந்த பெண்கள் என்னைக் கண்டு சிரிப்பதைப் பார்த்த பிறகுதான் அது போலீஸ் வாகன மல்ல என்ற உணர்வு என்னை வந்தடைந்தது.

எந்த வாகனத்தின் சத்தமும் என்னை மிரட்டக்கூடிய நிலையில் இரவின் நீட்சி சித்திரவதைத்தது. அதற்குப் பலமாக வீட்டுக்குமுன்பு ஓர்க்ஷாப் இருந்தது. எந்த வண்டியைக்

கண்டாலும் அது போலீஸ் வாகனம் என்ற உதறல். என்னைத் தேடி அலைவதுபோன்ற உணர்வு. வீட்டுக் கதவை யாராவது திறக்கும்போது ஓடிப்போய் கட்டிலுக்கடியில் ஒளித்துக் கொள்வேன்.

அன்று காலையில் வழக்கத்திற்கு அதிகமாக நாய் குரைத்தது. விரலிடுக்குக்குக் கதவைத் திறந்து கண்களை நுழைத்தேன். ‘காவல்’ என்றெழுதிய போலீஸ் வாகனம். முன்கதவை இறுகப் பூட்டித் தாளிட்டேன். நெஞ்சு பதைத்தது. நிலைக்கதவின் மேல்திறப்பு அளிகளின் வழியே பார்த்தபோது, ஜீப்பிலிருந்து இறங்கிய ஒருவன் யாரையோ விசாரிப்பது தெரிந்தது. என்னையேதான் என்னும் மரணஓலம். ஓசைப்படாது பின்புறக் கோட்டைச்சுவர் வழிக் குதித்து ஊருக்குப் புறம்பாய் ஓடத் துவங்கினேன். எருக்குப் படர்ந்த ரெயில்வே லைனில் தூரத்துப் புள்ளியாய்க் கரைந்தபோது குறுக்கிட்ட ஆற்றின் மணல் விரிப்பைக் கண்டதும் அப்படியே நின்றேன். அவர்தான் என்ற மனதில், அவராய் இருக்கவும் வேண்டுமென்ற யாசிப்பு. பாலத்தி லிருந்து இறங்கித் தென்னந்தோப்புக்குள் நுழைந்தேன். தோழரே தான். வேட்டியை நீர்தீண்டா வகையில் தொடைக்குமேலாக உயர்த்திக்கொண்டு கரையேறினார். அந்த நேரத்தில் அவரைக் கண்டதும் நெஞ்சில் அரும்பிய தைரியத்தின் மொட்டுக்கள் நம்பிக்கையை விதைத்தன. வழக்கத்திற்கு மாறாக ஓடிப்போய் அவரை இறுகப்பற்றினேன்.

தோழர் சங்கடத்துடன் நெளிந்தார். எனது செய்கை சிறுபிள்ளைத்தனமாக அவருக்குப் பட்டிருக்க வேண்டும். என்னிலிருந்து இரண்டடி தூரம் விலகி நின்றார்.

“என்ன, தேகமெல்லாம் நடுங்குது?”

“போலீஸ் என்னைத் தேடுது.”

“அதுக்கு ஏன் நடுக்கம் வரணும்? போலீஸ் நமக்குப் புல்லுண்ணு எத்தனையோ தரம் நிருபிச்சிருக்கிறோம். உனக்கு என்னதான் சம்பவிச்சி?”

“தெரியல்ல. எல்லாத்துக்கும் எனக்க சோக்கேடுதான் காரணம்ணு தெரியுது.”

“நீ யதார்த்தத்தை மறுக்கும் பிற்போக்குவாதி. அண்ணைக்கு ஆஸ்பத்திரியில வச்சே எனக்கு அது தெரிஞ்சிபோச்சி.”

“எங்க ஊரில உள்ள கோளுமுட்டி ஒருத்தனக் கண்டேன். அதாக்கும் அப்பிடி ஓடினேன்.”

“டாக்டரப் பாத்தியா?”

டாக்டரைப் பார்த்தது, என்னிடம் அவர் நடந்து கொண்டது, பள்ளியாடியில் மயங்கி விழுந்தது, ஊர்மக்கள் காப்பாற்றிக் கரை சேர்த்தது எல்லாவற்றையும் சொன்னேன். டாக்டரைப் பற்றிய விமர்சனம் வந்தபோது, அவரைக் குறித்துப் பேசும் தகுதி எனக்கு இல்லை என்றும், எதையுமே அவர் வெளிப்படையாகச் செய்வதாகவும் பாராட்டிப் பேசினார். எய்ட்ஸ் பரிசோதனைக்கு இரத்தம் மதுரை சென்றிருக்கும் விஷயத்தைக் கூறினேன்.

“எய்ட்ஸ், முதலாளித்துவ நோய். முதலாளித்துவத்தின் ஏகபோக நாடான அமெரிக்காவால் உருவாக்கப்பட்டது. அவர்களது விஞ்ஞானிகள் சோசலிச நாடுகளின் அரசைக் கவிழ்ப்பதற்குப் பல ஆற்றல் வாய்ந்த கண்டுபிடிப்புகளை முன்வைத்தார்கள். ‘வைரஸ் பாம்’ அதில் ஒன்று. அதை ஆப்பிரிக்கா கொண்டு சென்று அங்குள்ள அப்பாவி மனிதர் களின் மீதும், காட்டு மிருகங்கள் மீதும் பரிசோதித்தார்கள். முடிவில் மார்க்சிய சித்தாந்தத்தின் மூலவர்கள் கூறியதுபோலப் பாட்டாளிகளை எறியத் தூக்கிய கல்லே அவர்கள் தலையில் விழுந்தது...”

“எனக்கு அது எப்படி வரும்? வி.டி. இல்ல. வேற எந்த அசுகமும் இல்ல. முதலாளித்துவ சுவாபத்தில நான் எந்தப் பெண்ணையும் பார்த்தது இல்ல... டாக்டர் ஏனாக்கும் டெஸ்ட்டுக்குண்ணு இரத்தத்த மதுரைக்கு அனுப்பினாரு?”

“எதிரி நமக்குள்ள இருக்கலாம்ணு எப்ப சந்தேகம் வருதோ, உடனேயே எதிர்த்தாக்குதலை ஆரம்பிச்சாகணும். இந்த டாக்டர் மார்க்சிஸ்டோ என்னவோ, அவருக்க செயல்பாடு மார்க்சிய மாகவே இருக்குது. அதுக்காக நாம் அவரைப் பாராட்டியே ஆகணும்.”

ஆற்றில் பெரிய மீனொன்று வாலைச் சுழற்றி அடித்ததில் ஒரு கூட்டம் வெள்ளம் உயர்ந்து தாழ்ந்தது. தோழர் பேச்சைத் தொடர்ந்தார்.

“இப்போ ஒனக்க விஷயமா கட்சி சில காரியங்களில இடைபட வேண்டி வந்திருக்கு.”

“என்னவாக்கும்?”

பதற்றத்துடன் கேட்டேன்.

“நடக்க இருக்கும் நகர கமிற்றிக் கூட்டத்தில இதை நான் அஜென்டாவில சேர்க்கப் போறேன்.”

“எதுக்கு?”

“நம்ம இயக்கத்தில பொது வாழ்க்கை, தனிப்பட்ட வாழ்க்கைண்ணு ரெண்டு வாழ்க்கை யாருக்கும் கிடையாது. நாளக்கி பொதுமக்கள் மத்தியில தொழிலாளர்களுக்கான இயக்கத்தில் ஒருத்தன் முதலாளித்துவ நோயால பீடிக்கப் பட்டான் என்ற செய்தி பரந்தால் அது நமக்கு எவ்வளவு பாரதூரமான விளைவுகளை ஏற்படுத்தும் தெரியுமா? எப்படா ஒரு குற்றம் கண்டுபிடிக்கலாம்ணு மார்க்சியத்துக்க பேரில கட்சி நடத்துகிற மாற்றுக் கம்யூனிஸ்ட்காரனுவளும், வலது சந்தர்ப்பவாதிகளும் நாயா அலையானுவ. நாள அதில ஒருத்தன் கேள்வி கேட்டா, ‘பாரு, நாங்க இதுபற்றி ஏற்கனவே விசாரிச்சு முடிவெடுத்த தீர்மானம்’ணு நிமிர்ந்து நிண்ணு காட்டலாம் பாரு.”

“நான் எந்தத் தப்புமே செய்யல்ல”

குரல் கம்மியது.

“அதை கட்சி உன்னிடம் அறிக்கை தயார் செய்துவிட்டு விளக்கம் கேட்கும். பதில் சொல்.”

அந்தக் குரலின் தோரணையில் உறைந்துபோன நினைவுகளில் மூன்றரை ஆண்டுகளுக்கு முன்பு பள்ளிக்கூட வாசலில் வைத்து தோழர் எனக்கு அறிமுகமான முதல் சந்திப்பு வந்தது. மாணவர்களிடம் சங்கம் ஏற்படுத்தும் நோக்கில் வந்த அவரை ஒரு சாயைக் கடையில் வைத்து தற்செயலாகப் பழகும் வாய்ப்புக் கிடைத்தது. அது பேச்சாகி, விவாதம் ஆகி, தொடர்ந்து காணும் போதெல்லாம் விரிவாகி, விளக்கங்களாகி, ஒரு நாள் அவர்களுடன் சிவப்புக் கொடியேந்தித் தெருவுக்கு வந்து முழக்கங்கள் இட்டு, தினமும் கட்சிப்பணிக்காய் பத்து இருபது மைல் தூரங்கள் நடந்து, கட்சி வகுப்புகளில் கலந்து, போராட்டங்களில் ஈடுபட்டு, சிறைசென்று, எனக்கான அடையாளங்கள் யாவற்றையும் இழந்து கட்சியே அடையாளமென்று ஆகியபிறகு, அந்த அடையாளத்தை இப்போது பறித்துவிட்டால் எனக்கான அடையாளம்தான் என்ன என்ற நிலையில் கலக்கத்துடன் தோழரைப் பார்த்தேன். எனக்கு முதுகுத் திருப்பியவாறு இரண்டு கைகளையும் பின்னால் கட்டிக்கொண்டு சூரியனைப் பார்த்தபடி நின்றார்.

“நோய் இல்லேண்ணு ரிசல்ட் வந்தா கட்சியவிட்டு என்ன நீக்கமாட்டாங்களே?”

“எச்சரிக்கை செய்து விட்டுவிடுவோம். தொடர்ந்து உனது நடவடிக்கைகள் கண்காணிக்கப்படும்.”

ஒரு வாரகாலம் உலகம் இயங்குவது குறித்து அறியாமல் இருந்தேன். இருட்டுவதும், வெளுப்பதும் தெரியாது. யார் பேசினாலும் பயம். ஒரு சிறு சத்தமும் இரைச்சல்போல ஒலிக்கும். தூக்கம் வராததால் தேகம் சூடாக இருந்தது. நீரில் கைவைத்தால் அறுத்தெடுப்பதுபோல வலித்தது. பகல் நேரங்களில் பள்ளிக்கூட மைதானம், பாறைகளுக்கிடையில் பதுங்குதல் போன்ற எனக்கே என்னை ஆச்சரியமாக வினவும் பழக்கங்களில் ஈடுபட்டேன்.

இரவின் நீட்சிதான் மரணத்தின் இழுப்புபோல வேதனை அளித்தது. சுவர்க் கடிகாரம் மணி அடிப்பது எனது அடக்க ஆராதனையை நினைவுபடுத்திக்கொண்டே இருக்கும். கண் எரிந்து தலைகிறங்கிய நிலையில் எங்காவது கண்தெரியாத இடத்துக்குக் கள்ள ரெயிலேறிச் சென்றுவிடலாமா என்று யோசிப்பேன். ஒருவேளை நோய் இல்லை என்று தெளிவாகி விட்டால் எத்தனை இழப்பு என மற்றொரு குரல் பேசும். எதற்கும் கடைசியாக ஒரு தடவை டாக்டரைப் போய்க்கண்டு அடுத்ததைத் தீர்மானிக்கலாம் என்று முடிவெடுத்தேன்.

அன்று போனபோது பழைய டாக்டர் இல்லை. வயதில் என்னைவிடச் சற்று மூத்த புதிய டாக்டர் ஒருவர் இருந்தார். படித்து முடித்த உடனே வேலை கிடைத்திருக்கும். முதலில் டாக்டர்தானா என்றொரு சந்தேகம். அசப்பில் தலைமயிரும், கறுத்த தேகமும் காரவிளை ஏலாவில் கலப்பை பிடித்து உழும் பொன்னாண்டிச் சாம்பானின் அதே சாயல்.

“நல்லதம்பி நீங்களா?”

“ஆமா சார்.”

“உட்காருங்க.”

பழைய டாக்டர் எழுதி வைத்த குறிப்புக்களைக் கவனமாகப் படித்துப் பார்த்தார். பிறகு என்னை ஒருதரம் பார்த்துப் புன்முறுவல். மறுகணம் அவர் புருவங்கள் சுருங்கின. எனக்குத் தேகம் விறையல் கொடுத்தது.

“இதென்ன ஈ.எஸ். ஆர்., கி.எஸ்.ஆர்.ணெல்லாம் எழுதி இருக்கு. என்ன இது?”

நான் மௌனமாக இருந்தேன்.

"நீங்க எதுக்குப் பதட்டமா இருக்கீங்க? நார்மலா இருக்கணும். சரியா?"

AIDS என்று பழைய டாக்டர் எழுதி இருந்ததை அடித்து 'Elisa for HIV' என்று திருத்தினார்.

"வாப்பா."

மெல்லிய குரலில் சினேக வெளிப்பாடு.

உள்ளே மறைப்புக்குள் போடப்பட்டிருந்த இரும்புக் கட்டிலில் படுக்க வைத்தார். வாஷ்பேசினில் கையைக் கழுவியவாறு என்னைப் பார்த்துச் சிரித்தார். அது ஒன்றே போதும், நோய் இருந்தாலும் அதனை எதிர்கொள்ளலாம் போல மனசுக்குள் அப்படியொரு தைரியம் பிறந்தது.

எனது மனசிற்குள் இருந்ததை முகத்தில் அளந்தவர் மீண்டும் ஒரு புன்முறுவலை வழங்கிவிட்டு, வந்து அமர்ந்தார்.

"ஒண்ணும் இல்ல. ரொம்பவும் பயந்துட்டியா?"

அவர் கேட்டமாத்திரத்தில் எனக்கு முகம் சிவந்தது.

"ஆமா சார். இந்த எடத்தில வேற ஒரு டாக்டர் இருந்தாரு. என்ன போலீஸ் பிடிச்சிற்று போவும்ணு சொன்னாரு. ஒரு ஊசி போட்டினும். வீட்டுக்குப் போவம்ப மயங்கி விழுந்தேன்..."

எல்லாவற்றையும் அழுகையோடு சொன்னேன்.

திடீரென மேஜையின் மேலிருந்த பெல்லைக் கோபத்துடன் அடித்தார். தெருக்கூத்து நர்ஸ் ஆடி அசைந்து வந்தாள்.

"இருபத்தேழாந்தேதி போனமாசம் நீங்கதானே டேயில இருந்தீங்க?"

"நானும், ரீட்டாளும் இருந்தோம்."

"டெஸ்ட் போடாம இவருக்கு பென்சிலின் போட்டது யாரு?"

"நான் இல்ல."

"ஒங்கள எல்லாம் தெருவில நிறுத்தி கல்லால அடிச்சிக் கொல்லணும்."

வெளியே போனவள் உரத்த குரலில், 'இவம் பெரிய மயிரு' என்றாள். இருந்த இடத்திலிருந்தே, 'மயிரக்காட்டணுமா?' என்று கேட்டார்.

"இவன் படிச்சி வந்தவன் இல்ல. போலி டாக்டர்."

வெளியே எழும்பிச் சென்றவர் சற்று நேரங் கழித்து உள்ளே வந்தார்.

"நல்ல பச்சை வார்த்தையில ஒண்ணு கொடுத்தேன். ஜீவிய பரியந்தத்துக்கும் அவளுக்குப் போரும். தம்பி, ஒங்களுக்கு ஒண்ணும் இல்ல. அந்த டாக்டரு ஒரு பைத்தியக்காரன். ஒங்கள நல்லா பேடிகாட்டீற்றான்."

"பின்ன கறுப்பா அழுக்குப் படிஞ்சதுபோல இருக்கியது?"

"அதுவா? அத வைரல் இன்பெக்ஷன்னு சொல்லுவாங்க. காய்ச்சல் உண்டாகியது போல இதுவும் ஒருவித வைரஸால உண்டாகுது. அண்டர்வேர சுத்தமா அடிச்சி நனச்சி உபயோகிக்கணும். அழுக்கு கக்கூசில உட்காரக் கூடாது. சுருக்கமா, கிருமி தொற்ற இடம் வைக்கப்பிடாது."

"இல்ல சார், கூட்டுக்காரம்மாரு வி.டி.நோய் என்பது இப்பிடித்தான் இருக்கும்ணு சொல்லியானுவ."

"இது எனக்கும் இருக்கு. பாக்குறியா?"

"..."

"அப்ப எனக்கும் வி.டி.நோயா?"

"மனசு கேக்குதில்ல. வெப்றாளமா இருக்கு சார்."

"வி.டி. வரக்கூடாத நோய் இல்ல. அப்பிடி வந்தாலும் குணப்படுத்துலாம். அதுக்குத்தானே நாங்க இருக்கியோம். ஒனக்கு இப்ப ஓடம்பில ஒரு நோயும் இல்ல. ஒனக்கு இருப்பது 'ஹைபோகான்ரியாசிஸ்.' அதாவது கற்பனையில இன்ன நோய் இருப்பதா நெனச்சிப் பதற்றம் அடையிற."

"உண்மையில இருக்கியதா தோணுது சார்."

"எழும்புலே ராஸ்கல்!"

திடீரென அவர் குரலை உயர்த்தியதும் பயந்து போனேன். எனது பின் கழுத்தில் கையை வைத்துத் தள்ளியபடி வேகமாய் வந்தார். ஆஸ்பத்திரியின் வாசலில் கொண்டு நிறுத்திவிட்டு உறுமினார்.

"இனிமே இந்தப்பக்கம் எங்கெயாவது ஒன்ன நான் கண்டேன், கால அடிச்சி முறிச்சிருவேன். ஓடுபிலே!"

அவர் பிடியிலிருந்து தப்பி நான் ஓடிக்கொண்டிருக்கிறேன். கடலைத் தாண்டி, மலையைத் தாண்டி, நதியைத் தாண்டி. இப்போது வாகனங்களின் இரைச்சலோ, குறுவெட்டியின் நாற்றமோ கேட்கவும் இல்லை, அடிக்கவும் இல்லை.

காலச்சுவடு, மார்ச் 1996

உயிர்மரணம்

புளிபூக்கும் காலத்தைக் கனவுகளோடு எதிர் நோக்கும் தேவகடாட்சம் ஏற்றம் பெற்ற வீடு. மாசம் ரெண்டு ரூபாய் கூலிக்கு ஒய்.எம்.சி.ஏ.யில் தேன்குப்பி கழுவுபவராகத் தனது வாழ்க்கையைத் தொடங்கினார். லட்சம் லட்சமாய்க் கண்டபிறகும் அதே ஓற்றமுண்டும், குற்றாலம் தொவர்த்தும்தான். யாரையும் அனுங்கப்பேசி நடந்தது இல்லை. நெய்யாறு தொட்டு களக்காடு வரைக்கும் மலங்காடுகளிலும், வனாந்தரங்களிலும் நடந்து சென்று தேனெடுப்பார். பெட்டி பெட்டியாய் அடுக்கி வைத் திருக்கும் தேன்கூடுகளில் வீசும் தேக்குமர வாசனையைப் போலவே கடாட்சத்தின் மனமும், அக்கூட்டிலிருந்து ஒழுகும் தேனைப் போன்று மதுரம் கொண்ட அவரது சினேகமும். அன்னாரின் வரும்படி உச்சத்தில் எழுந்த அரண்மனை. மேற்கு மலையின் கருங்கற் பாறைகளை உண்டு முற்றிக் குறுகிய தடிகள். கல்லும், இரும்பும் மயங்கிய மரத்தின் வீடு என்றோர் வடிவங்கொண்ட அதன் கதவு கட்டளைகள் பெயர்ந்து, கழிக்கோல் கம்பு களும் சாராய ஆவியாகிப் போனபிறகு எழுதப்படும் வரலாற்றின் தடயங்களாகத் தடுப்புக்குச் சுவரும், உடையாத ஏழெட்டு ஓடுகளின் நிழலும், ஒரு கொன்னை மரமும்தான் இப்போது உண்டு.

இன்று யாருக்கும் அதைத் தேடி அன்னளிக்க வேண்டிய அவசியம் இல்லை. ஏதாவது வைத்தியன் லேகியம் வைக்க நேரும் போது, சுத்த சுயம்புவான சரக்கின் பழைய ஓர்மையில், 'தேனுகார ஆளுக்க வீடு' என்ற விலாசத்தில் நடக்கும் விசாரணை அல்லது தேடுதல் வேட்டை, முடக்குவாதம் பற்றி மூலையில் சாரி நிற்கும் அந்த மோட்டார் சைக்கிளைச் சுட்டி முடிவடையும்.

அதுவும் நல்ல போராட்டத்தைப் போராடி ஓட்டத்தை முடித்து நித்திய துருவைக் கிரீடமாகச் சூடி நிற்கிறது.

றாபிக்கு அதன் இரைச்சல் கேட்கும் போதெல்லாம் கூறு மாறும். ரஞ்சினியை அதில் இருத்தி அவன் ஊருக்குள் முதன்முதலாக வந்தபோது, எல்லோரும் அவளைவிட அந்த மோட்டார் சைக்கிளைத்தான் அதிகம் பார்த்தார்கள். பாம்பே காரனின் அட்வான்ஸ் பணம் மாயமானபோது இருந்தது போலவே, அதுவொரு மோட்டர் சைக்கிள், பெண்ணாக மாறிவந்த போதும் கடாட்சம் இருந்தார். மாவும், பிலாவும், புன்னையும், பூவரசும், வேம்பும் பூப்பதைக் கண்களால் நகைக்கும் அவரது பார்வையைக் கட்டாந்தரையில் மோட்டார் சைக்கிள் ஜோடிகளின் உறுமலில் எழுந்த தூசுகளாலோ, அதைவிடப் பறக்கும் அசைவுகளாலோ மறைக்க இயலவில்லை.

ஓடிய அளவுக்கு அதன் எதிரொலிகள் இன்று திரும்பி வருகின்றன. அவன் பாடிய வாழ்க்கையின் மறுபதிவுகள் அவன் காதுக்கே மீண்டும் ஒலிக்கின்றன. நாற்காலி எனச் சொல்லும் அருகதையைக் கடந்து நாளாகிவிட்ட பலகைத் துண்டில் அமர்ந்து விபத்தில் கிடைத்த மரக்கால்களுடன் மரத்துப்போன பார்வையில் பார்க்கிறான். மாசம் ரெண்டு தடவை வானம் அவனது கதையைச் சொல்லும். இருள் – ஒளி எதிர்நிறங்களில் உலகம் தன் கதைகேட்கும் நிகழ்வைக் காண்பான். அது அவனுக்கு அவமானகரமான விஷயம். தான் சந்தோசம் கொண்டாடுவது வேறு, சந்தோசமாக இருப்பது வேறு என்பதை அவன் அறிந்துகொண்டதிலிருந்து உள்ளுக்குள் ஒருவிதமான பதற்றம். இரண்டிற்கும் இடையிலான வித்தியாசத்தைக் கெடுத்தவள் அவளென்பதை உணர்த்திவிட்டு அவன் மானத்தைப் பறித்தெடுக்கும் நிகழ்ச்சிகள் நடந்து கொண்டிருக்கின்றன. நேரடியாகக் காணக்கூடாது என்று ஒதுங்கிவிட்டாலும் இயற்கை இன்னொரு வடிவில் அதனை எடுத்தியம்புகிறது. தற்போது வானம். அதன் வாயைப் பொத்தும் சக்தி அவனிடம் இல்லை. எதையும் செய்ய முடியும் என இறுமாந்த நெஞ்சின் இயலாமையில் உணர்வுக்கிளர்ச்சி. சூன்யத்தின் அலைப்பரவல் மையத்தைப் பார்த்துவிட்டால் போதும், அவனிலிருந்து வாய்திறந்த சத்தவெள்ளம்.

எதிர்நிகழ்வுகளின் ஒருமையினூடே றாபிக்கு மோட்டார் சைக்கிள் போல கடாட்சத்திற்கு தேனீக்களின் அறிமுகம் கிட்டியது. உயிரோடு தொடர்புடைய, ஒரு பிராணி என்ற அளவையும் கடந்து தன்னில் ஒரு அங்கமாக கடாட்சத்திற்கு அமைந்தபோது, செயற்கையான இயக்கத்தில் இன்னொரு உயிராக் றாபி நினைத்து அதனோடு ஈடுபட நேர்ந்த இயந்திரத்

தனமாக அவனுக்கு விளங்கியது. உயிரின் மரணம் நிழல் போலச் செயல்பட்டது. வாய்பிளந்த ஒத்திகைகள் மனிதனை இழுத்துச் செல்லும் வெறுமையின் பரப்பில்தான் இன்று அவன் நிற்கிறான். கடாட்சத்திற்கு இயல்பிலே வாய்த்த வாழ்க்கை, றாபிக்கு சென்றுதேடியும் இல்லாமற் போனது அதனால்தான்.

ஐம்பது ஆண்டுகளுக்கு முன் பட்டப்பகலில் நாயும், நரியும் ஊளையிடும் பனங்காடாகக் கிடந்த இந்தப் பகுதி வாழிடமான காலத்தில் அது நடந்தது. அப்போது கடாட்சத் திற்கு இன்னொரு கையாக விளங்கியவள் தஞ்சம்மாள். பனையேறித் தகப்பனுக்கு அக்கானி காய்ச்சிக்கொண்டு கிடந்த நாலாவது மகள். 'நாலாவது பெண்ணென்றால் நடைகல்லும் பிடுங்கும்' என்ற தந்தையின் மனோபாவம் கடாட்சத்தின் கையில் ஒப்படைக்கையில் ஆசுவாசம் தந்தது. ஆனால் தஞ்சம்மாள் கடாட்சத்தின் மனோபலம். உலகில் தங்கள் இருவரைத் தவிர வேறு யாருமே இல்லை என்ற உணர்வில் யாருடைய சகாயத்தையும் எதிர்பார்க்கும் எண்ணம் ஒழித்து அவர்கள் வாழ்ந்தார்கள். அந்தப் பகுதியை மூடிக்கிடந்த காட்டுக்கொடிகளையும், முள்ளுப் பற்றையையும் கடாட்சமும், தஞ்சம்மாளுமாகச் சேர்ந்துதான் வெட்டி மாற்றினார்கள். மனித சஞ்சாரத்தில் உறவினர்களுக்கு மத்தியில் வாழவேண் டியவர்கள் இப்படி வேலியற்ற காட்டுக்கு வெள்ளம் இறைக் கிறார்களே என்று வார்த்தைகளை இறைத்த உலகத்தை அவர்கள் திரும்பிப் பார்க்கவில்லை.

அப்போதெல்லாம் இன்று குற்றிமூடாகிப்போன பூவரச நிழலின் சருகு மெத்தையில் ஒரு பழஞ்சீலைக் கொடுக்கில் றாபி சுருண்டு கிடப்பான். அதைப் பார்த்து மானாய் மறுகும் தஞ்சம்மாளின் ஆத்மகனி, கோதலாகிப் போகப் போக அவன் எழுந்தான். அந்தநாள் இரவும் இன்றுபோலக் கறுப்புத்தாளில் வெள்ளை மைகொண்டு எழுதியது போலவே இருந்தது. தனது தன்மானத்தைக் குறிவைத்து தந்தை உதிர்த்த ஒரு சொல், கடாட்சத்தை இரண்டுமாசக் குழந்தை றாபியைத் தூக்கித் தோளில் போட்டுக் கொண்டு மனைவியுடன் வெளியே இறங்கி நடக்க வைத்தது. குளிருக்கும், பனிக்கும் தங்களைக் கொடுத்து முந்தியிலும், மடியிலுமாகப் பொதிந்து ஓரிரவைத் தாண்டினார்கள். எனினும் வரப்போகும் இரவுகளைக் குறித்த அச்சம் அவர்களுக்கு ஏற்படவில்லை. குடும்பத்தை ஓட்டப் பற்றாத வறுமைதான் மனவருத்தத்தையும், கோபாவேசங்களையும் தனக்கும், தகப்பனுக்கிடையிலும் வளர்த்தது. எந்த நிலையிலும் தனக்கும், தனது மகனுக்குமிடையில் அது தொடரக் கூடாது

என்று அந்த இரவில்தான் அவர் உறுதி பூண்டார். எல்லையற்ற விரிவுகொண்ட மனித உறவு இரத்தச்சார்புகளுக்குள்ளேயே சிறகு வெட்டப்பட்டுத் துடிப்பதை அவர் சிந்தித்தார். திரும்பிப் போய் தகப்பனை ஒருமுறை காண்பதற்கு மட்டும் அவர் மனம் இடந்தரவில்லை. ஓராயிரம் ஆண்டுகள் வாழ்ந்து முடிந்த திருப்தியில் எழும்பினார். யாரும் சொந்தங்கொண்டாட முடியாத அந்த வனப்பகுதியில் ஆஸ்பெட்டாஸ் ஷீட்டு போட்ட ஒரு சிறிய கட்டடத்தைக் கண்டெடுத்தார். காட்டுக் கொடிகளால் பொதியப்பட்ட அந்தப் பகுதி ஓய்.எம்.சி.ஏ.யை நிர்வகித்த வெள்ளைக்காரத்துரை ஒருவர் முன்பு பயன்படுத்திய கார்ஷெட் என்பது சரித்திரத்தில் இடம் பெறாததால் தங்குவதற்குத் தடை இல்லை. றாபி தவழ்ந்ததும், வளர்ந்ததும் எல்லாம் அந்த ஆறடிப் பரப்பில்தான்.

வாழைகளைப் பார்க்கும் போதெல்லாம் கடாட்சத்திற்குத் தஞ்சம்மாளின் ஞாபகமே வரும். அவளும் படத்தி வாழையைப் போல் அழகாக இருப்பாள். அதன் மூட்டில் புடைத்து நிற்கும் சிவப்பு நிறமடித்த கன்றின் சாயலில் றாபியின் பச்சைத் தேகத்தைக் கண்டார். வாழைமூட்டில் இறங்கி வேலை செய்வதென்பது குடும்ப உறவைப் பேணுவதாகவே அவருக்குத் தெரிந்தது. பவுர்ணமி அலைப் பரவலின் ஊற்றில் முங்கும் பொழுதுவரை கடாட்சம் களைப்பின்றி உழைப்பார்.

அன்றும் இளம் வாழைக்குருத்துக்கள் வருடிக்களித்த தேகத்தை மலைஓடையில் கழுவிவிட்டு அப்போதுதான் கரை யேறினார். இடக்கையில் றாபியுடன் குனிந்து நம்மாட்டியைக் கையில் எடுத்தவர், அப்போது விரிந்த வாழைப்பூவின் நறுமணத்தில் புலன்கள் மலர நிமிர்ந்தார். அவருக்கு அந்தக் கணம் கிறக்கத்தைத் தந்தது. வேலை ஸ்தலத்தை விட்டு நீங்கி வீடு செல்லும் நினைவு அவருக்கு எழவில்லை. சலசலத் தோடும் ஓடையின் பின்னணியில் வாழைகளின் அசைவு அவரை அந்த அளவுக்கு வசீகரித்தது. தோளில் அமர்ந்திருந்த றாபி தனது பிஞ்சுக்கையை உயர்த்தி எதையோ அவருக்குக் காட்டிக் கொடுத்தான். கரங்கள் உயர்ந்த அந்தத் திசையை நோக்கியவாறு கடாட்சத்தின் கண்கள் கூர்மையாய் இறங்கின. அது ஒரு சிங்கன் வாழை. அதன் கூம்பில் சில பாளைகள் அப்போதுதான் விரிந்திருந்தன. அதன் பயன் அவனுக்கு முன்பே தெரியும் என்பதால் கையைக் காலை அடித்து அது வேண்டும் என்கிறான். அப்படியே ஒரு புல்தரையில் இருத்தி விட்டு ஏணியின் துணையோடு ஒரு பாளையை அடத்து அவன் கையில் கொடுத்தார். றாபி மகிழ்ச்சியில் துள்ளிச்சாடிக் குதித்தான். அவர் பொய்யாய் அவனிடம் திருப்பித்தருமாறு

கேட்டுப் பார்த்தார். அவன் மடியில் வைத்து மறைத்தவாறு அவருக்கு முதுகைக் காட்டினான். பாளையில் இறால் மீன்களைப் போல இருந்த இதழ்களை விரித்துக் கனி உறுஞ்சும் மர்மத்தை ஏற்கனவே அறிந்தவனைப் போலத் தேன் குடித்தான். 'கள்ளப் பயலே!' என்று கூறியவர் அவனது ஆர்வத்தை மெச்சும் வகையில் நடந்துகொண்டார். அவன் உறுஞ்சிய அந்தப் பூவிதழ் தந்தைக்கும், மகனுக்குமிடையிலான வாழ்வில் முக்கியப் பங்கு கொண்டதாக விளங்கியது.

திடீரென்று அவன் பிஞ்சு அதரத்தை நோக்கி ஐந்தாறு தேனீக்கள் வட்டம் போட்டுச் சுழன்றன. முகத்துக்கு நேராக வந்த ஒன்றிரண்டை அவன் விரட்டிப்பார்த்தான். அவை மேலும் மேலும் அதிகமாகிக்கொண்டே வந்தன. ஒரு கலவரத்துக் கான துவக்கக் காட்சிபோல இருந்தது அங்குள்ள நிலைமை. அவர்களை மையமாக வைத்துத் திரண்ட குவியலான தேனீக்கள், எங்கு போவதென்பதை அறியாமல் அங்கலாய்த்துக் கொண்டு நிற்பதாகப் பார்வையில் தெரிந்தது.

கடாட்சம் அதுவரைக்கும் தேனீக்களைப் பற்றி எதுவும் அறிந்தவரல்ல. தேன்குப்பிகளின் மேலே ஒட்டும் லேபிளில் மட்டுமே மரப்பெட்டியிலான தேன்கூட்டையும், அதைச் சுற்றிப் பறக்கும் தேனீக்களையும் பார்த்திருக்கிறார். ஒருநாள்கூட நிஜத்தில் அவற்றைப் பார்க்க விழையும் மனம் அவருக்கு ஏற்படவில்லை. இத்தனைக்கும் அவர் நாள் முழுக்கப் புழங்கும் பகுதி தேன் உற்பத்தி செய்வதும், அதைக் காய்ச்சிப் பதப் படுத்திக் குப்பியில் அடைப்பதும் நிகழ்கின்ற இடமாகும். குழித்துறை ஆற்றையே நிழலால் மூடும் அளவுக்குப் பட்டத்திக் கடவில் படர்ந்து நிற்கும் அரச மரக்கிளையில் கொத்துக் கொத்தாகத் தொங்கும் மலந்தூக்கனை சைக்கிள் வழியே சப்பாத்தில் செல்லும்போது பார்த்துக்கொண்டே போவார். ஒரு தடவை காவோலை கொளுத்தி ஒருவன் அதனை வக்குவதைக் கண்டார். கரிந்து ஆற்றில் விழுந்த ஒரு கண்டம் சதையிலிருந்து வழிந்த இரத்தம் போன்ற பொருளைக் கையில் எடுத்து அவன் நக்கியதையும், கருகிய தேனீக்களை மடியில் கடலைபோல வைத்துக் கொறிப்பதையும் கண்டு அவருக்கு ஓங்காளமாய் வந்தது. மரத்தில் ஏறி அமர்ந்திருந்த கரடி ஒன்றைத் தீக்கொழுத்திச் சுட்டு அதன் சதையைப் பிய்த்துத் தின்னும் மலங்காணியின் செயலை ஒத்திருந்தது அது. இன்று வாழைக்காவலுக்கு வந்த இடத்தில் இன்னொரு உலகம் வசப்படுத்தி அதுவே வாழ்க்கையின் உச்சாணிக் கொம்பிற்கு அவரைக் கொண்டு செல்லப் போகிறது என்பதைக் குடிச்ச வெள்ளத்திலும் நினைத்திருக்க மாட்டார்.

நீரில் சுழலடித்தாற்போலப் பறப்பதிலும் ஒரு சூன்ய மையம். அதன்வழி உயரத் தெரிந்தபோது வானிலும் சுழல் மையம். சிறகுகளை விரித்து ஒன்றன்மீது ஒன்றாக ஊர்ந்து செல்லும் பாங்கில் தெரியும் அசைவுகள் மனதை மொய்க்க, அவற்றைப் பின்தொடர்ந்தார். நிழலின் புள்ளிகளாய்த் தூரச் செல்லும் வழிகள் முழுவதும் ஒழுங்கின்றி இருந்தன. பார்வை யின் ஆர்வம் பாறைகளையும், ஆறுகளையும், வனாந்தரங்களை யும் தாண்டி றாபியுடன் அவரை அழைத்துச் சென்றன. ஈக்களின் ராஜாங்கம் ஒருங்கே திரண்டு கால்பந்தளவு உருண்டு நகர்ந்தது. றாபியின் பார்வையில் பௌர்ணமி அலைப்பரவலும் அந்தச் சிற்றுயிரிகளின் சுழற்சியும் ஒன்று போல இருந்தது. நிறத்தில் ஏற்பட்ட வேறுபாடு தவிர இயக்கம் ஒற்றுமை வாய்ந்து சுழன்றது கண்டு ஆச்சரியத்தில் மூழ்கினான். உயரங் குறைந்து ஒற்றுமையுடன் தாழ்ந்து இறங்கிய நிலையில் எங்கோ நகர்ந்து சென்றுகொண்டிருந்த அந்தக் கும்பலைக் கைகளால் தொட்டுப் பார்க்கும் ஆசை அவனிடம் எழுந்தது. ஆனால் கடாட்சம் அதன் மர்மத்தை ஆய்வதில் மனம் செலுத்தினார். தோற்றத்தை ஊடுருவிப் பாய்ந்து அதன் இயக்கத்தில் நிலைத்திருந்தன அவருடைய கண்கள். நொடி இமைப்பில் அவை பார்வையினின்றும் நழுவி எங்கோ சென்று விட்டன. சுற்றுமுற்றும் பரபரத்தவாறு பார்வையைச் செலுத்தி யவர் அகப்படாமல் நின்றபோது றாபியின் பிஞ்சுக்கரங்கள் உயர்ந்து ஓரிடத்தைச் சுட்டிக்காட்டின. அது செடிகொடிகள் பற்றிப் பரவி நின்ற இடமாக விளங்கியது. அந்தப் புதரை விலக்கியபோது ஒரு சிறிய மண் சுவர்த் தடுப்பு தெரிந்தது. அதைத் தாண்டிக் குதித்தவர் கீழே கீழே போய்க்கொண் டிருந்தார். திகிலின் மேகம் நெஞ்சில் துவங்கி உடம்பெங்கும் பரவி வியாபித்தது. கையில் இருந்த மகனை இறுகப் பற்றினார். அவரது உடல் எந்த அனுக்கமும் கொள்ளாமல் காட்டுக் கொடிகளின் மடியில் கிடந்தது. கீழே மிதித்துப் பார்த்தால் அதுவும் தரைதான். மல்லாந்த நிலையில் வானத்திலிருந்து பார்வையைக் கிடைமட்டமாகப் பார்த்ததும் எதிரே ஒரு வாய்பிளந்த குகை. அதில் சிங்கம் இருக்குமோ? புலி இருக்குமோ? என்னும் தோற்றம். கறுத்தடர்ந்த இருட்டிலும் உட்புகும் தடம் கீழே விழுந்து சிதறிய வெளிச்சத்தில் தெரிந்தது. உள்ளே கரகரப்பான சிறிய இரைச்சல் கேட்டுக்கொண்டிருந்தது. முதலில் சில்வண்டென நினைத்தார். பனங்கரிச்சை அளவுக்கு உருவத் திலும், தன்மையிலும் எல்லாவற்றையும்விடப் பெரிய ஈ ஒன்று தனித்திருந்தது. அதன் இருப்பு ஏதோ நோய்ப்பட்ட தன்மையிலும், சோகத்தை உள்ளடக்கிய தோற்றத்திலும் இருந்தது. அதைச் சுற்றிலும் தொடாதவாறு சற்று இடைவெளிவிட்டு

சிறகுகளை விரித்துக்கொண்டு ஒன்றன்மீது ஒன்றாக ஊர்ந்து செல்லும் மற்ற தேனீக்கள். அவற்றின் அசைவுகள் மனதை மொய்த்தன. ஒரு நேரமும் சும்மா இருக்காத அந்தத் தன்மை கடாட்சத்திற்கு மிகவும் பிடித்ததாக இருந்தது. அவற்றின் இயக்கம் முழுவதும் மைய ஈயைப் பாதுகாக்கும் நோக்கிலேயே இருந்தது. தொண்ணையான தேகமும், சதைக்கனமும், அவற்றின் இனம்தானா என்று அறியாத வகையில் வேறுபடுத்திக் காட்டும் தோற்றத்தில் அமர்ந்திருந்த அந்த ஈ பூக்களின் மகரந்தப் படுக்கையிலே மயங்கிய கோலத்தில் கிடந்து புரண்டது. சுற்றி நின்ற ஈக்கள் அதன் ஒவ்வொரு அசைவுக்கும் பதில் சொல்லும் வகையில் தங்கள் செயல்களை வெளிப்படுத்தின. அவைகள் யாவும் ஒருவித மரியாதையை அதற்கு அளிப்பது தெரிந்தது. ஒருவேளை அது பயமாக இருக்கலாம் என்று நினைத்த கடாட்சம், அப்படியும் இல்லை என்று கருதினார். ஒருவித பிறப்பிலேயே கிட்டிய தாதிய உணர்வுதான் அவற்றை இயக்க வேண்டும். பயத்துக்குக் கட்டுப்பட்ட உணர்வுகள் நீண்டகாலம் தாக்குப்பிடிக்காமல் பாதியிலேயே கழன்றுவிடும் என்று நினைத்தார்.

அந்த மைய ஈயின் அசைவுகள் தினவை வெளிப்படுத்தும் நோக்கில் இருந்தன. இடையிடையே குரல்படுத்தும் சத்தத்தில் அதன் உடல்சோகமும், உள்ள வேதனையும் எதைக்கொண் டாவது தீர்த்துக்கொள்ளும் வெறியுடன் கலந்து வெளிப் பட்டன. பரவிநின்ற மற்றவைகள் யாவும் கலைந்து திசைக் கொன்றாய்ச் சென்று தேடியும் கிட்டாத ஒருவித சோகபாவத் துடன் திரும்பவும் வந்து குழுமும். அதன் புரளலும், உரசலும், அதிரும் சிறகடி இரைச்சலும் வேகமாகி வரவர பரபரப்பு மேலும் மேலும் அதிகரித்துக்கொண்டே இருந்தது. மேலே வானில் தோன்றும் நிகழ்வின் பிரதிபலிப்புபோலத் தெரிந்தது றாபிக்கு. அவன் இரண்டு தோற்றங்களையும் மாறிமாறிப் பார்த்துக்கொண்டிருந்தான். அலைப் பரவல் போல அங்கு மிங்கும் தெறித்துப் பறந்தூரும் சுழிப்பு மையத்தில் குழிபோலச் சுழலும் ஓடையின் தாளத்தில் பரவியது. இப்போது எல்லாத் தோற்றங்களும் ஒன்றாகிவிட்ட பொதுமையில் ஒரே ஒரு ஈயின் உருவம் மட்டும் அவன் சிந்தையில் இடம் பெற்றது.

மைய ஈயின் தேகத்திலிருந்து ஒருவித நறுமணம் கமழ்ந்தது. அந்த மணம் தந்த மயக்கத்தில் எங்கிருந்தோ ஏழெட்டுக் கொழுத்த தேனீக்கள் வந்து வட்டமடித்தன. வேலைக்கு நின்ற இதர ஈக்கள் அவற்றை வரவேற்று வேறெங்கும் அவை திரும்பி விடாமல் மைய ஈயின் கவனத்தை மட்டும் கொள்ளுமாறு பார்த்துக்கொண்டிருந்தன. அதன் காரணமாகவோ அல்லது

இயல்பாகவோ கொழுத்த ஈக்களின் அசைவுகள் ஒவ்வொன்றும் மைய ஈயை ஈர்த்துக்கொள்ளும் முனைப்புடன் விளங்கின. அதனை அறிந்துகொண்ட மற்ற ஈக்கள் இடம் விட்டு ஓரங்கட்டி நின்று வேடிக்கை பார்த்ததுடன், தங்கள் கூட்டு வாழ்வுக்குரிய விசேஷம் நிகழ்வதை எதிர்பார்த்தன.

சாவீட்டுச் சிதறல்போல இறைந்து கிடந்த ஈக்களின் வரிசையில் எங்கிருந்தோ தனித்துவந்த ஒரு நோஞ்சான் ஈ சேர்ந்துகொண்டது. அதன் வரவை எந்த ஈயுமே விரும்பாதது போல இருந்தது. அதன் பரிதாபகரமான தோற்றம் கடாட்சத் திற்கும் நகைப்பை ஏற்படுத்தியது. ஏழெட்டுக் கொழுத்த தேனீக்கள் நின்று கவர்ச்சி காட்டியும் மயங்காத ராணித்தேனீ இந்த எலும்பனுக்கா ஆட்படப் போகிறது என்றும் நினைத்தார். அவ்வாறு அவர் கருதியதிலும் தவறொன்றும் இருப்பதாகத் தெரியவில்லை. உலகத்தின் மொத்த சோம்பேறித்தனத்தையும் வாரிக்கட்டியதுபோல நின்ற அந்த ஈயின் தாரித்திரியக் கோலம், உறக்கச்சடவு ஆகியவை எல்லோரையும் அவ்வாறுதான் நினைக்க வைக்கும். மைய ஈ தனது வாசனையை இன்னும் அதிகமாக்கி அந்த நோஞ்சான் ஈயை நோக்கித் திரும்பியது. சுற்றப்பற்றி நின்ற வேலைக்கார ஈக்கள் அதன் குறிப்பை அறிந்துகொண்டு அந்தக் கொழுத்த ஏழெட்டு ஆண் ஈக்களை விரட்டி அடித்தன. நோஞ்சான் ஈயைச் சுற்றிவளைத்துக் கொண்டு மெதுவாய் நகர்த்தியவாறு மைய ஈயை நோக்கிக் கொண்டு சென்றன. அவற்றின் விருப்பமும், ரீதியும் கண்ட கடாட்சம் வியப்பு மேலிடத் திகைப்பில் ஆழ்ந்தார்.

கார்த்திகை மார்கழி மாதங்களில் தெருக்கள் தோறும் அரங்கேறும் நாய் விளையாட்டுக்களை அவர் பார்த்திருக்கிறார். ஒரு பெண் நாயை ஏழெட்டுக் கொழுத்த ஆண் நாய்கள் விரட்டிக்கொண்டு போகும். இறுதியில் பார்த்தால் எழுந்து நடக்கச் சீவனற்ற ஒரு நோஞ்சான் நாயுடன் பூட்டை உருவ முடியாமல் எதிரெதிர் திசைகளில் முகத்தை வைத்துக்கொண்டு நிற்கும் அந்தப் பெண் நாய். கொழுத்த நாய்கள், தாங்கள் நிராகரிக்கப்பட்டதை எண்ணிய வருத்தத்துடன் ஆங்காங்கே நிற்கும். சில தனக்குள்ள சவலைப் புத்தியில் நோஞ்சானைக் கடித்துத் தங்கள் ஆற்றாமையைத் தீர்ப்பதும் உண்டு. அவருக்குப் பிடிபடாத மர்மம் இந்த உயிரிகளின் மனப்பிணைப்பு. பெண்ஜென்மங்களின் அளவுகோல்கள் என்னவென்று யாருக்கும் தெரியாது.

மையத்தைவிட்டு வெளியே வந்த பெண் ஈ காற்றில் பறந்து நடனமாடத் தொடங்கியது. அதன் ஒவ்வொரு சுழற்சியும் காமாந்தப் பொறியில் தட்டி வீழ்த்துவதுபோல இருந்தது.

மற்ற ஈக்கள் வட்டமாக எல்லை வகுத்து பாதுகாப்பு வளையம் அமைத்துக் கொடுத்தன. மரங்களின் இலைகள் உணர்ச்சியால் சலனமற்று நின்றன. அந்த இடைவெளியில் உள்ளே புக முயன்ற இன்னொரு ஈயைப் பாதுகாப்புக்கு நின்ற மற்றொரு ஈ கொடுக்கு அம்பினால் கொட்டிக் கீழே வீழ்த்தியது. தேகம் தரையில் விழுமெனக் கீழே அணிவகுத்து நின்ற எறும்புக்கூட்ட வரிசை இயக்கம் கொண்டது. அந்த ஆடுகளம் மைய ஈக்கும், நோஞ்சான் ஈக்கும் உரியதாக மட்டுமே இருந்தது. வேறெவரும் ஊடுருவ முடியாதபடிக்கு அதன் வாசல்கள் அடைக்கப்பட்டன. மகாராணியின் விஜயத்தில் நடைபெறும் அணிவகுப்பு போல அந்தப் பிராந்தியம் விழித்து நின்றது.

சோம்பேறித் தனத்தில் கீழே புரண்ட நோஞ்சான் ஈயை மகரந்த விருந்து படைக்கக் கவ்வித் தூக்கியது மைய ஈ. அந்தரம்வரை தூக்கி உயர்ந்து சட்டெனக் கீழே விழுந்து, நிலத்தில் புரண்டு, மாங்கொம்பில் பறந்து, பறந்தபடியே புணர்ச்சியில் ஈடுபட்ட இரண்டும் பூமியை அளந்து பூக்களின் மேல் உருண்டு புரண்டன. எலியைக் கவ்விய பூனையின் சீற்றமும், அத்துடன் ஒரு கள்ள விளையாட்டும், கிறக்கமும் மைய ஈயின் கண்களில் குடிகொண்டிருந்தது. நோஞ்சான் ஈயின் உணர்ச்சியோடு உடம்பில் இல்லாத வலுவையும் உறுஞ்சி எடுத்துக்கொண்டு துள்ளி மறிந்தது. துவண்டு கிடந்த ஆண் ஈ கைகால் தளர்ந்து கழுத்து சரிய தலைகீழாய் இறங்கியும் அதனைப் பற்றிய இறுக்கத்தைத் தளர்த்த முடியாத மைய ஈ அதனது போக்கில் சென்றுகொண்டிருந்தது. போக நிறைவின் உச்ச தொனியில் நோஞ்சான் ஈயின் உயிரைக் கொஞ்சம் கொஞ்சமாகத் தின்னத் துவங்கியது மைய ஈ. வானத்துக்கு நேராக உயர்ந்த அதனுடைய போக்கின்போது கீழே விழுந்தது நோஞ்சான் ஈயின் சடலம் மட்டும். மைய ஈ, பௌர்ணமியின் கூட்டில் சென்று அடைந்தது போன்ற உணர்வு றாபிக்கு.

O

கடாட்சத்தின் வளர்ச்சி ஊரைவிட அவரது உறவினர் களுக்கே பெரிதும் குமைச்சலை ஏற்படுத்தியது. எப்போதும் போச்சலும், பொறாமையுமாகவே அவரைப் பார்த்தார்கள். அந்த எரிச்சலில் அவர்களே எரிந்து சாம்பலாகிப் போவார்களோ என்றுகூடத் தோன்றியது. எப்படித்தான் அதனை வெளிப்படுத்தி னாலும் கடாட்சம் முன்னேறிக்கொண்டே இருந்தார்.

நாலுபேர் கூட்டத்தில் கூடுவதற்கு யோக்கியதை இல்லா தவன் என்று ஒதுக்கப்பட்டவனைத் தேடி இன்று உலகமே வருகிறது. வியாபார சுத்தம் அவரை எங்கோ கொண்டு போய் நிறுத்தி அனைவரையும் கைதூக்கிக் கும்பிட வைத்துவிட்டது.

அவரது வீட்டு வாசலில் தேன் ஏற்றுமதிக்காகக் காத்துக்கிடக்கும், மொழியால், இனத்தால் வேறுபட்ட முதலாளிகளின் அந்தஸ்துக் குரிய ஒருவர்கூட அந்த ஊரில் இல்லை என்றபோது, அவர் களின் சுவாசக்காற்று இன்னும் உஷ்ணத்துடன் வெளியேறியது.

"கிழிஞ்சிபோன ஒரு பழஞ்சில கொடுக்கையும் கெட்டீற்று வாழை மூட்டில கெடந்து குப்பி கழுவினவன், வெள்ளமுண்டு உடுத்தி கொட்டாரம் வீட்டில இருக்கிய சேலப் பாரு."

"எல்லாம் காலம்!"

"காலம் என்னத்த? கள்ளநோட்டு."

"அப்பிடியா? மலங்காட்டில தேனுபெட்டி வச்ச போவம்ப, தெரவியக்கல்லு என்னவோ கிட்டிச்சிண்ணுல்லா ஊரில பேச்சு?"

"எவங்கையில கிட்டுது பாத்தீரா?"

"அதுக்கென்ன செய்ய முடியும்?"

"நமக்கு அளந்தது அம்பிடுதான்."

கடாட்சம் எதையும் காதில் வாங்குவதோ, கண்ணால் பார்ப்பதோ இல்லை. அக்கம்பக்கம் இடிவிழுந்தாலும் 'என்ன?' என்று கேட்பது இல்லை. அவரது இயக்கம் ஒரே சீராகச் சென்றுகொண்டிருந்தது. சைக்கிளில் அடுக்கிய தேன் பெட்டி களுடன் இப்போதும் அவரை எங்கும் காணலாம். புகையடிக்கும் கருவி அல்லது தேனைப் பிரித்தெடுக்கும் கருவி எதாவது ஒன்றைத் தூக்கிக் கொண்டு காடுகள் தோறும் நடந்துகொண்டே இருப்பார். சுகம், துக்கம் கடந்த அவரது மனமும், கால்கள் எடுத்துவைக்கும் அடிகளும் மௌனத்தின் மொழிபெயர்ப்புக் களாக விளங்கின.

உறவினர்களின் விலகலையும் அவர் அதே மாதிரியாகத் தான் எடுத்தார். ஆனால் அவர்களின் வன்மம் அதையும் மீறியதாக இருந்தது. அன்று தான், தனது மனைவி, கைக்குழந்தை யுடன் தெருவில் வந்து நிர்க்கதியாக நின்றபோது திரும்பிக் கூடப் பார்க்காத, கேலி பேசிய உறவினர்கள் தன்னை இப்போது தேடிவந்து பார்த்தபோது அவரும் திரும்பிப் பார்த்தார். உறவு பாராட்டியபோது எதையும் அவர் மனதில் கொள்ளவில்லை. எல்லோரையும் ஏற்றுக்கொண்டு அரவணைத்தார். அதுதான் அவர் செய்த தவறான சரி.

சிறிது நாட்களில் அதன் பலனை அவர் அனுபவித்து விட்டார். அவரது இரக்கமே அவரைப் பழி வாங்கிவிட்டது.

அதனை இயல்பு என்பதா, சுவாபம் என்பதா, வாழ்வியக்கத்தின் திருப்பம் என்பதா, என்னவென்று கூற முடியாத இருள் அவரை மூடிவிட்டது. சந்தைக்குப் போய் வழக்கம்போல மீன் வாங்கி வந்தார். அன்று மதியமும் சற்றுப் பிந்திதான் சாப்பிட்டார். தஞ்சம்மாளின் தட்டில் ஒரு முள்ளைக் தூக்கிப் போட்டார். மீன்பொதிந்த முள்ளைக் கடித்துச் சுவைத்துச் சாப்பிடுவது அவளுக்குப் பிடித்தமான பழக்கம். இறைச்சி சாப்பிடும் போதும் அப்படித்தான். சில நேரங்களில் அவள் கடித்துச் சிதைத்ததில் ஒரு பங்கை கடாட்சத்திற்கும் கொடுப் பாள். அதில் புதுருசி இருப்பதை அவர் காணத் தவறுவது இல்லை. அவளும் இப்போது புதுப்பிறவியாகக் காட்சி தந்தாள். புதிதாகக் கட்டிய வீட்டில் பூசிய வர்ணம்போல அவள் தேகம் மினுப்புற்று விளங்கியது. கழுத்தும், காதுகளும் நிறைந்தது போலவே அவள் மனசும் இருந்தது. தினம் உழைப்பில் தேயும் கணவனுக்காகவும் சேர்த்து அவள் இப்போது தேய்ந்துகொண் டிருந்தாள். அவள் மனவெளிச்சமோ ஓங்கிப் பிரகாசித்தது.

அன்று எப்படியோ சாப்பிடும் போது அவள் தொண்டை யில் மீன்முள் குத்தி இருந்தது. காறியும் வெளிவரவில்லை. பிறகு தண்ணீர் குடித்துப் பார்த்தாள். பச்சை சோற்றை உருட்டித் தின்றாள். உளுந்தும், கருப்புக்கட்டியுமாகப் பிசைந்து விழுங்கிப் பார்த்தும்விட்டாள். என்னதான் செய்தாலும் முள் வெளியே வரமாட்டேன் என்று அடம்பிடித்தது. அடுத்த நாள் தொண்டை, அம்மங்கட்டுபோல வீங்கி அந்த இடம் பூராவும் சிவந்து காணப்பட்டது. குடிநீர் விழுங்கக்கூடப் பெரிதும் சிரமப்பட்டாள்.

அருமனைப் பக்கம் பெட்டிவைகக்ச் சென்றபோது கடாட்சம் ஆனையடி வைத்திச்சியைக் கண்டார். மறுநாள் பண்டுவம் பார்க்க வந்தவளைத் தெக்கதுபக்கம் கொண்டு இருத்தி உபசரித்தார். கிழவி, கடாட்சம் காட்டிய அன்பில் திக்குமுக்காடிப் போனாள். 'பணம் பணமா வந்தாலும் இந்த ஆளப்போல மனம் மனமா இருக்கணும். நம்மளக் கொண்டு அதுக்குப் பற்றுமா?' என்றும் மனசில் கருதினாள்.

"மோளே, என்ன மீனுடி தின்ன?"

"கட்டாவு."

"ஓ..."

"வாயத் தெறக்கவே முடியல்ல. பேசியதுகூட கஷ்டம். நல்லா வலிக்குது பாட்டி."

கிழவி நாடிபிடித்துப் பார்த்துவிட்டு, 'கொழப்பம் இல்ல' என்றாள். சுற்றுமுற்றும் யாராவது தென்படுகிறார்களா

எனப் பார்த்தாள். சற்று தூரத்தில் தேன்குப்பிகளைப் பார்சல் செய்துகொண்டிருந்த பையனை அழைத்தாள்.

“காக்கிலம் தெரியுமாடா ஒனக்கு?”

“தெரியுமே.”

“நீலமா பூக்கும் இல்லியா? அது வேண்டாம்.”

“அழகுக்கு வளப்பினுமே, அதுவா?”

“அதாண்டேய். அதப் பறிச்சாதே. வெள்ளப்பூ பூக்குமே ஒண்ணு. வெள்ளக்காக்கிலம். அதப் பறிச்சிட்டு வா.”

“செரி பாட்டி.”

“பறிச்சம்பளோ, வரும்பளோ ஆருட்டெயும் பேசருது. கேட்டியா?”

“வோ.”

அவன் கொண்டுவந்த இலையைக் கசக்கி மோந்து பார்த்தாள். மைபோல அரைக்கச் சொல்லி வழித்தெடுத்தாள். தஞ்சம்மையின் கழுத்தில் பற்று போட்டுவிட்டு அதன் எதிர்ப் புறக் கையைத் தலைக்கு மேல் வளைத்துத் தோளில் தொடும்படி செய்தாள். கழுத்துக்குள் இறுக்குவதுபோல வலியெடுத்ததும் நிறுத்தினாள். வெற்றிலையில் பொதிந்து கொடுத்த மருந்தைச் சவைத்து இறக்கியதும் வலி தீர்ந்தது. தொண்டை முழுவதும் மரத்ததுபோல ஆயிற்று.

“பேடிச்சாத. நாள செரியாவும். இல்லாட்டா ஆளு செல்லி விடு. ஒரு நடை கூட வாறேன்.”

இரவில் வைத்திச்சி கொடுத்த குளுசையைத் துளசி இலைச் சாறுடன் கல்லில் வைத்து உரசிப் பருகிய போது நல்ல தூக்கம் வந்தது. ஒரு உறக்கம் கழித்து எழும்பியதும் தொண்டை கரகரத்தது. இழுத்து துப்பியதும் முள் வெளியே வந்து விழுந்தது. ஆனால் இரண்டு நாட்கள் தாண்டியும் புண் ஆறவில்லை. திட உணவு எதுவும் உண்ண முடியாமல் சிரமப்பட்டபோது தான் கோவாலன் வைத்தியர் ஏதோ விஷயமாக வீட்டுக்கு வந்தார்.

கோவாலன் வேறு யாருமல்ல. பேருகேட்ட வைத்தியரும், பாலர் சிகிச்சையில் கொடிகட்டிப் பறந்தவருமான நாராயணன் வைத்தியரின் மகன். நாராயணன் வைத்தியர் கடாட்சத்தின் பெரியப்பா. ஏழெட்டுத் தலைமுறையாகத் தொழில் செய்து வரும் குடும்பத்தில் தனக்குத் தம்பியான கோவாலன் இப்போது வாரிசுகசேரியில் அமர்ந்து வாகடவித்தை புரிவதில் கடாட்சத்

திற்குப் பெரிய சந்தோசம். செறுப்ப காலத்திலேயே யாழ்ப்பாணம், கொழும்பு என்றெல்லாம் போய்த் தொழில் செய்ததால் அவனுக்குக் 'கொழும்பரு' என்ற பெயரும் உண்டு.

"சும்மா, லேகியம் உண்டாக்க கொஞ்சம் தேனு வேணும்."

"பெருத்து தேவைப்படுமோ?"

"ஒரு அம்பது கிலோ போல மதி."

"தஞ்சம்மா விஷயம் தெரியுமில்லியா?"

"அறிஞ்சேன். இண்ணு வாவு பாத்துக்க. ஒரு ராவு கழியட்டு. நாளெ காலத்த வாறேன். ஒற்ற நேரம் மருந்தில் எல்லாம் செரியாக்கிப் போடுலாம்."

கோவாலன் சொன்னதுபோலச் செரியாக்கினான். புண்ணையோ, நோயையோ அல்ல; ஒரு பாவமும் அறியாத தஞ்சம்மாளை. அவன் அப்படிச் செய்வான் என்று கடாட்சம் இம்மியளவுகூட நினைக்கவில்லை. இப்போதும்கூட எப்படி நிகழ்ந்தது என்ற அறிவுக்கு வராமல் அவர் உன்மத்தங்கொண்டு அப்படியே வீற்றிருந்து மறுகுவதுண்டு. எல்லாம் கீறுக்கு மாறாக நடந்துவிட்டது.

நெய்யூர் ஆஸ்பத்திரி 'கேன்சர் சென்டரி'ல் தஞ்சம்மாளைப் பார்க்க வந்தாள் ஆனையடி வைத்திச்சி. எதற்கும் அசங்காத அவள் தேகம்கூட அதிர்ந்து போனது. யாரையும் காணாத இடமாகச் சென்று கண்களைத் துடைத்தாள்.

"நாயனே, இனி ஒண்ணும் எதிர்பார்க்கண்டாம்."

"என்ன செல்ல வாறிய?"

"வண்டி பிடிச்சி வீட்டுக்குக் கொண்டு போங்க!"

"எனக்கு ஒண்ணும் தெரியுதில்ல."

"நீங்க ஒண்ணும் அறியண்டாம் யாமானே. வசம்பாத்து வஞ்சம் தீத்துப் போட்டானே பாவி..."

"யாரு?"

"ஒம்ம ஒடம்பெறந்ததுகளுக்க சிகிச்சைய செல்லியேன். கொடுவேலிக் கெழங்க நல்லெண்ணெய் விட்டு வறுத்து கடிச்ச வச்சிருக்கியான். வாய் வெந்து போச்சி."

"டாக்டர்மாரு கேன்சர்னு சென்னதோ?"

"குண்டீல அடிச்சானாம், பல்லு பறிஞ்சுதாம். அந்தக் கதைபோலத்தான் இருக்குது. எக்க பொன்னு ஐயனே,

கேக்கணும். வாய்க்குள்ள சளுவ ஊறிய ஊற்றுக்கள் இருக்கு. பயக்க புளியம்பழம் தின்னும்ப நமக்கு நாக்கில வெள்ளம் ஊறும், தெரியுமா? அது இங்க இருந்துதான் ஊறுது. கொடுவேலி அந்த நரம்புவளையே இல்லாதாக்கிப் போட்டுது. அதுக்க மேல டாக்டர்களும் தோணியதுபோல அறுத்துக் கீறியாச்சி. இதுக்க பேரா கேன்சரு? இருதயத்த கழற்றி வச்சிட்டா மருத்துவம் படிச்சானுவ? வலிய கொழலும், கொடச்சக்கரமும் தூக்கீட்டு திரியவனுவளுக்கு புத்தி வேண்டாமா?"

அதன்பிறகே சகோதரர்கள் செய்த சதி அவருக்குப் புரிய வந்தது. அவர் ஆதாரக்கொடியையே வெட்டிச் சாய்த்ததுபோல அவள் துவண்டு கிடந்தாள். தனது நம்பிக்கை நழுவிப்போவதை உணர்ந்த கடாட்சம் றாபியைத் தேடினார். அவனை அவர் கண்ணில் கண்டு நாலைந்து நாட்களுக்குமேல் ஆகிவிட்டது. தஞ்சம்மையும் பலதடவைகள் அவனைப் பற்றி சைகையால் அவரிடம் கேட்பாள். ஒன்றும் சொல்ல இயலாது. அவன் போக்கு வரவர மாறிக்கொண்டே வருகிறது. மரணத்தறுவாயில் கிடக்கும் தாயை ஒரு தடவை பார்க்க நினைக்காதவன் வாழ்க்கையில் என்ன ஈடுபாடு கொண்டிருப்பான் என்று நினைத்த கடாட்சம் ஊர்முழுக்க ஆட்களை வைத்துத் தேடிப் பார்த்தார். அலைச்சல்தான் மிச்சம். அவனை எங்கும் காண வில்லை. ஆஸ்பத்திரிக்கு வந்தபோது உயிர் இப்பளோ, அப்பளோ என்றிருந்தது.

வீட்டுக்குச் சென்றிருந்த போதுள்ள சம்பவங்கள் அவர் நெஞ்சில் பாசியைப் போலப் படர்ந்து நின்றன. பணிகள் எல்லாம் ஒழுங்காக நடைபெற்றுக்கொண்டிருப்பதைக் கவனித்து விட்டு அறைக்குள் நுழைந்தார். சுவர் மறைப்பில் அவருக்கு மட்டுமே தெரியும் லாக்கரில் கை வைத்தபோது வாய்பிளந்தது. பொருளாகவோ, பணமாகவோ எதுவும் இல்லை. சொத்துப் பத்திரங்கள் காணாமற்போயிருந்தன. நோயாளிக்கு எதிரே போடப்பட்டிருக்கும் இரும்பு பெஞ்சில் படுத்துக்கொண்டே சிந்தனையில் ஆழ்ந்தார். கதவு தட்டப்பட்டது. தலைமை மருத்துவர் ஆள்சொல்லி அனுப்பி இருந்தார். ஏனோ போய்ப் பார்க்கத் தோன்றவில்லை. அதற்கு முன்பே விஷயம் அவரை வந்து எட்டிவிட்டது.

"இனிமே வச்சிப்பாத்து பிரயோஜனம் இல்லை. டாக்டரும் வீட்டுக்கு அனுப்பத்தான் நினைக்கியாரு. எனக்குத் தெரிஞ்ச ஒரு குருசடியில..."

"செரி, மேல பேசண்டாம்."

"நான் நெனச்சத சென்னேன்."

“பரவாயில்ல.”

தூப்புக்காரக் கிழவி இதயந்திறந்தவள். ஆஸ்பத்திரி நடப்பை எல்லோரிடமும் அவள் பேசுவது இல்லை என்பது அவருக்குத் தெரியும். தான் யாருக்கும் பாரமாக இருக்கக் கூடாது என்பதை மனதில் உறுதியாகப் பற்றினார். ‘மகனுக்குக்கூட’ என்பதில் அழுத்தம் இருந்தது.

கட்டிலில் கிடந்த மனைவியைப் பார்த்தார். அது எப்போதும் பார்ப்பதுபோல இருக்கவில்லை. அதன் பொருள் அவளுக்கு மட்டும் தெரிந்திருந்தது. மெல்லப் புன்னகை புரிய முயற்சி செய்தாள். அவள் முதுகில் கையை வைத்துத் தூக்கிச் சுவரில் சாய்த்து இருத்தினார் கடாட்சம். எப்போதையும்விட அமைதி யானதுபோலத் தோற்றம் தந்தது அவள் முகம்.

“என்ன வேணும்?”

‘ஒன்றும் வேண்டாம்’ என்பது போல அவள் கையை அசைத்தாள். ‘உங்களைப் பார்த்துக்கொண்டே இருக்க வேண்டும்’ என்று அவள் கண்கள் கூறின. முப்பது வருடங்களுக்கு முன்பு அவளைப் பெண் கேட்கச் சென்றபோது கறையான் குளத்தில் ஒருகூட்டம் பெண்களுக்கு மத்தியில் குளித்துக்கொண்டு நின்ற அவள் தன்னை முதன்முதலாக இப்படித்தான் பாாத்தாள். யாரையோ பெண் பார்க்கச் செல்கிறார் என்பது மட்டும் எல்லோருக்கும் தெரியும். மற்ற பெண்கள் ஒருவரை ஒருவர் மாறிமாறி, ‘உனக்குத்தான்! உனக்குத்தான்!’ என்று பேசிக் கொண்டிருந்தபோது, அந்தக் கேலியில் கலவரப்பட்டுத் திரும்பிய கடாட்சம், தஞ்சம்மாளை இப்படித்தான் பார்த்தார்.

வீடு என்று ஒன்றுமில்லை. நாலுகம்பை பத்துமட்டை ஓலைக்கிடுவு மறைத்துக்கொண்டிருந்த அந்த மாளிகையின் வாசலில் புளியமரத்தில் கையை ஊன்றியவாறு நின்றுகொண் டிருந்தார். வீடுகள் ஒவ்வொன்றும் தனித்தனியாக இருந்ததால் யாரும் அவரை விசாரிக்கும் நிலை ஏற்படவில்லை. சற்று நேரத்தில் வடக்குப்புறமாக வீட்டிற்குள் நுழைந்த தஞ்சம்மாளைக் கண்டு வியப்படையும் நிலை அமைந்தும் ஏனோ அவ்வா றொன்றும் அவருக்கு ஏற்படவில்லை.

“அப்பன் வீட்டில இல்ல. பனையேறப் பெய்ருக்கு.”

“அம்மையோ?”

“விருந்து வீட்டுக்குப் போச்சினும்.”

“அப்ப இனியொரு நாளு வாறேன்.”

“என்னவும் செல்லணுமா?”

“வாற புதன் வாறதா செல்லணும்.”

“யாருண்ணு கேட்டாலோ?”

“இடவிளாகத்து தங்கையன் மகன் கடாட்சம்னு செல்லணும்.”

“வோ!”

“மறக்குமோ?”

“மறக்காது.”

“எங்கி நான் வரட்டா?”

“வரணும்.”

கடாட்சம் திரும்பிச் செல்லக் காலெடுத்து வைத்தபோது அவள் என்னவோ சொல்லத் தயங்கி நிற்பதுபோல இருந்தது. அவர் நின்றார்.

“போவம்ப கோழிக்கூட்டுக்க மேல ஒரு கருப்பட்டி இருக்கும். எடுத்துட்டுபெய் ஒங்க அம்மைட்ட குடுக்கணும்.”

கடாட்சம் சற்றுநேரம் மௌனமாக நின்று பிறகு பேசினார்.

“எனக்கு சின்ன வயசிலே அம்ம மரிச்சுது.”

நீர் ததும்பிய விழிகளுடன் அவரையே பார்த்துக்கொண்டிருந்த தஞ்சம்மாளைக் கட்டிலில் கிடத்திவிட்டு கடாட்சம் நிமிர்ந்தார். கதவை அடைத்துவிட்டுக் கடைசியாக ஒருமுறை அவளைக் கூர்ந்து பார்த்தவர் இருகைகளாலும் அவள் முகத்தைத் தாங்கியபடி தலையைக் குனித்து, ‘இந்த நேரத்தில தனியாத்தான் போகணும்’ என்று கூறினார். பிறகு, ‘சீக்கிரம் நானும் வந்துடுவேன்’ என்று முணுமுணுத்தவர் கதவை லேசாகச் சாத்திவிட்டு வெளியே வந்தார். பிறகு அவர் திரும்பியும் பார்க்கவில்லை. மறுபடியும் அவர் வீட்டுக்குப் புறப்படுவதைக் கண்ட ஆஸ்பத்திரி ஊழியர்கள் மட்டும் ஒன்றும் புரியாமல் பார்த்துக்கொண்டு நின்றனர்.

வீட்டுவாசலில் பாம்பேக்கார முதலாளி நின்றுகொண்டிருந்தார். தஞ்சம்மாளை ஆஸ்பத்திரிக்குக் கொண்டுசெல்லும்போது அவர்தான் எதிர்க்க வந்தார். ஐந்து பெரிய நோட்டுக் கட்டுகளை அட்வான்சாகத் தந்துவிட்டு சீக்கிரம் அனுப்புமாறு கூறினார். சரக்கு இன்னமும் போய்ச் சேராததாலோ, வேறு காரியமாக வந்தபோதோ இங்கு வந்திருக்கிறார். கடாட்சத்திற்கு ஒருவிதமான கூச்சஉணர்வு மேலெழும்பியது. தனக்கும், அவருக்கும் இடையிலான இருபது வருடங்களுக்கும் மேலான பழக்கத்தில் ஒருதடவைகூட இப்படி நேர்ந்தது கிடையாது.

கடாட்சத்தின் உழைப்பை உலகின் நாவில் தடவியவர் அவர். தனது இன்றைய உயர்வுக்கு அடிகோலியவர்களில் முதன்மை யானவர் என்பதில் துளிகூடக் கலப்பில்லை. வீட்டைத் திறக்காமல் நேரே பணிமனைக்குள் புகுந்தார்.

“எல்லாம் அப்படியே கிடக்கட்டும். பாம்பேக்கு முதல்ல லோடு அனுப்பு.”

மானேஜர் புரிந்தும், புரியாததுமாகப் பார்த்தார்.

“சில்லறை யாவாரிகளுக்குப் பணம் கொடுத்தாத்தான் சரக்கு கிடைக்கும். வேற ஒப்புக்கொண்ட எடங்களுக்கும் அனுப்பணும் இல்லியா?”

அவர் யதார்த்தத்தைக் கூறினார்.

“அதுக்கு வேற வழிய வச்சிருக்கேன்.”

மடியை அவிழ்த்து கனத்திருந்த கைக்குட்டையை மேசை யின் மீது கவிழ்த்ததுதான் தாமதம், மானேஜர் ‘முதலாளி!’ என்று அலறியே விட்டார். கடாட்சத்தின் முகத்தில் எந்தப் பிரதிபலிப்பும் இல்லை.

“முதலாளி, இது அம்மாவுக்க நகைகள் ஆச்சே.”

“ஆமா. இனி அவளுக்குத் தாலி அவசியப்படாது.”

“அய்யோ... என்ன செய்யணும்ணே தெரியலையே.”

“இத பேங்கில கொண்டுபெய் பணங்கொண்டுவாங்க. கொள்முதல்காரங்களுக்குப் பட்டுவாடா செய்யும் முன்னால சரக்கு பாம்பேல எத்தி இருக்கணும். தெரியுதா?”

மகன் திருடிச் சென்ற பணத்திற்குரிய பொருளை இப்படியும் ஒரு தந்தை ஈடுகட்டுவது மானேஜருக்கு ஆச்சரியமாக அல்ல, அதிர்ச்சியாக இருந்தது.

“தயவாய் மன்னிக்க வேணும். மூணுநாள்ல சரக்கு பம்பாய் வந்திருக்கும்.”

கைகளைக் கூப்பியவாறு தெரிவித்தார்.

“பரவாயில்ல.”

பம்பாய்க்காரர் அகன்றார்.

கடாட்சத்தின் இதயம் அனல்கொண்டது. வெளியில் செல்வதுபோல யாருக்கும் தெரியாமல் வயக்கரை பூமிக்குச் சென்றார். தனது தாயை அடக்கம் செய்த குழிக்கு அருகே நின்ற புளிச்சிமாவின் நிழலில் ஓராள் நீளஅகலத்தைக் கம்பால்

அளந்தார். சீம்பிளிக்கல்லினால் எல்லை வகுத்து வரைந்த பிறகு தொடர்சரமாக மண்ணில் விழுந்தன பிக்காசுத் தடங்கள். வெற்றுடம்பில் மோதும் அந்திக்கதிர்களின் அம்புகளால் வடிந்த வியர்வைத்துளிகள் தரையில் சிதறின. அவர் அண்ணாந்து பார்த்தபோது தலைக்கு மேலாகத் தரை இருந்தது. கையை உயர்த்தினார். உச்சியில் இருந்த பிறைநிலாதான் பிடிபட்டிருக்க வேண்டும். மேலே ஏறி வந்ததும் இருட்டு அவருக்குப் பொன்னாடை போர்த்தியது.

மேயவிடப்பட்டிருந்த பசு புளியம்வேரில் பிடித்துக் கட்டப்பட்டு சத்தம் போட்டது. வேலைக்காரனை எதிர்பார்க்காமல் அவிழ்த்துக் கொண்டுவந்து தொழுவத்தில் கட்டினார். சில்லறை வேலைகளைச் செய்தபடி வீட்டைச் சுற்றிபற்றியே நின்றவர் சுற்றுப்பாடுகள் முழுவதையும் சுத்தமாக்கினார். அந்த இரவு முழுவதும் அவர் பொடிநேரம் கண்ணடைக்கவில்லை.

காலையில் குளித்தொருங்கி புதிய உடைகள் அணிந்து கொண்டு பூ முகவாசலில் உட்கார்ந்தார். மானேஜர் வந்ததும் அன்று பணியாளர்களுக்கு விடுமுறை அறிவிக்கச் சொன்னார். எதற்கென்று புரியாமல் நின்றவரிடம் எதுவுமே சொல்லாமல் வெளியே இறங்கி நடந்தார்.

ஆஸ்பத்திரியில் வார்டுக்கு வெளியே செல்லும் பாதையின் முடிவில் அமைந்த ரகசிய அறையொன்று திறக்கப்பட்டது. முகத்தை மூடிய வெள்ளைத்துணியை நீக்கப்போன தாதிப் பெண்ணை 'வேண்டாம்' என்று தடுத்தார். வராந்தாவில் நின்றபடியே கணக்கை முடித்துவிட்டுப் படிகளில் இறங்கிய போது, 'வண்டிக்காரனை அழைக்கலாமா?' என்று கேட்ட ஆஸ்பத்திரி ஊழியரிடம் பக்கத்தில் நின்ற கிழவரைச் சுட்டிக் காட்டினார். வண்டிக்காரனை அவர் கையோடு அழைத்து வந்திருந்தார்.

வாசலில் குதிரைவண்டி வந்து நின்றதும் ஊர் திரண்டது. இவ்வளவு கூட்டத்தை அவர் எதிர்பார்க்கவில்லை. தனக்கு இவ்வளவு சொந்தக்காரர்கள் உள்ளது அன்றுதான் அவருக்குத் தெரியும். உறவுக்காரப் பெண்கள் அழுவதற்கென்றே அவதாரம் எடுத்தவர்களைப் போலக் காணப்பட்டார்கள். ஒருத்தி கீழே விழுந்து உருளத் தொடங்கினாள். மற்ற பெண்கள் மஞ்சு விரட்டுக் காளையைப் போல அவளை அடக்க முனைந்ததில் வீட்டின் கதவுகட்டளைகள் சடசடத்தன. சீலை அவிழ்ந்து எங்கோ பறந்து செல்லப் பாவாடையும், ஜெம்பருமாக எழும்பி நின்ற அவளைப் பெண்களால் கட்டுப்படுத்த முடியாத நிலையில் ஆண்கள் கைகாரியம் செய்துகொண்டிருந்தனர். இதெல்லாம்

காண வேண்டாம் என்று கருதிய கடாட்சம் வாசலுக்கு வெளியில் ஏறிவரும் படிநடையின் ஓரமாக ஒரு கசேரியைப் போட்டுக்கொண்டு உட்கார்ந்திருந்தார். தூரத்தில் ஓட்டமும் நடையுமாக வந்துகொண்டிருக்கும் ஒரு கூட்டம் உறவுக் கும்பலைக் கண்டு திகைத்தார். அவர்களின் பாய்ச்சலில் வீடு தாங்குமா என்ற பயம் அவருக்குள் ஏற்பட்டது.

"எக்க பொன்னு அக்கோவ்... ஒன்ன இந்தக் கோலத்தில் பாக்கயா நான் குடிச்சிற்றிருந்த பழஞ்சியையும் தூர வீத்தீட்டு இஞ்ச வந்தேன்?"

கடாட்சம் இடதுகையை வாசலுக்குக் குறுக்கே வைத்து அவர்களை மறித்தார்.

"இங்க பாருங்க, யாருமே அழக்கூடாது. சரியா?"

வந்தவர்கள் திகைத்து நின்றனர்.

"அழுதா உள்ள விடமாட்டேன்."

கடாட்சத்தின் சகோதரர்களில் ஒருவர் இப்போது முன்னால் வந்தார்.

"நீ என்னவாக்கும் மனசில நெனச்சிருக்கே? நாங்க யாருமே வேண்டாம்ணு நெனச்சிட்டியா? ஆளு காஞ்சானப் போலப் பரிமாறாத பாத்துக்கா. கடைசியில நீ மட்டும்தான் காணும். ஓறும இருக்கட்டும்."

"இருந்தா இருக்க வேண்டியதுதான்."

"என்னது, இருக்க வேண்டியதுதானா? பெண்டாட்டி வீட்டில கெடந்து நாறி ஊறிப்போவா. பேசியத ஆலோசிச்சு பேசு."

கடாட்சம் பிறகு அவர்களிடம் வாய் கொடுக்கவில்லை. ஏன், முகம்கூடக் கொடுக்கவில்லை. தேன்பாட்டில்களைப் பார்சல் செய்யவரும் கள்ளிப் பலகைகளை எடுத்துப்போட்டு சக்கரவடிவில் நான்கு உருளைகளை அமைதியாக உட்கார்ந்து செய்துகொண்டிருந்தார்.

"பைத்தியம் பிடிச்சுப்போச்சா இவனுக்கு? பெண் டாட்டிக்காரி செத்துக் கெடக்கா. இவன் கொட்டாப்புளிய வச்சி பட்டறை வேலை பாத்துட்டு இருக்கான்."

"மையப்பெட்டி வேண்டப் போவண்டாமா?"

பதில் இல்லை.

“குழி வெட்ட காவதிமாரு வந்து நிக்கியானுவ. எடம் காட்டிக்குடு.”

குதிரை வண்டி திரும்பவும் வந்து நின்றது. அதிலிருந்து குதித்திறங்கிய ஆசாரி தேக்கு மரத்தால் செய்யப்பட்ட சிலுவை பதித்த மையப்பெட்டி ஒன்றைக் கீழே இறக்கி வைத்துவிட்டு நின்றான்.

“ஓகோ! எல்லாம் மொறப்படி நடந்துட்டுதான் இருக்குதா? அப்ப நாம இஞ்ச அவசியம் இல்ல போலிருக்கு. எல்லாரும் எழும்புங்க. இனி நிக்கண்டாம்.”

கடாட்சம் தலையை உயர்த்திப் பார்த்தபோது மொத்தக் கூட்டமும் கலைந்து செல்வதைக் கண்டார். அவரது உறவுக் காரர்களோ, அண்டை அயலார்களோ யாருமே இல்லை. வரும்போது அவர்கள் தூக்கிக்கொண்டு வந்த வலிய சோகங்களும், அழுகை இரைச்சல்களும் திடீரென மாறிக் கேலிகளும், நவளிப்புகளும், கதையடிப்புகளுமாகத் தொலைவில் கரைந்துகொண்டிருந்தனர்.

“பெண்டாட்டி செத்துப்போன மனுஷன் கண்ணில ஒரு சொட்டு தண்ணி வரக் காணுமே?”

“அகத்த இருக்கியதத்தானே மச்சான் மொகம் காட்டும். அவம் மனசில வேற செல கணக்கு கூட்டுகளொக்க உண்டு.”

“என்னது?”

“புதுசா ஒண்ணு கெட்டுலாம்ணு அமுக்கி வச்சி சந்தோசம் கொண்டாடுதான்.”

“இருக்கலாம். நல்ல மொதலும் கிட்டும்.”

“இதுக்கெடையில நீயும், நானும் வந்து நிண்ணா பொறுப்பானா?”

“மச்சான், எதுக்கும் ஒரு யோகம் வேணும்.”

தஞ்சம்மாளின் தலையில் தைலம் பூசிய கடாட்சம் அறைக் கதவை அடைத்தார். ஆசாரி மையப்பெட்டியில் உருளை களைப் பொருத்திவிட்டுச் சென்றிருந்தான். பெட்டியை மூடும் போது எழுந்த மனஉணர்ச்சியைச் சிரமத்துடன் அடக்கிக் கொண்டவாறு மௌனமாக வீட்டுக்கு வெளியில் இழுத்து வந்தார். தெரு ஆங்காங்கே கூடிநின்று வேடிக்கை பார்த்தது. வயக்கரைக் குழியின் ஓரம் நிறுத்திவிட்டு இரண்டு கரங்களால் தனது உடலைத் தாங்கி உள்ளே இறங்கினார். ஒரு குழந்தையை அதன் அப்பன் தலைக்கு உயர நிறுத்துவதுபோலப் பெட்டியைத்

தூக்கிக் குழியில் வைத்தார். திரும்பவும் மேலேறி நின்று வானத்தை அண்ணாந்து பார்த்தார். அவர் கண்களில் இப்போது தான் இதுவரையிலும் பாதுகாத்த ஒருபொருளை யாரிடமோ ஒப்படைப்பது போல இருந்தது.

கையில் ஒரு பிடி மண் அள்ளியவர் மூன்று தடவைகள் போட்டுவிட்டு நிமிர்ந்தார். பெட்டியின்மேல் மண்ணும், கற்களும் விழுந்தபோது கேட்ட ஒலியில் புளிச்சிமாவில் அமர்ந் திருந்த பறவைகள் சடசடத்தன. குழி நிரம்பி மேடாவதற்கு நேரம் பிடித்தது. பின்னிரவில் வாய்க்காலில் இறங்கி மூழ்கியவர் நீருக்குள் மூச்சுப்பிடித்து அமர்ந்து மனம்விட்டு அழுதார். அவர் பாரங்களெல்லாம் நீருக்குள் வெளிச்சம் ஊடுருவ முடியாத இருள் அடர்த்தியில் கரைந்து ஒழுகின. தலையைத் துவட்டிவிட்டுக் கரையேறியபோது மனம் பறப்பதுபோல லேசாய் இருந்தது.

மூணுமுக்கு ரோட்டில் ஏறியதும் தூரத்தில் ராட்சதத் தேனீயின் இரைச்சல்போல ஏதோ படிப்படியாக ஒலிப்பது கேட்டுக் காதுகளைக் கொடுத்தார். நீண்டசாலையின் ஒரு ஓரத்தில் அவரை நோக்கி வந்துகொண்டிருந்த அந்த வாகனம் ஒரு மோட்டார் சைக்கிள் என்பதை அறிய சிறிதுநேரம் பிடித்தது. அதில் உடலோடு உடல் பிணைந்த நிலையில் ஒரு ஆணும் பெண்ணும் அமர்ந்திருந்தனர். எந்த இலக்கு மின்றி ஓடிக்கொண்டிருந்த அந்த இயந்திரமும், மனிதர்களும் அவரைக் கடந்தபோதுதான் அது றாபி என்பதை அறிந்து கொண்டார். எந்தப் பிரதிபலிப்பும் காட்டாமல் வீட்டுக்குள் நுழைந்து அந்த நாளுக்குரிய அலுவல்களில் புகுந்தார்.

மோட்டார் சைக்கிள் ஊர்முழுக்க உறுமியபடி பறந்தது. பலர் தூக்கத்தை அது பறித்ததுடன் வயோதிபர்களின் நடுக்கத்தை அதிகரித்தது. அதன் அதிர்வினால் பனங்காய்கள் உதிர்ந்தன. தூசு, மேகம் போல் எழும்பி ஊரை மறைத்தது. பலர் குட்டிச்சாத்தானின் வேலை இதென்று கதவை அடைத்துக் கொண்டு உள்ளே இருந்தனர். நாள் போகப் போக எந்தக் கேடும் விளையாததால் ஒருவாறு பயம் நீங்கி விநோதமாகப் பார்த்தார்கள். மூக்கில் வளையம் போட்டுக்கொண்டு முக்கா டிட்ட அந்தப் பெண்ணைக் காட்டிலும் அந்த வாகனமே அவர்களிடம் அதிசயத்தை உருவாக்கியது. அவர்கள் அதனை இப்போதுதான் முதன்முதலாகப் பார்க்கிறார்கள்.

○

என்ஜின் ஸ்டார்ட் ஆகிவிட்டது. கழிக்கோல் கம்புகளை ஊடுருவிக் கசியும் அதன் கதிர்கள் றாபியின் செவிகளில்

திருங்கின. மின்சாரத்தைத் தொட்ட உலுக்கல் ஞாபகத்தைச் சிதைப்பதும், அளிப்பதுமாய் இருந்தது. வெள்ளை அருவி குதிக்கும் ஒளியில் ஈச்சி உயர இருந்து சிரித்தது. இந்த ஒன்றரை ஆண்டுகளில் அவன் பறந்துகொண்டிருந்த மோட்டார் சைக்கிளைப் பார்க்கும் போதெல்லாம் வாழைத் தோப்பில் சிறுவயதில் கண்ட காட்சிகள் குழம்பி வெளிப்பட்டன. தின வெடுத்த பெண் ஈ அந்தத் தாரித்திரியம் பிடித்த சோம்பேறி ஈயின் கரங்களைப் பற்றி அதன் உயிரைக் கொறித்துத் துப்பிய சம்பவம் உடலில் படர்ந்தது. துருப்பிடித்துக்கிடக்கும் மோட்டார் சைக்கிளுடன் தன்னை ஒப்பிட்டுப் பார்த்தான். அவன் மனம் உருகி வழிந்து நீராய் ஓடிய வாய்க்கால்களில் எல்லாம் அதன் டயர்கள் உரசிய தடங்கள் பாம்பு ஊர்ந்ததைப் போலத் தெரிந்தது. இன்று எழும்பி நடக்க முடியாது. குழித்துறை பாலத்திலிருந்து பறந்த மோட்டார் ஈ, பாறையில் மோதிய போது சிதறிய அவன் வலது காலை ஆற்றுவெள்ளம் எங்கோ இழுத்துச் சென்றதால் இப்போது மரக்கால். மாதக்கணக்கில் வெள்ளத்தில் கிடந்த மோட்டார் சைக்கிள் ஒருநாள் அணை திறந்த வெள்ளத்தில் கரை ஒதுங்கிய போது யாரோ தூக்கி வந்து வீட்டுச்சுவரில் சாரி வைத்தார்கள். கூடப்பறந்த ரஞ்சினி அவனிடம் கிடைத்த அல்லது கிடைக்காத ஒன்றை இன்னொருவரிடம் கிடைக்கும் என்ற நம்பிக்கையில் இன்னமும் பறந்துகொண்டுதான் இருக்கிறாள். றாபியின் கண்களில் தன்னைத் துயரத்தில் தள்ளிவிட்டுத் தன்னிடம் உறுஞ்சிய இன்பத்தை அசை போட்டவாறு அவள் களிப்பதாகத் தெரிந்தது.

இரவுதான் அவனைப் பாடாய்ப் படுத்துகிறது. அதிலும் பௌர்ணமி இரவுகளின்போது பீறிடும் உடல் மனக்கிளர்ச்சியை என்ன செய்தாலும் தடுக்க முடியவில்லை. ரஞ்சினியின் பத்தியெடுத்த இளம் முலை பருத்து, அடங்கி குழந்தைக்கு ஊட்டியது போக இவன் வாய் வைத்தபோது, வயிறு நிறைந்து தொடைவழி ஒழுகும் போக நிறை விந்துவின் மற்றோர் வாசனை. அந்த இரவுகளுக்கும் அதே குணத்தில் இன்னொரு நிறம்.

ஈச்சியின் பற்களற்ற நகைப்பு அவனை அவமானப் படுத்தியதைவிடப் பதிலுக்கு எதையும் செய்ய இயலாமையே வருத்தியது. துணைக்கு ஒரே அஃறிணை உயிர் ஊணி நடக்கும் கம்பு. குறிவைத்து எறிந்தான். கொல்லம் ஓடு பொட்டிக் கழன்றது. மேலிருந்து ஈச்சி சிறகுவிரித்த மோட்டார் சைக்கிளாய்த் தலையில் விழுந்து கொட்டியது. கலங்கிக் குழைந்தவன் கண்களை விரித்துத் தரையில் கிடந்தவாறு பார்த்தான். ஈச்சி பறந்து போயிற்று.

எங்கே போனது? கரிச்சைபோலச் செவியில் குடையத்தானே செய்கிறது. தனது உயிரையும் தின்று முடிக்காமல் அது போகாது.

நெஞ்சில் அதன் கிறுகிறுப்பு பனிக்காலம் இழுப்புக்கார னின் சுவாசம் போல ஒலிக்க, யோசித்தான். இதன் உயிர் எங்கே இருக்கிறது? அதன் சூட்சுமம் என்ன? அறியாதவரைக்கும் அதை ஒன்றும் செய்ய முடியாது.

"உயிர் என்றால் என்ன?"

"சதைகளினூடே வழியும் ராகம்."

"கருவியை உடைக்க வேண்டும் முதலில்."

நெஞ்சில் மாறிமாறி இருத்தித் தல்லினான். ஈச்சி உமிழும் வெள்ளை நிறத்தின் இன்னொரு நிறமான சிவப்பு, வாயில் வெளிப்படுவது வரைக்கும் தல்லினான். ஈச்சி தொண்டைக்குள் ஏறி இருந்து உறுமியது.

அந்த அவஸ்தையிலும் அவன் நகைத்தான். அடுத்த தாக்குதலில் தன்வசமாகப்போகும் நம்பிக்கை நிலையின் எள்ளற்குறிப்பு. 'இரு! இரு!' என்றவாறு முற்றத்தில் இறங்கிய போது, மூலையில் ஒதுங்கிய எலி காட்சியில் நின்றது. மரம் நின்ற அடையாளமான குற்றி மூடும், அதிலிருந்து திளிர்த்த கம்பையும், மோட்டையும் இணைத்த அசைக்கயிற்றை அவிழ்த் தான். முடிச்சி இடத் துவங்கும் போதே ஈச்சியின் சிறகடிக் கசறல் தொண்டைக்குழியில் வேகமானது. 'கொஞ்சம் பொறு!' என்றான் நிதானக் கேலியாய். கொட்டை முடிச்சில் கண்ணி போட்டுத் தலைக்கு மேலாய்த் தூக்கிக் கழுத்தில் மாட்டிவிட்டு, கைகளில் பலத்தைத் தேக்கிக் கண்களை இறுக மூடிப் பல்லைக் கடித்தவாறு சப்தம் எழுப்பிக்கொண்டே இழுத்தான். அந்த விடுதலைப் போராட்டத்தின் பின்னடைவைப் பிரியொன்று நைந்து தீர்மானிக்க, அற்பப்பொருளால்கூட மீட்க முடியாத நிலையில் ஈச்சியின் எல்லைக்குள் நிர்ணயிக்கப்பட்ட மனித வஸ்துவாய் இருந்தான்.

ரோட்டோரம் நிறுத்தி வைக்கப்பட்டிருந்த மோட்டார் சைக்கிளை அன்று இயந்திர ஈயாய் அடையாளம் கண்டு வாங்கி அதில் நாள் கணக்கில் பறந்தபோது ஒருநாள் பெயர் தெரியாத ஊரின் பகல்வேளையில் தளர்ந்து விழுந்தான். சுயமாகவே உணர்வு வந்து பார்த்தபோது அவனைச் சுற்றிலும் பொம்மைகள் செய்து வைக்கப்பட்டிருப்பதைக் கண்டான். சாமிப் பொம்மைகளைவிட அதிகமாகக் குழந்தைப் பொம்மைகள் விதம்விதமான நளினங்களைக் காட்டிக்கொண்டு நின்றன. அவற்றின் முகபாவனைகளில் கசிந்த அலைப்

பரவல்கள் அவன் மயக்கம் தெளித்தன. சற்று தூரத்தில் பின்தோற்றத்தில் உட்கார்ந்த நிலையில் ஒரு பெண்மணி அச்சு ஒன்றின் துணையினால் பொம்மைகளை வார்த்துக் கொண்டிருந்தாள். அவள் தலையை மூடி முக்காடு போட்டுக் கொண்டிருந்ததால் முகத்தின் பக்கவாட்டுத் தோற்றம்கூடத் தெரியவில்லை. பக்கத்தில் பிளாஸ்டிக் கூடுகளால் செய்யப் பட்ட கூடாரம் ஒன்று படுத்து காணப்பட்டது. இவ்வளவு உயரம் குறைந்த அதனுள் மனிதர்கள் எப்படித்தான் வசிக்கிறார் களோ என்று நினைத்தான்.

றாபி எழுந்து சென்று அவள் முகத்தைப் பார்த்துத் தண்ணீர் கேட்டான். அவன் கைகளைப் பற்றிக்கொண்டு கூடாரத்திற்குள் அழைத்துச் சென்றவள் அவனுடன் சல்லா பித்தாள். அவர்கள் பழக்கத்தில் ஆடவன் ஒருவன் பெண்ணிடம் தண்ணீர் கேட்டால் கூடுவதற்கான குறிப்பு என்பதை அவன் அப்போது அறிந்திருக்கவில்லை.

அந்த நேசம் அவனை வெகுவாய்க் கவர்ந்தது. அந்தக் கூட்டத்தோடு தொடர்பு கொண்டு அதிலிருந்து அவளைத் தனியே பிரித்தெடுத்து வெளியில் கொண்டு வந்தான். அவன் கையிலிருந்த பணம் அதற்குப் பேருதவியாய் இருந்தது. அவளுக்குப் பொம்மைகளைக் கைவிட மனம் வரவில்லை. பொம்மைகள் இல்லாத உலகத்தில் இரண்டு மூன்று நாட்கள் அவள் திண்டாடித்தான் போனாள். என்றாலும் அவனது பிடிவாதத்தில் மனம் கரைந்து உடன் தொடர்ந்தாள். அவன் முதன்முதலாக அவளுக்கு கடலைக் காட்டிக் கொடுத்தான். அவளால் நம்பவே முடியாத விசித்திரமாக அது விளங்கியது. அந்த அகண்டபரப்பு ஒருவிதச் சலிப்பையே தந்தது. மீசைக் காரனுக்கு முகத்தைத் திருப்பும் குழந்தையைப் போல அந்த இடம்விட்டு அகன்றாள்.

அவன் அரண்மனை போன்ற தனது வீட்டைக் காட்டிக் கொடுத்தான். அவள் அதில் அக்கறை காட்டாதது அவனை அதிசயப்படுத்தியது. அவள் விளைகளிலும், மரங்களின் மூட்டிலும் உறங்குவதையே பெரிதும் விரும்பினாள். உணவை மட்டுமல்ல, உறவையும் பொதுவில் வைத்தே அனுபவித்தாள். நாள் செல்லச் செல்ல ஆண்களின் கூட்டம் அவளைச் சுற்றி மொய்க்கத் தொடங்கியது. அவள் வந்த அனைவரோடும் ஈடுபாடு செலுத்தினாள். றாபி உறங்கும்போது ஒளித்தொளித்து அவளைத் தேடிவரும் ஆண்கள் இப்போது அவன் விழித் திருக்கும்போதும் வரத்தொடங்கினர். அவன் முன்னிலையில் அவளைக் கூடிய ஒருவன் றாபியின் முகத்தில் காறித்துப்பி விட்டுச் சென்றான்.

கடாட்சத்திற்குப் பலவழிகளில் செய்திகள் கிடைத்தன. றாபியிடம் பேச யத்தனித்த சமயங்களில் எல்லாம் அவருக்கு அலட்சியமான பதில்தான் வந்தடைந்தது. அவர் மௌனம் மேலும் இறுகி உருக்கொண்டது. வீட்டைக்காலி செய்பவன் மனநிலையில் அவர் சிந்தையை வெறுமையாக்கி வைத்திருந்தார்.

அன்று காலை விடிந்ததும் குளித்தெழுந்து புதிதாய்த் தைத்துவைத்திருந்த துணிமணிகளை அணிந்துகொண்டார். நாட்டையரைத் தேடி மிஷன் வீட்டுக்குச் செல்லும்போது நேற்றைய சம்பவம் நினைவுக்கு வந்தது. நெய்யூர் சென்ற அவர் தனது பால்யகால நண்பனின் மரக்கடைக்கு வந்தார்.

"ஆபிரகாமே! நமக்கு ஒரு மையப்பெட்டி கூட்டணும்."

"ஆரு மரிச்சது?"

"இனிதான் மரிக்கணும்."

"கொள்ளாம்! அளவு என்ன?"

"எனக்க அளவ எடுத்தா மதி"

"இத்தின வயசாயிட்டும் அந்தப் பழைய வெளையாட்டுப் புத்தி ஒம்மளவிட்டு இன்னும் போவல்ல."

"ஒனக்கிட்ட நான் வெளையாடவா வந்தேன்? இன்னா பணத்தப் பிடி. செணம்ணு ஒரு மையப்பெட்டி நல்லாவணும்."

அதற்குமேல் ஆபிரகாம் ஒருவார்த்தை பேசவில்லை. பணத்தை எண்ணிப் பார்க்கவும் செய்யவில்லை. பார்த்தால் முகம் தெரியும் அளவுக்கு பாலிஷ் கொடுத்த நல்ல தேக்கம் பலகையில் மையப்பெட்டி ஒன்றைக் கூட்டிக்கொடுத்தார்.

நாட்டயர் வீட்டிலேயே இருந்தார். இளம்பிராயம். கறுத்த கயிறு இன்னமும் இடுப்பில் ஏறாததால் கள்ளங்கபடம் சற்றுக் குறைவாகவே அவரிடம் காணப்பட்டது. ஓடோடி வந்து கதவைத் திறந்தார்.

"வாங்க! வீட்டுக்கு வரணும்ணு பலதடவை நெனச்சதுண்டு. சபைக்கமிற்றி எடுத்த தீர்மானத்ததான் அறிஞ்சிருப்பியளே?"

"தெரியும்"

"அம்மாவ அடக்கம் செய்யும்முன்பு நான் பெய் ஒரு ஜெபமாவது செய்துட்டு வாறேணு நல்லா கேட்டுப் பார்த்தேன். ஓம்ம அங்கி தெறிச்சிரும்ணு சொன்னானுவ. நீங்க ஒற்றைக்கே எல்லாத்தையும் செய்ததா கேள்விப்பட்டேன்."

"ஆமா!"

“மகன் செய்த காரியத்த பெற்றோர்மேல ஏன் காட்டணும்னு கேட்டேன் பாருங்க, இண்ணக்கிவர பதிலே இல்ல.”

“இண்ணக்கி மத்தியானம் பனிரெண்டு மணிக்கு வீட்டில ஒரு நிகழ்ச்சி. வரமுடியுமா?”

“கண்டிப்பா வாரேன்.”

“அது போதும்.”

கடாட்சம் வீட்டிற்கு வந்து சாப்பிட்டார். இயேசுநாதர் சீடர்களுடன் உணவருந்தும் ‘கடைசி விருந்து’ ஓவியம் அவரது கூர்மையான விழிகளில் அகப்பட்டது. சாப்பிட்டு முடிந்ததும் ஆடைகளைச் சரிப்படுத்திக்கொண்டு மையப் பெட்டியில் ஏறிப்படுத்துக் கண்களை மூடினார். முடிவறாத உறக்கம் வந்து அவரைத் தழுவியது.

ரஞ்சனி பழையபடியே விளைகளில்தான் சகவாசம் கொள்கிறாள். இன்று அவள் பெயர் ஜஸானா. அது ஒரு விருட்சத்தின் பெயரையோ, விலங்கின் பெயரையோ, பறவையின் பெயரையோ நமக்கு நினைவூட்டலாம். ஆனால் அவள் அவை எல்லாவற்றின் அசைவுகளையும் பெற்று நம்மையெல்லாம் கடந்து காலவெளியில் சென்றுகொண்டிருக்கிறாள். அவளிடம் கூடுவதற்கு இப்போது அண்டை அயலார் எவரும் தயாராய் இல்லை. இருள் வெளியில் அவள் நெஞ்சைத் தடவிய ஒருவன் மார்புக் குலைகளைக் காணாமல் தழும்புகளை ஓட்டைகளாக நினைத்து ‘எசக்கி...’ என்று அலறியபடியே ஓடியதிலிருந்து யாரும் அந்த விளைப்பக்கமாகச் செல்வதில்லை. சிலநாள் முன்பு றாபி வந்து அவளிடம் வெறியுடன் கூடினான். வழக்கம் போல அவள் நகைத்து அவன் இயலாமையைச் சுட்டினாள். பொறுக்க முடியாத ஆத்திரத்தில் கழன்று விழுந்த மரக்காலையும் மறந்து அவள் மேல் வெறிநாயைப் போலப் பாய்ந்து முலையைக் கடித்தான். இரண்டையும் அப்படியே அறுத்து அவன் கையில் கொடுத்தாள். பனைமுட்டில் இறக்கி வைத்திருந்த கள்ளைத் தூக்கித் தலையில் ஊற்றிக் குளித்துவிட்டுக் கலயத்தைப் போட்டு உடைத்தாள். அவன் ஒற்றைக்காலில் துள்ளியவாறு தனது உயிரைக் காப்பாற்ற ஓடினான்.

அவள் எல்லா ஆண்களையும் குடித்துத் தனது தாகந் தீர்க்க நினைத்தாள். ஆனால் எந்தப் பெண்ணின் தாகத்தையும் எந்த ஆண்களாலும் தீர்க்க முடியாது என்பதை அவள் நிருபித்துக் காட்டினாள். கூடும் வேளையில் ஆவேச ஆகிருதிகளோடு வருபவர்கள் கணப்பொழுதில் தன்மீதே கவிழும் போது அவள் உதைத்துத் தள்ளினாள். ஆண்களுக்கு ஏன் இத்தனை பலவீனம் என்று இரக்கம் கொண்டவள் அதையும்

மீறிய அவர்களின் அலம்பல்களினால் எரிச்சல் அடைந்தாள். அதற்கு அவள் கண்ட பரிகாரம்தான் சில முடிவுகளுக்கு நேராக அவளை நகர்த்தியது.

வயிற்றில் தங்குவதைப் பொறுமையாகச் சுமந்து திரிந்தாள். நேரம் வந்ததும் ஆற்றங்கரைக்குச் செல்வாள். பஃறுளியாற்றின் கரை நிழலில் அவளுக்கென்று பல இடங்களில் மணற்படுக்கைகள் இருந்தன. உதிய மரத்தின் மூட்டில் அமர்ந்து முக்கிச் சுமையை இறக்குவாள். தொப்புள்க்கொடியைப் பல்லால் கடித்து அறுத்து முடிச்சுப் போடுவாள். ஆண் குழந்தை என்றால் ஒரு சூரியனைப் பார்க்கும் காலத்தைக்கூட அதற்குத் தர மாட்டாள். உடனே ஆற்றில் எறிந்துவிடுவாள்.

இடுப்புக்கு மேல் முற்றிலுமாக மறைக்கும் அவள் தலைமயிரை ஒதுக்கிய ஒருவன் முதுகைத் தடவினான். வழிப்போக்கனாக அவன் இருக்க வேண்டும். அவள் ஒரு மரிச்சினிக் கிழங்கைக் கத்தியால் நொறுக்கித் தின்றுகொண்டிருந்தாள். அவளைக் கீழே தள்ளியவன் உற்சாக மிகுதியால் மேலே ஏறினான். றாபி மோட்டார் சைக்கிளில் ஏறி அமர்வதை ஒத்திருந்தது அது. அவன் இயங்கினான். அவள் எதுவும் நடவாததுபோலக் கிழங்கைக் கொத்தி நொறுக்கிச் சவைத்துத் துப்பினாள். திடீரெனப் பெருங்குரலெடுத்துக் கத்திக்கொண்டு அவன் தளர்ந்தான். அவன் முகம் அவள் நெஞ்சில் வந்து விழுந்தது. கத்தியைக் கீழே வைத்துவிட்டு வலது கையால் அவன் தலையைத் தூக்கினாள். அவன் கோபத்தோடு அவள் முகத்தில் ஓங்கி ஒரு குத்துக் குத்தினான். தரையைத் தடவிக் கத்தியை எடுத்தவள் அவன் குரல்வளையில் ஓங்கி ஒரு வெட்டுக் கொடுத்தாள். துடிதுடித்து அடங்கினான். அவன் உயிர்நிலையை வெட்டி அவன் வாயில் திணித்துவிட்டு நடந்தாள்.

ஏப்ரல் 1998

கயம்

கூம்பாய் மெலிந்த ஒற்றைப் பாறையிலிருந்து தவளைலாவகத்தில் ஒன்பது தேகம் ஆறு தேங்கிச் சுழலும் கயத்தில் வெள்ளி சிதற விழுந்தபோது, கரைகள் கும்மாளமிட்டு அடங்கின. இந்தக் கதையின் துவக்கம் போலவே அந்த நிகழ்வும் இருந்தது. நொடியைப் பல்லாயிரம் கூறுகளாகப் பிளந்தெடுக்கும் சமயத்தின் ஒவ்வொரு முடிவிலும் ஒரு கத்திரிக்காய் பூத்து விடுகிறது. காலத்திற்கு அரைகுறை உணர்வோடு குழந்தையின் உறக்கம்தான் எப்போதும்.

கேட்பது நிகழ்வதற்கு முன்னமே காலம் கதை கேட்டுக்கொண்டுதான் இருக்கிறது. நீங்கள் கேட்கப் போவதும் ஒரு கதை என்று சொல்லும்போதே அந்தக் கதையும் ஏற்கனவே காலம் கேட்டுவிட்ட கதைதான் என்பது குறிப்பிடத்தக்கது. இதில் என்னால் என்ன செய்ய முடியும்? நம் எல்லோரையும்விடப் பெரிய காது அதற்கு. என்னால் முடிந்தது நிகழ்ந்ததை நிகழ்த்து வது தானே.

ஒன்பதாவது பையன் குதிக்கத் தயாராய் நின்றபோது, கரையில் இரண்டுபேர் தமக்கெதிரே நின்ற நான்கு பேர்களடங்கிய கும்பலிடம் பேரம் பேசிக்கொண்டிருந்த சேவற்கோழி மூன்று இழுப்பெடுத்து ஒருமுறை கூவியது. அதுதான் கடைசிக் கூவல். அடுத்த நொடியில் அடுத்து நடக்கும் கதையின் முடிவு நிகழ்ந்துவிட்டது.

அற்ப நொடிதான்; ஆனால் கற்பகாலம் வரை ஒடுங்கியும், விரிந்தும், பரந்தும், சுருங்கிய உயிர்களில் படிந்த புக்கலம், வெயிலாகவும் நிழலாகவும், தீயாகவும், தண்ணீராகவும், இருட்டாகவும் வெளிச்சமாகவும், அருவத்தினின்றும் கிடைத்த உருவத்தைச் சுமந்துகொண்டு

குமாரசெல்வா

ஒற்றைப் பாறையாகக் காலவெளியில் சாமாயிக விரதமிருப்பதை எனது நாட்களின் எல்லையில் நிறுத்தி விளக்கவோ, அளக்கவோ, வேறு எந்த வகைகளில் விவரிக்கவோ, வியாக்கியானம் செய்யவோ முடியுமா?

ஒரே நிகழ்ச்சி எத்தனை நாட்கள்தான் தொடர்ந்து கொண்டிருக்கும்? ஒரு அச்சில் நின்றுதான் உலகம் சுழல்கிறதா என்ன? நிகழ்ச்சியை நிகழ்ச்சி மறுக்கும் காலகட்டத்தில் இன்றைய நிகழ்வு சற்று வித்தியாசமாக இருந்தது அந்தப் பாறைக்கு. அவர்கள் நான்கு பேர்களும் நன்கு தெரிந்தவர்களே. வங்கிப் பணியாளர்கள் என்பது அவர்களின் பேச்சிலிருந்து அறிந்துகொண்டது. கூண்டுக்குள் அடைந்து வெறும் ரூபாய்த் தாள்களிலேயே முழித்துக்கொண்டிருப்பதால் மனதில் புகுந்த இருட்டுக்களையும், உடம்பில் ஏறிய அழுத்தங்களையும் கரைக்க எப்போதாவது இங்கு வந்து போவார்கள் போலும். தலை நிறைய எண்ணெய் தேய்த்துக் கண்கள் சிவக்கக் குளித்துவிட்டுப் போகும் நாற்பதைத் தாண்டிய வயதுக்குரிய எண்ணமே அவர்களிடம் இருந்தது. இதுவரைக்கும் அவர்கள் இங்கு வந்து போய்க்கொண்டிருந்ததும் அப்படித்தான்.

நதி அலைந்து களைத்து பாறையின் கால்மாட்டில் ஒதுங்கும் சமயம். துறைமண்டபத்தில், மரத்தடியில், கோயில் படிக்கட்டுகளில் எனத் திட்டுத்திட்டாகத் தெரிந்த தலைகள் மெல்லக்கரைந்து, அருவியின் ஆரவாரம் எங்கும் பற்றிப்பரவும் சூழல். கல்மண்டபத்திலிருந்து விலகிப் பாறையில் உட்கார்ந்திருந்த நான்கு பேரை அப்போதுதான் அந்த இரண்டு பேரும் நெருங்கினார்கள்.

"சமயம் என்ன?"

"சிக்ஸ் தர்ட்டி."

"நாகர்கோயிலா?"

"ஆமா."

ஆங்காங்கே குழல்விளக்குகள் மின்னி வெளிச்சத்தை வாரிவீச, அருவியின் நிறத்தில் கறுப்பு வெள்ளைப் படம் போன்ற புதிய சாயல்.

"கடைசி பஸ் இனி ஒன்பதுக்குத்தானே?"

"ஆமா."

"யாராவது வரணுமோ?"

"இல்ல."

அந்த இரண்டு பேரின் கேள்வியும், ரீதியும் எதையோ செய்யப்போவதற்கான பாயிரம் போல இருந்தது. நான்கு

பேரில் இதுவரைக்கும் பதில் சொல்லிக்கொண்டிருந்தவனும், முகத்தில் அனுபவமுதிர்ச்சி தெரிந்தவனுமான ஒருவன் மட்டுமே மேலும் அவர்களுடன் ஈடுபடும் வகையிலான மனோபாவம் கொண்டிருந்தான். மற்ற மூவரும் அதில் அதிகம் அக்கறை கொள்ளாமலும், அதனை அவ்வளவாக விரும்பாமலும் இருந்தனர்.

இருவரில் ஒல்லியான தேகவாகு உடையவனும், அடிக்கடி மீசையைத் தடவும் செய்கையும் கொண்டவனுமான தோட்டைக்காலன், கனத்து ஒருமுறை இருமினான். தனது குரலில் சற்றுக் கடுமையை ஏற்றி அதட்டும் தொனியில் பேசலானான்.

"நாங்க இங்க உள்ள வாச்சர்களாக்கும்..."

"..."

('அதற்கு இப்போது என்ன?' என்பதுபோலிருந்தது அந்த நான்கு பேர்களின் மௌனம்.)

"ஆறு மணி வரைக்கும்தான் பார்வையாளர்கள் உள்ளே இருக்க அனுமதி உண்டு."

"..."

('மணி இன்னும் ஆறு ஆகவில்லையா?' என்பது போல இருந்தது அந்த மௌனம்.)

எதிர்பார்த்த பலன் எதிரே நின்றபடி பேசிக்கொண்டிருந்த அந்த இருவருக்கும் கிட்டவில்லை போலும். அதன் பாதிப்பு முகத்தில் தெரிய, ஒருவருக்கொருவர் குறிப்பால் நோக்கினர். தோட்டைக்காலனைப் பார்த்து அடுத்தவன் பேசினான்.

"என்ன ஓய் மெரட்டுகீரு. இவியளும் நம்ம ஆளுவதான் இப்ப."

"நம்ம ஆளுவளப் போலத் தெரியலையே?"

"ஒம்மாண ஓய் இவியளும் நம்ம ஆளுவதான். நம்மளப் போலத்தான் இவியளும் இருக்கினும்."

"நம்மளப் போலத்தானா?"

"பின்ன?"

"யாரப் பார்க்க இருக்கினும்?"

"எமனப் பார்க்க இருக்கினும்."

"அப்ப செரி, இவியளும் நம்ம ஆளுவதான்."

"ஒத்துகிட்டீரா?"

"வோ!"

இதுவரைக்கும் அதட்டிய குரலில் பேசியவன் இப்போது ஒருமாதிரியாக நெளிந்தான். டியூப்லைட் வெளிச்சத்தில் நெளிந்த மீசைகளிடையே அவனுடைய பற்கள் நீற்றுச் சுண்ணாம்பாய்த் தெரிந்தன.

"எங்கி அந்த எமன ஒண்ணு கொண்டுவா! எல்லாருமா சேந்து பாப்பம்."

தூரத் தள்ளி நின்ற அசோகமரத்தின் மறைவிலிருந்து சற்று நேரத்தில் வெளிப்பட்ட பாட்டிலும், குப்பிகிளாசும் எமன் என்று அவர்கள் குறிப்பிட்ட அந்தச் சங்கதியைப் பரசியமாக்கியது.

நால்வரும் ஒருவரையொருவர் பார்த்துக்கொண்டனர். இந்த விஷயத்தில் அதிகம் பழக்கம் இல்லாதது போல இருந்தது அந்தப் பார்வை. அதிலும் வெளியூர் வந்து இப்படிப்பட்ட காரியத்தில் ஈடுபடும் மனநிலையை அவர்கள் விரும்பாதது போலத் தெரிந்தது. இதனைப் புரிந்துகொண்ட தோட்டைக் காலன், முகத்தில் சற்று அனுபவமுதிர்ச்சி தென்பட்டவனின் மனத்தைக் குறிவைக்கும்படியாகப் பேசலானான்.

"ஓங்களுக்குப் பழக்கம் குறைவுண்ணா, சாருட்ட கேட்டுப் பாருங்க."

"நமக்குப் பழக்கம் இல்லீங்க."

"சார் அப்படி சொல்லப்பிடாது. ஓங்கள நான் அடிக்கடி பல இடங்களில் பார்த்திருக்கிறேன்."

தன்மேல் ஏற்றிக் கூறப்பட்ட சொற்களினால் சற்றுப் பெருமையான மனநிலையில் தனது சக நண்பர்கள் மத்தியில் மிதந்தவாறிருந்த அந்த நபரைத் தனது காரியத்தை நோக்கி நகர்த்திவிட்டான் தோட்டைக்காலன்.

"பாதகம் இல்லையே?"

"அய்...யோ... நாங்க தெவசம் அடிக்கிறதுதானே. நயம் வாற்று. என்ன கெடுதல் செய்யப்போவு?"

"போதும்... கொஞ்சம்... இதெல்லாம் குடிக்க முடியாது."

"சும்மா குடிச்சனும் சாரே."

நால்வரில் ஒருவன் காரியமாக ஒதுங்கிக் கல்மண்டத்தில் வந்து அமர்ந்தான். திரவ வடிவில் உள்ளே சென்ற வஸ்து ஆவி வடிவம் கொண்டது.

"ஒரு குப்பி கூட கொண்டு வரட்டா?"

"கொண்டுவா! நல்லாத்தான் இருக்கு."

"என்னதெங்கிலும் தின்னண்டாமா சாரே? இப்பிடி வெறும் வயத்தில குடிச்சாலோ?"

"ஆமா, நேக்கு நன்னா பசிக்குது."

மூவரில் அதிகம் ஈடுபாடு காட்டாமல் இருந்தவன் முத்து உதிர்வதுபோல ஒரு வாக்கியம் பேசினான்.

"ஓயப்பே, கனகவாயிட்ட பெய் ரெண்டு குப்பி வாற்று கொண்டு வாடேய். வரும்பம் வேங்கருக்க வெளையில எறங்கி நல்ல மூடா பாத்து ஒரு கம்பு மரிச்சினியும் கூட பிடுங்கீட்டு வா."

தோட்டைக்காலனின் தாராள குணத்தில் ஒலித்த குரல் ஓயப்பிடம் எரிச்சலைக் கிளப்பி இருக்க வேண்டும். மீசையைத் தடவியவாறு ஒதுக்கமாய் நின்ற தோட்டைக்காலனை வித்தியாசமாக ஒரு தரம் பார்த்துவிட்டுப் பாறையின் மேல் ஏறிச்சென்று அருவிக்கு அப்புறம் தென்படும்படியாகப் பார்த்தான். கனகபாயின் குடிசையின் இருப்பை உள்ளே எரிந்துகொண்டிருந்த விளக்கின் வெளிச்சம் காட்டிக் கொடுத்தது. தண்ணீர் கலந்து விற்ற மண்ணெண்ணெய், திரியின் குரல் வளையை நெரித்துக்கொண்டிருந்தது. வாற்றில் அவள் சேர்க்கும் மாயத்தை மளிகைக் கடைக்காரன் அவளுக்கே திருப்பிக் காட்டிய வித்தை அது. குடிசைக்குள் ஆட்கள் போவதும் வருவதுமாக இருப்பது தெரிந்தது.

"படம் ஓடிக்கொண்டுதான் இருக்கு."

"பெறவு என்ன?"

"ஓமக்கிட்ட நான் என்னத்த செல்லியதுக்கு? நாம குடிச்சதுக்கு, வண்டியில கொலேரம் சந்தைக்குப் பெய் அவ சரக்கெடுத்து தந்ததுக்கு, இப்ப வாண்டினதுக்கு எதுக்குமே நீரு நயாபைசா குடுக்கேல. இனிமேலும் கனகவாயிட்ட வெறுங்கையோட பெய் நிண்ணா அவ சீலைய உரிஞ்சி தலையில கெட்டீற்று ஆடுவாண்ணு உள்ள சங்கதி ஓமக்குத் தெரியாதா?"

தோட்டைக்காலன் ஓயப்பிடமிருந்து திரும்பி மூன்று பேரையும் ஒருமுறை பார்த்தான். பொதுவில் நிறுத்தி, நின்று நிதானமாக வெளிப்பட்டது கேள்வி.

"சார், ஒரு பிப்டி றூபிஸ் இருக்குமா?"

சற்றுநேரம் அமைதி.

"என்ன பிரதர் கேட்டீங்க?"

முகத்தில் அனுபவமுதிர்ச்சி தெரிந்தவன் வலது கையை ஸ்லோமோஷனில் தூக்கி 'ணங்'கென்று மறுபுறம் வைத்தவாறு கேட்டான்.

“ஒரு அம்பது ரூவா கிட்டுமா சார்?”

“கிட்டுமாவாண்ணா? ‘கொடுடா!’ அப்படிக் கேக்கணும். புரியுதா பிரதர்?”

மனஅளவில் மிகவும் தளர்ந்து எதனையும் வரவேற்கும் நிலையிலிருந்த அந்த இருப்பு தோட்டைக்காலனை மிகவும் கவர்ந்தது. ஆனால் அவர்களிடம் அதிகம் ஈடுபாடு காட்டாமல் இருந்தவன் அதனை விரும்பவில்லை என்பது வெளிப்படையாகத் தெரிந்தது. அவன் முகபாவம் கண்டிக்கும் மனநிலைக்கு மாறியது.

“கேசவா! இதெல்லாம் நன்னா படலேடா. முன்பின் தெரியாதவங்ககிட்ட கணக்காத்தான் பழகணும்.”

“என்ன சார் கணக்கு? யாரு கையில இருக்கு யாரோட கணக்கு? எதுவுமே இல்ல பாருங்க நமக்கு. போனவாட்டி கூட இருந்த ராஜேந்திரன் எங்க? எங்க சார்? சித்ரா பௌர்ணமிக்கு கன்னியாகுமரியில நிலாச்சோறு சாப்பிட்டப்ப, அடுத்த வருஷம் வட்டக்கோட்டை என்றானே, எங்க சார் அவன்? எண்ணிக்கையில வாற குறைவ கையில இருந்து வச்சி சரிக்கட்டலாம். இந்தக் கணக்க எப்படி சார் தீர்க்கிறது? சாக வேண்டிய வயசா ராஜேந்திரனுக்கு? நாம நாலுபேருக்கும் சம்பந்தம் உள்ள இந்தக் கணக்குக்கு விடை என்ன?”

வித்தியாசமான நிகழ்வைக் கவனித்துக்கொண்டிருந்த பாறை, புதிய கதை ஒன்றின் அடியெடுப்பு துவங்கும் அந்த உரையாடலைக் கூர்ந்து நோக்கியது.

“கேசவா! காசப் புடுங்கிறதுக்கு ஆட்காரங்க எங்கும் இருக்கிறாங்க என்கிற அர்த்தத்திலதான் சொல்ல வந்தேன். அப்புறம் உன்னிஷ்டம்.”

“காசுதானே? அதன் யேக்கியதைதான் எல்லோருக்கும் தெரிஞ்ச விஷயமாச்சே.”

கையில் சலவைத்தாளாக நூறு ரூபாய் கிடைத்த ஆனந்தத்தில் ‘ஒயப்பு’ என்ற விளியுடைய ஜோசப், ஆற்றைத் தாண்டி மறுகரை வந்தான். பாறைக் கூட்டங்களுக்கு இடையே நிலமுள்ள பரப்பில் ஞாறுபாவி விவசாயம் நடக்கும் பகுதிகளைக் கடந்து வாழைத்தோப்புக்களினூடே நடந்துகொண்டிருந்தான்.

“சாரே, ஒரு குப்பி நாடன் வாற்று நான் வாண்டுத வெல பதினெட்டு ரூவா. கொறயச்ச கொறயச்சயா வித்தா நுப்பது ரூவாய்க்கு விப்பேன். நீங்க மொத்தமா எடுத்ததினால இருவத்தஞ்சி ரூவாய்க்குத் தாரேன். எனிமே நீங்க வாண்டியதை

யும் சேத்து கணக்குவச்சி மிச்சத்த ஓங்க கையில பொன்னுபோலத் திருப்பித் தந்துருவேன்."

"பிரதர், ஓங்களுட்ட நான் கணக்கு கேட்டனா?"

"நான் சொல்லணும் இல்லியா?"

"ஒண்ணும் வேண்டாம். இதுபோல ஒரு அழகான சாயங்காலம் எங்கேயாவது பணம் கொடுத்து விலைக்கு வாங்கக் கிடைக்குமா அய்யா?"

கேசவன் பாறையிலிருந்து எழும்பிக் கைகளை வானத்துக்கு நேராக விரித்தவாறு மேலும் உச்சி நோக்கிப் போய்க்கொண்டே கேட்டான்.

"சாரே இருக்கணும். இருந்துட்டு பேசுவோமே. சிகரெட்டு இல்ல. பீடிதான் இருக்கு."

"கொடுங்க."

பாறையில் உரசிய தோட்டைக்காலன் தீக்குச்சியின் சிவப்பில் கேசவனின் முகத்தைப் பார்த்தான்.

"பீடிய பற்றவச்சேலியா?"

காலத்தின் அந்த இடைநொடியில் பாறையின் சீவன் கதை கேட்கும் ஆவலில் தோட்டைக்காலன் உடலில் ஏறிப் புகுந்துகொண்டது. அதன் உசுப்பலில் இரண்டு லட்சம் வயது கொண்டவனாக அவன் மாறினான். அந்த வெளியின் பூர்வாங்கத்தை அவன் அறிந்தபோது, காலத்தின் ஒரு சொட்டு அளவிலான கதையுடன் உட்கார்ந்திருக்கும் கேசவனுடனான இடைவெளி பெரிதாக, பாறை மீண்டும் கழன்றுகொண்டது. அந்த அதிர்வின் துடிப்பு தோட்டைக்காலனைப் பேசவைத்தது.

"சாருக்க மனசில என்னவோ ஒரு துக்கம் இருக்கு. அதியான் ஒருமாரி பேசுதிய. யாரோ ஒருத்தர் மரிச்சிப் போனதா சொன்னியளே, அது ஆரு சார்?"

"சொல்றேன்."

வாழைத்தோப்பைத் தாண்டி சானல் கரையை நோக்கி வந்தபோது பேங்கரின் விளை ஓயப்பை வழிமறித்தது. வரும் போது பார்த்துக்கொள்ளலாம் என்று நினைத்தவன், காரியம் ஒருவேளை நடக்காமற் போனாலோ எனக் கருதி விளைக்குள் புகுந்தான்.

'பேங்கர்' என்று அழைக்கப்படும் பரமேஸ்வரன் நாயர் தனது மோட்டார் சைக்கிளில் கனகபாய் வீட்டுக்கு வந்து செல்லும்போதெல்லாம் அந்த விளைக்கு அதிரடி விசிட் செய்வார். அது அவரது தாகசாந்தியைப் பொறுத்தது என்றாலும்

சிலசமயங்களில் நாளொன்றுக்கு ஏழு எட்டு தடவைகள் நடந்ததும் உண்டு. மட்டுமல்ல, இரவு பகல் என்ற காலப்பகுப்பை யும் தாண்டியது அது. அந்தத் தோப்பில் முழுமையாக இறங்கி ஒரு மண்வெட்டிப் பிடித்துப் போட்டதில்லை அவர். வேலைக்கு ஆட்கள் விட்டால்கூட தர்மபத்தினிதான் வந்து நின்று எல்லா வற்றையும் கவனிக்கும். கனகபாயிடம் செலவிடும் நேரங்கூட மனைவியிடம் அவர் செலவிட்டது இல்லை. ஆனால் மனைவியைக் காவல் செய்வதுபோலவே அந்த விளையையும் பாதுகாத்து வந்தார். பார்வதியம்ம வழி அவருக்குச் சேர்ந்த அந்தச் சொத்து மஞ்ஞுவிளையிலுள்ள கன்னந்திரிஞ்ச பயக்களின் வயிற்றில் போய்க்கொண்டிருக்கிறது. பக்கத்து விளைக்காரர் களிடம் ஏற்பட்ட கடுப்பு அவரை இந்தப் பாடுபடுத்தும் என அவர் நினைக்கவில்லை. 'ஸ்டேட் பாங்க் ஆப் திருவிதாங்கூரில்' ஒரு சாதாரண பியூனாக வாழ்க்கையைத் துவங்கியபோதே, பேங்கர் என்ற அந்தஸ்து பக்கத்து ஊர்களில் எல்லாம் கொடி கட்டிப் பறந்தது. சாதியில தாழ்ந்த பயக்களுக்குக் காசு சக்கறம் கண்ணில் படுவதே அருமை என்றிருந்த காலம். வீடுகளின் பின்புறம் இருக்கும் காடிவெள்ளப்பானைகளில் ஊற்றப்பட வேண்டிய வஸ்துக்களைக் கொடுத்து நாள்முழுக்க வேலை வாங்கலாம் என அமைந்த நாட்கள். அந்தத் தேக்கத்தை உடைத்துக்கொண்டு 'ரப்பர்' என்னும் பெருவெள்ளம் ஊருக்கு வந்தது. எல்லாப் பெருமக்களும் யாருக்கும் வேண்டாம் எனக் கிடந்த மலம் பொற்றைகளில் ரப்பர் பிடிப்பித்து நிலங்களை விலைமதிப்புள்ள சொத்துக்களாகவும் மாற்றினார்கள். அதுகூட பேங்கருக்குக் கொதிப்பை உருவாக்கவில்லை. எல்லாவனுவளும் பள்ளிக்கூடம் போய் பணம் செலவாக்கித் தங்கள் பிள்ளைகளை வாத்தியார்களாகவும், டாக்டர்க ளாகவும் உத்தியோகம் தேடவைத்ததுதான் அவருக்கு மிகுந்த எரிச்சலை ஏற்படுத்தியது. தான் மட்டுமே வலம் வந்த ரோட்டில் தனது பழைய 'றாயல் என்பீல்டு' புல்லெட்டுக்கு எதிராகப் பயக்க புதிய டூவீலர்களிலும், கார்களிலும் சீறிச்செல்லும்போது வந்த ஆத்திரம்தான், 'ஈ பெலயாடிமவன்ற ரப்பர் வேண்டா' என்று ரப்பர் மரத்திற்கு எதிராக ஒரு நிலைப்பாட்டை எடுக்க அவரைத் தூண்டி மரிச்சினியையே தொடர்ந்து பயிரிடும்படியான உத்வேகத்தைத் தந்தது.

வேலிக்கல் நாட்டும்போதெல்லாம் பிடுங்கி எறியப்படும் சடங்கில் முள்ளுப்பற்றையும், முளம்மாறுகளையும் திரட்டி வைத்திருந்த தடையைத் தாண்டி தனது சாமர்த்தியத்தால் உட்புகுந்த ஓயப்பு, தலைக்கும் மேலாக உயர்ந்த மரிச்சினிக் கம்புகளின் இடையே நடந்து சென்றான். பரமேஸ்வரன் நாயரின் மகள் மோகினியும் இவ்வாறு நெட்டையாகத்தான் இருப்பாள். அவள் தற்போது கிறித்தவக் கல்லூரி ஒன்றில்

எம்.சி.ஏ. படித்துக்கொண்டிருக்கிறாள். ஓயப்புக்கு பண்டு பத்திரகாளியம்மன் கோயில் நண்பர்களோடு மார்கழி மாதப் பஜனைக்குச் செல்லும் ஓர்மை ஏனோ வந்தது.

அப்போது காளியண்ணன் என்று நல்ல ‘சொடி’யுள்ள ஒரு கூட்டுக்காரன் இருந்தான். சானல் வரப்புகளின் வழியே பாடிக்கொண்டு வரும்போது பேங்கரின் விளை கண்சிமிட்டும். சானல் முங்கி உடைப்பெடுத்து மீறிப்பாயும் தடம்வழி ஒழுகும் ஈரநனைப்பை மையமாக வைத்து வெள்ளரி வேறு நட்டிருந்தார். தலைக்குமேலே ஆஸ்மா நோயாளி போல இழுக்கும் கேஸ் லைட்டைக் கீழே இறக்கி வைத்துவிட்டுக் கரையில் நின்று கைதட்டிப் பாடுவார்கள். காளியண்ணன் வசமாக விளைக்குள் இறங்குவான்.

“காளி அம்மா காளி
காந்தாரி மூளி
கறுத்த கலியன், சுந்தரி வெள்ளை
தெரிஞ்சி பிடுங்கு காளி.”

காளியண்ணன் கரையேறும்வரை பாடல் தொடரும். தூரத்தில் பார்த்துக்கொண்டு நிற்பவர்களுக்குக் காட்சியில் தெரிவது அந்த அத்துவானக்காட்டில் நான்கைந்து பேர் நடத்தும் பஜனை மாத்திரம். எல்லாம் முடிந்து திரும்பும்போது தரத்தில் சிறந்த கறுத்தகலியன் தருவப்புல்லில் கிடந்து வதங்கும். காந்தாரி மிளகும் நவுடி, கருக்கும் வெட்டி இறக்கி, மரிச்சினிப்படப்பில் ஓலைச்சூட்டுங் கொளுத்தி ராவு முழுக்கச் சீட்டும் ஆடிக் கழித்ததொரு காலத்தின் களங்களில் ஒன்றாக அந்த விளையும் இருந்தது.

மண்ணைக் கைகளால் பறண்டி இளக்கிய ஓயப்பு, இரண்டு கைகளையும் கொடுத்துக் கம்பை உயர்த்திக் கிழங்கு பிடுங்கும் யத்தனத்தில் இருந்தான். பாரமண்ணு அவன் முயற்சிகளுக்கு எளிதில் இடந்தர மறுத்தது. துண்டை எடுத்துத் தலையில் கட்டிக்கொண்டு நிமிர்ந்தான். அவன் முதுகில் பொத்தென்று ஒரு கரம் வந்து விழுந்தது. ‘அய்யோ...’ என்ற அலறலோடு கீழே விழுந்து புரண்ட ஓயப்பின்மீது அந்தப் பிசாசு ஏறி மறிந்தது. கண்ணை மூடிய இருட்டு வெளியில் அலைந்த கைகளில் வெப்ப உணர்வோடு அதன் தாடி அகப்பட்டது. பயஉணர்வில் விறையல் எடுத்த கைகளின் அசைவில் பற்றித் தூக்கியபோது, கனங்குறைவான ஒரு பொருளாய் விளங்க தனது கண்கள் இரண்டையும் திறந்து பார்த்தால், சேவற்கோழி. ‘தள்ளையதின்னது, வேற என்னதோண்ணு நெனச்சிப் பயந்தில்லா போட்டேன். இந்த எளவுதானா?’ என்றவாறு எழும்பினான். அந்த ஆத்திரமும், வேகமும் ஒருநொடியில்

பறந்துபோனது. புல்லு பிடுங்கப் போனவன் புதையலைக் கண்ட மனநிலையில் இருந்தான். ஏழுலோகத்தின் தூக்கத்தையும் ஒருசேரக் கலைக்கும் அதன் அலவற விளி அவனைச் சங்கடப் படுத்தியது. அதன் குரல்வளையை இறுக்கிச் சத்தத்தைக் கட்டுப்படுத்த முயன்றும் முடியாது போக, சானலில் கொண்டுபோய் நீரில் கால் வைத்தான். தலையில் கட்டிய துண்டை அவிழ்த்துத் தண்ணீரில் பரத்தி கோழியை நடுவில் வைத்து நாலுபுறத்தையும் மடக்கி இறுகப் பொதிந்ததும் சத்தம் நின்றது. தூக்கி ஒரு படப்பில் ஒதுக்கி வைத்துவிட்டு நடந்தான்.

கனகபாயின் ராஜாங்கம் திருதூளிப்பட்டுக்கொண்டிருந்தது. கணவன் என்ற பட்டம் தரித்தவன் அயினிமரத்தின் மூட்டில் வானத்து நட்சத்திரங்களை வெறித்தபடி மல்லாந்து கிடக்கிறான். அவள் மட்டும் அங்குமிங்கும் பரபரத்தவாறு எதையோ தேடி அலைந்துகொண்டிருக்கிறாள். அயினி மரமூட்டின் பக்கமாக வரும்போதெல்லாம், ‘இனிமே கட்ட கூட்ட வேண்டியதுதான் பாக்கி’ என்று கணவனை வைது விட்டுச் செல்வாள். குடிக்க வருகிறவர்களுக்கு அவளது கடைசிமகள் பள்ளி யூனிபாமில் நின்றவாறு ஊற்றிக் கொடுத்துக் கொண்டிருக்கிறாள். இந்தச் சமயம் பார்த்து அவளது வேறு எந்த மக்களும் வீட்டில் இல்லாமற் போனது ஆத்திரத்தை மேலும் கூட்டியது.

“எல்லாத்தையும் நீக்கம்புகொள்ள அரிச்சி வாரிக்கொண்டு ஒண்ணோட போச்சுது.”

பரமேஸ்வரன் நாயர் அவளது வேகத்தைக் கண்டு திகைத்தார். சிலசமயம் அவள் காட்டும் செய்கைகள் வேடிக்கை யாகவும் இருந்தது அவருக்கு. என்னவோ காரணம் இருக்க வேண்டும் என்று யூகித்தார்.

“நான் அப்பளே பாத்திட்டு நிக்கியேன். நீ என்னத்துக்காக்கும் கொணடையையும் விரிச்சிப் போட்டுட்டு இப்பிடி தெறிச்சித் தெறிச்சி திரியுதே?”

“ஓங்களுக்கெல்லாம் நல்ல காலம். நாந்தான் ஒண்ணுக்கும் கொள்ளாத்த பாவி ஆயிட்டேன். எக்க கோழியக் கண்டுதில்ல யாமானே. வையிட்டு இதிலோடி கொத்தி மேஞ்சிட்டு நிண்ணுவு. அருமனையில போலீசு வேன் வந்ததாயிட்டு கொக்குடியா சென்னாக்கில மாத்திப் பறக்கீட்டு நிண்ணேன். தவிடு வச்சேக்கு விட்டுப்போச்சி. அங்ஙின இங்ஙினோட்டு திரிஞ்ச அது எங்கெயோ பறந்து போச்சி. இந்நேரம் யாருக்க சட்டூல இருந்து வேவுதோ என்னவோ? நல்ல ரசியம் கிரிராசா கோழி பாத்திடுங்க. நாலர கிலோ கனம் குறையாம இருக்கும்.

கிறிசுமசுக்கு இருநூற்றம்பது ரூவா வச்சபெறவும் குடுக்காத விட்டிருந்ததாக்கும். எக்க மக்களுக்க வவுத்தில போனாலாவது நான் ஆறுதல் கண்டிருப்பனே..."

"கனகம், இஞ்சபாரு! இப்பிடிக் கெடந்து நீ ஒப்பாரி வச்சாத. எங்கெயும் மரிச்சினி வெளைகளில ஒதுங்கி இருக்கும். நல்லா தேடிப் பாத்தியா?"

ஓயப்புக்கு 'பக்'கென்றது. அவள் படும் பாட்டைப் பார்த்து உடனே சென்று அவிழ்த்து விடுவோமா என்றுகூட ஒருதடவை யோசித்தான். 'கூடாது! கடவுளா பாத்து தந்த சீதனத்த காலு கொண்டு சவுட்டித் தள்ளப்புடாது' என்று நினைத்தான். மெதுவாக இருட்டிலிருந்து வெளியே வந்து அவள் கண்களில் படும்படியாக நின்றுகொண்டு ஒரு பீடியை எடுத்துப் பற்றவைத்தான்.

அவன் நின்ற நிலையும், தோரணையும் கனகபாய்க்கு எரிச்சலைத் தந்தது. அஞ்சி பைசாவுக்குப் போக்கத்த பயலுக்க கெமயும், ஸ்டைலும் என மனசில் நினைத்துக் கறுவினாள்.

"ஓயப்பே, வாண்டின கணக்க தீத்தில்லாத இனியொரு கச்சோடம் ஒனக்கு இல்ல."

நின்ற நிலையிலிருந்து அனுங்காமல் அவளை நோக்கிக் கையை டிராபிக் போலீஸ் போசில் நீட்டி நிறுத்தினான். அவன் இரண்டு விரல்களுக்கிடையில் நூறு ரூபாய் நோட்டு பிதுங்கியதைக் கண்டதும் கனகபாயின் நெஞ்சம் குளிர்ந்து வெப்றாளம் அடங்கியது.

"ஒரு முழு கன்னாசு. ஆங்..."

"ஒண்ணோ, ரெண்டோ தாறேன். நமக்கு நித்த நித்தம் வேண்டி விற்று பெழச்சிய ஜீவிதம். அதில கடம் வச்சி குடிச்சா எங்கோடி கழியும்?"

"வீட்டையும் பிடுங்கீற்று நாங்க தேசாந்தரம் போயிருவோம்ணு தானே பயருத? மொதல்ல உடுத்திருக்கிய துணிய நம்பணும். அது கழியாத்தவளுக்கோட என்னத்த வேளம் பறையது? சாதனத்த கொண்டா செணம்."

கல்மண்டபத்தில் காத்திருந்தவன் தனிமையில் அமர்ந்த வாறு பொருமினான். அவன் பொறுமை எல்லை கடந்ததும் மூன்று பேரையும் தேடிப் பாறையை அடைந்தான். அவர்கள் அவனைக் கவனிக்கும் மனநிலையில் இல்லை. கேசவன் படுத்துக்கிடக்க, அவனது தலைமாட்டில் அமர்ந்தவாறு தோட்டைக்காலன் பேசிக்கொண்டிருந்தான். சற்றுநேரங்கூட நின்று கவனித்தவன் மற்ற இருவரிடத்திலும் கூறிக்கொண்டு ஒன்பது மணி பஸ்ஸைப் பிடிக்கப் போய்விட்டான்.

"மரிச்சவன் ஓங்ககூட வேல பாத்தவனா?"

"கெடையாது."

"சொக்காரனா?"

"அவன் ஒரு ஆசாரிப் பையன்."

"எப்பிடி பழக்கம் ஆச்சு?"

"வீடு வைக்கும் போது மரப்பணிகள் செய்ததில் உள்ள பழக்கம். சிலரைக் கண்டதும் அவங்ககூடப் பழகணும்ணு தோணுமே, அதுபோல அவனுக்க துருதுருப்பும், கதையடிப்பும் எனக்கு ரொம்பவும்தான் பிடிச்சிப்போச்சி. எங்க சினேகிதம் ஆபீஸ்ல எல்லாருட்டெயும் பொறாமைய உண்டாக்கிச்சுண்ணா நீங்க பாருங்களேன்."

"செறுப்பக்காரனா?"

"சின்னவயசாண்ணுதானே கேக்கறீங்க? ஜஸ்ட் செவன்டீன் இயர்ஸ் ஓல்ட். ஆனா, பெரிய மேதை. ஒரு ஞானியோட எல்லா சுவாபங்களும் அவனுட்ட உண்டு. பெரிய அழகொண்ணும் இல்ல. பேச்சுக்கொடுத்தா வார்த்தைகளும், பாவனைகளும் அலையலையாக வந்து கவர்ந்திழுக்கும் ஒரு வசியம் அவனுட்ட இருந்தது. காலச்சுழற்சியை நிறுத்தும் மந்திரத்தை அவன் தொழில்ல காணலாம். மரத்தைப் பற்றிய கலையில அவனைப் போலத் தேர்ச்சி பெற்ற ஒருத்தன எங்கெயுமே பார்க்க முடியாது. மரவேலை மட்டுமல்ல, சிற்பம், இசை, புராணம், பழங்கதை, காவியம்ணு எல்லா சங்கதிகளும் அவனுக்கு அத்துப்படி."

"வங்கலையாட்டா மரிச்சான்?"

"வங்கலைண்ணா?"

"பாலிடாலோ, கில்பக்கோ அடிச்சா மரிச்சான்?"

"தற்கொலைதான். அதையும் ரொம்ப வித்தியாசமாகவும், மாறுபாடாகவும் செய்தான்."

கேசவனின் கண்கள் ஆகாசத்தைப் பார்த்தபடி இருக்க, வாய் வெறித்தது. நீண்ட இடைவேளைக்குப் பிறகு பார்வை அங்ஙனமே இருக்க, வாய் மெதுவாக அசைந்தது.

"தட்டும் நிரையும் போட்ட வீட்டில் ஓரடுக்கு பலகைக்கு மேல ஏறி நின்று, தலைக்கு மேலும் அதுபோலப் பலகைகளை அடுக்கி ஏற்றி வைத்து இறுக்கினான். ஆகாசத்துக்கும், பூமிக்குமான இணைப்பாய் நின்ற அவதாரத்தில்..."

கேசவன் மூச்சை இழுத்து நிறுத்தினான்.

"பொறவு?"

“உளிய குரல்வளையில வச்சி வேகமா கொட்டாவுளி கொண்டு ஒரே அடிதான். தலை அற்றுத் தூரத் தெறிச்சிற்று. கழுத்திலிருந்து பீறிட்டுக் கிளம்பிய இரத்தங்கொண்டு உடல் குளித்து, இரத்தக்கட்டைபோல நின்ற கோலத்தில் குலுங்கி, குலுங்கி, துள்ளித்துள்ளி, துடித்து, இறக்கை போலக் கைகளை அடித்து. . .”

“போரும் சாரே, கேக்க முடியல்ல.”

பாறையை விட்டுக் கீழே இறங்கிய தோட்டைக்காலன், இரண்டு கைகளை அழுத்திக் காதைப் பொத்தினான்.

“பறந்து போயிட்டான். . .”

பேசிய களைப்போ, விஷயத்தின் கனமோ, தலை ஒருபுறம் சரிய கால்களைப் பரத்திக்கொண்டு பாறையின் மேல் அப்படியே படுத்துவிட்டான் கேசவன். தோட்டைக்காலனுக்கு என்னவோ போல ஆகிவிட்டது.

அந்த இருளின் மூட்டத்தையும், சோகமந்தாரத்தையும் கிழித்துக்கொண்டு திடீரென ஒலித்தது ஊளைச் சத்தம். நிலவி இருந்த அமைதிக்கு மாறான மகிழ்ச்சியின் தாண்டவமாக அது விளங்கியது. அருவியைச் சுற்றி நின்று ஆரவாரித்த அந்தக் குழுவினரை டியூப்லைட் வெளிச்சத்தில் தோட்டைக்காலன் உற்றுப்பார்த்தான். ‘இவனுவ இன்னும் போவேலியா?’ என்று அவன் மனசு முணுமுணுத்தது.

பின்மதியம் மூன்றுமணி இருக்கும். திருவெட்டாறு டிப்போ பஸ்ஸில் அவர்கள் வந்திறங்கியதை அவன் பார்த்தான். ஒரே வயதுடைய தோற்றத்தில் தெளிவாகத் தெரியும்படி அந்த ஒன்பது பேரும் கற்றையானதொரு கும்பலாக வந்தார்கள். எல்லாம் முப்பது வயதிற்குள் அடங்கும் பிராயம்.

வந்தது தொட்டே அவர்கள் சும்மா ஓரிடத்தில் அமர்ந்ததை அவன் பார்க்கவில்லை. துள்ளிக்குதித்து ஓடுவதும், காண்பவர் களையெல்லாம் கேலி செய்வதும், செடிகளை ஒடித்துப் புட்டான்களை அடிப்பதுமாக இருந்தார்கள். ஆங்காங்கே ஒதுங்கி இருக்கும் காதல் சோடிகளைக் கலைக்கப் பார்த்து ஏச்சுக்களை வாங்கி, குடும்பமாகக் கூட்டமாக இருப்பவர்களிடம் புகுந்து சதைப்பற்றுள்ள எதிர்பால் தேகங்களை மேய்ந்து, மாறிமாறி மண்வாரி எறிந்து அடுத்தவர்களைத் துன்புறுத்தி சுகம் அடைந்தனர். தண்ணீரண்டையில் வந்தபோது, ஒவ்வொரு ஆட்களுக்குப் பின்னாலும் என்னவாவது தெறிக்குமா என்று அலைந்து திரிந்துகொண்டிருந்த நாய்கள் கண்ணில்பட, கல்லெறிந்து தங்கள் போஷாக்கின் தன்மையை வெளிப்படுத்தி விட்டு அருவிக்கு நேராகச் சென்றார்கள். பிறகு அவர்களிடம்

எந்தச் சத்தமும், சலனமும் இல்லை. அவர்கள் எங்கே நிற்கிறார்கள் என்ற தகவலும் இல்லை. ஆனால் அந்த மௌனத்திலும் இயக்கம்கொண்டிருந்தனர் அந்த ஒன்பது நபர்களும் என்பது பார்வையில் தெரிந்தது.

குளிக்கும் பெண்கள் அருவிக்கு எதிரிலான பூங்காவில் சென்று குரோட்டன்ஸ் செடிகளின் மறைவில் நின்று உடை மாற்றினார்கள். காற்றின் அசைவால் விலகும் பகுதிகளினூடே கசியும் நிர்வாணத் துணுக்குகளில் முங்கிப் பொழுதை மறந்து கடைசிப் பெண்மணி அருவியை விட்டுக் கரையேறும் சமயம் வரை அந்தத் தொழிலில் ஈடுபட்டார்கள். அந்திமங்கியபிறகு திரும்பவும் நெடுநேரமாக அவர்களைக் காணவில்லை. வேறெங்காவது இயங்கிக்கொண்டிருந்திருக்கலாம். இப்போது திரும்பவும் இந்த அர்த்த ராத்திரியைக் கலக்கிக்கொண்டு வருகிறார்கள்.

தூரத்தில் ஒரு நாய் ஊட்டுப்புரையின் கூரைமீதேறி நின்று ஊளையிடுகிறது. அந்த இடத்தை அது எப்படி எட்டியது என்று தெரியவில்லை. வியப்பாய் இருந்தது. சாகிற நாய்தான் கூரையிலேறிப் பறண்டும் என்று ஊரில் சொல்வார்கள். கீழே விழுந்தால் அந்த வாக்கு பலித்துவிடும் போல இருந்தது.

“சாரே, ராயேந்திரன் மரிச்சதுக்கு அவன் எவளாவது ஒருத்திய லவ்வு செஞ்சிருக்கணும். அவா இவன நிசாரம் செஞ்சிருக்கணும். செறுப்பக்காரன் வங்கலையா மரிச்சணும்ணா இதுதானே காரணமாக இருக்க முடியும்?”

“சொல்றேன்.”

கேசவன் பாறையிலிருந்து எழும்பி உயரப்போனான். மற்றவர்களிடம் மேலே ஏறி வருமாறு சைகையால் பணித்தான். உச்சியில் அமர்ந்தபோது ஓயப்பு கன்னாசுடன் வயலில் இறங்கி நடந்து வருவது தெளிவாகத் தெரிந்தது.

“இதுபோல ஒரு நெறஞ்ச பௌர்ணமி நாளு. நாங்க அஞ்சிபேரா சேர்ந்து இதுபோல இருந்தோம். அந்த ராத்திரிக்கும், இந்த ராத்திரிக்கும் வித்தியாசம் தெரியாதபடி இப்படியேதான் இருந்தது. போகும் வழியில் தென்பட்ட ஒரு கடையிலிருந்து வாங்கி வந்த சோற்று மூட்டைகளை அவிழ்த்து எல்லோரும் சாப்பிட்டோம். வழக்கமா நெறய மீதிவரும். குளம்போல ஏதாவது இருந்தா மீன்களுக்குக் கொடுப்போம். அண்ணைக்குப் பொடி சோறு மீதி வரல. அப்படிப் பசி. ராஜேந்திரனும் நல்லாவே சாப்பிட்டான்.?”

கேசவன் கொஞ்சநேரம் அமைதியாக இருந்தான். தோட்டைக்காலனுக்கு அது பரபரப்பூட்டுவதாக இருந்தது.

“சாப்பிட்டு முடிச்சி கீழே இறங்கிக் கையை அலம்பிக் கொண்டிருக்கும்போது ராஜேந்திரன் அருவிக்குத் தெற்குப் பக்கத்தில ஒரு இடத்தைச் சுட்டிக்காட்டி இந்த இடத்துக்கு ‘சாணக்கயம்’ அப்படீன்னு பேரு என்று சொன்னான்.”

பாறை விட்ட பெருமூச்சில் ஆயிரம் வருடங்களுக்கும் மேலான நாட்களில் தான் முகம் முகமாகத் தரிசித்த அந்தக் காட்சிகளின் பயங்கரங்கள் மனசில் ஓடின. நேரடியாக ஒன்றைக் கண்டு அனுபவித்தவற்றைக் கதையாகக் கேட்பதிலுள்ள ஆர்வம் அந்தப் பாசிகளை எல்லாம் ஒதுக்கி வைத்துவிட்டு நிர்மலமானது.

“கயத்தத் தாண்டி வடக்கு வசமா ஒரு குகை போவதாகவும், அதுவழியே மேல ஏறிப்போனா அருவிக்கு உயர இருக்கும் கோயிலின் கர்ப்பக்கிரகத்தை நாம் தொடலாம் என்றும் சொன்னான்.”

“ஓகோ?”

“சொன்னதோட மட்டுமில்லாம, எல்லோரும் அசந்து நிண்ண சமயமா பாத்து வேட்டி சட்டையோட வெள்ளத்தில குதிக்கவும் செய்தான். திரும்பிக் கரையேறுவான் என்ற எண்ணத்தில் முதலில் அவ்வளவாக நாங்கள் பொருட்படுத்த வில்லை. அவன் போக்கு முன்பு குறிப்பிட்ட குகை இருக்கும் திசையை நோக்கியே செல்கிறது என்பதை அறிந்ததும் திரும்பி வருமாறு எல்லோருமாகச் சேர்ந்து சத்தம் போட்டோம். அவன் எள்ளளவும் அதனைப் பொருட்படுத்தவில்லை.”

ஒன்பது பேர்கள் தொடர்ந்து ஒருவர்பின் ஒருவராக கயத்தின் அருகே வந்தார்கள். சட்டைத் துணிகளைக் கழற்றிக் கரையில் வைத்துவிட்டுப் பாறாங்கற்களைத் தூக்கி நீரில் எறிந்தனர். பவுர்ணமி வெளிச்சத்தின் பால்தூவிய ஒளியில் சிதறிய வெள்ளியின் தெறிப்புக்கள் ராஜேந்திரனின் குதியலைக் கேசவனுக்கு நினைவுபடுத்துவதைப் போலிருந்தது. மனம் கணத்தில் துணுக்குற்றது. அந்த நிகழ்வு தொடர்வதை அவன் விரும்பவில்லை.

“மின்னகூட்டி ஒண்ணும் செல்லாதையா அவன் சாடினான்? தடுக்க எங்கோடி பற்றும்?”

“ஒரு வார்த்தை பேசல்ல. அந்தத் திடீர்ப்போக்குதான் எங்களுக்கு ரொம்பவும் அதிர்ச்சியா இருந்தது. நாங்க நல்லா கூப்பிட்டுப் பார்த்தோம். அவன் செவியே தரவில்லைண்ணு சொன்னேன் இல்லியா, அதில இருந்து அவன் தீர்மானத்த நாங்க புரிஞ்சிட்டோம். அவன் இடுப்பில ஒரு டார்ச்லைட் இருந்ததைப் பார்த்ததா சர்மா சார் சொன்னாரு. அவனுக்க வேகத்தையும், ஆவேசத்தையும் பார்த்தா, முன்னமே ஒரு

பிளானோடத்தான் எங்க கூட வந்திருப்பான் போலத் தெரிஞ்சுது."

"கொமச்சிப் போட்டானே பய."

"விடியக்காலம் வரை அவனைக் காணவில்லை. எங்கெ யாவது ஒளிச்சிருந்து விளையாட்டு காட்டிப் பார்க்கிறா னோண்ணுகூட நெனச்சோம். அதுக்கு சான்சே இல்லை. ஏண்ணா, எங்ககூடப் பழகின நாட்களில ஒரு தடவக்கூட அவன் அப்படி நடந்துகொண்டது கிடையாது. எதையுமே சீரியசாகவும், கவனமாகவும்தான் செய்வான்."

"பிறகு?"

"காலை நாலு மணிக்குக் கோயில் நடை திறந்து சுப்ரபாதம் கேட்டபோது நாங்கள் அனைவரும் வேகமாக ஓடினோம். ஒருவேள அவன் எங்களிடம் சொன்னது மாதிரி கர்ப்பக் கிரகத்தில வந்திருக்கலாம் என்று. உள்ளே சென்று மூலை முடுக்கெல்லாம் விடாம தேடினோம். அவன் எங்கெயுமே வரல்ல. பூசாரி தொட்டு பெரிய, சின்ன எல்லா மனுஷங்க கிட்டேயும் விசாரிச்சிப் பார்த்தோம். அப்படியொரு குகையைப் பற்றி யாருக்குமே அறிவு இல்லை. அருமனையில ஒரு சரித்திர ஆய்வாளர் இதுபற்றி நன்கு அறிவார் என்று யாரோ சொன்னதன் பேரில் அவரையும் சென்று பார்த்தோம். மயக்கமா வந்தது. பிறகு நாங்க எல்லாருமா சேந்து அப்படி என்னதான் அந்தக் குகைக்குள்ள இருக்கிறது என்று பார்ப்போமே என்று கருதி பக்கத்து ஊர்க்காரர் ஒருத்தர்கிட்ட கூலிபேசி உள்ளே இறங்கித் தேடவிட்டோம். அவர் கொஞ்ச தூரம் நடந்து பார்த்துவிட்டு ஒரே வவ்வாலுக்க தொந்தரவா இருப்பதாகவும், அதன் மலநாற்றம் சகிக்க முடியாததோடு தெள்ளுப்பூச்சிக் கடியும், அரணை ஊர்வதாகவும் கூறி திரும்ப வந்துவிட்டார். நாங்க ஒரு கிளாஸ் பச்சத்தண்ணிகூட குடிக்காம ரெண்டு நாளா அவன் போன திசையையே பார்த்துக்கொண்டிருந்தோம். மூன்றாம் நாள் பகல் வேளை பதினொரு மணி இருக்கும். அருவியில நல்ல கூட்டம். அதுவும் ஒரு ஞாயிற்றுக்கிழமைதான். குகையின் வாசலில் இருந்து ஒரு உருவம் பொத்தென்று நீரில் குதித்து எங்களை நோக்கி நீந்தி வந்தது. கரையேறின பிறகு அது ராஜேந்திரன்."

"வந்துட்டானா?"

"ஆமா வந்தான். வேட்டி, சட்டை எதுவுமே இல்ல. பிறந்த மேனியா மண்டபத்துக்க நடுவில வந்து உட்கார்ந்தான். கைல கொண்டுபோன டார்ச் லைட்டையும் காணல்ல."

"இதென்ன கூத்து?"

“ஏற்கனவே நாங்க இருந்த மனநிலையும், அவன் வந்தமர்ந்த கோலத்தையும் கண்டு அடக்க முடியாத கோபத்தில நாங்க வாய்க்கு வந்தபடி திட்டினோம். சர்மா சார் அடிக்ககூடப் போனாரு. ஆனா அவனுட்ட அதற்கான பிரதிபலன் எதுவுமே இல்ல. அதுக்குப்பிறகு அவன் யாருட்டெயுமே பேசிப்பார்த்ததை நாங்களோ, வேறு யாருமோ கண்டதே இல்லை.”

“ஊம ஆயிட்டானா?”

“அப்படியேதான். வீட்டிலேயும் என்ன கேட்டாலும் பதிலே இல்ல. ஒரே மௌனம். ‘உள்ள என்ன நடந்தது?’ என்று கேட்கும் போது மட்டும் சிரிப்பான். அது வேதனையா? அகக்களிப்பா என்று அறிய முடியாதபடி இருக்கும். அப்பிடி என்னதான் கண்டுட்டு வந்தானோ என்னவோ என்று ஆளாளுக்குப் பேசினார்கள். ஆனா முகத்தில மட்டும் சதா ஒரு தெளிச்சல். அவன் தாயார் எங்கெல்லாமோ கொண்டு சென்று பார்த்தார்கள். இது மருத்துவத்திற்கு அப்பாற்பட்ட விஷயம் என்று எல்லோரும் ஏகமாய்க் கையை விரித்தார்கள். அவனைப் பார்த்தால் ஒரு நோயாளி என்று சொல்ல முடியாது. எப்படி சிரித்துக் களித்துக்கொண்டு திரிந்தவன்? இப்படி ஆகிவிட்டானே என்றுதான் எல்லோருக்கும் வருத்தம். சரியா இந்த சம்பவம் நடந்து நாற்பதாவது நாள். அவன் தாயார், சகோதரிகள் எல்லோருமா சேர்ந்து ஒரு மத்தியான சமயம் கொளத்துக்குக் குளிக்கப் போன நேரமா பாத்து இந்த வேலையைச் செய்துபோட்டான்”

கேசவன் அதற்குமேல் பேசமுடியாது என்கிற நிலையை அடைந்தான். மற்றவர்களும் இனிமேல் பேசிக் கேட்கும் மனநிலையில் இல்லை. அவர்கள் அனைவரின் உள்ளமும், உடலும் மரத்திருந்தது. ஒரு காற்று சுருட்டிக்கொண்டு வந்த குளிரில் சற்று ஆசுவாசம் பிறந்தது. தோட்டைக்காலன் வெளிப் படையாக மீசையை முறுக்கினாலும், அவனது அகம் முழுக்கத் திகில் மையங்கொண்டிருந்தது. நல்லகாலமாக ஓயப்பு வந்து விட்டான். கொஞ்சம் ஊற்றினால்தான் பழைய தைரியமும், உற்சாகமும் வரும்போல இருந்தது.

“இந்த கயத்த குறிச்சி ஒருவாடு கதைகளொக்க உண்டு சாரே. எக்க அம்மும்ம கெழவி மரியகண்ணு சென்ன காரியங்க செலது இப்ப எனக்க ஓர்மையில வந்து முட்டீற்று நிக்குது.”

“ஓய் கதையும், மயிரும் இரண்டாமத்தது. இது என்னாண்ணு ஒண்ணு திரும்பி இஞ்சோட்டு எல்லோரும் பாருங்களேன்.”

ஓயப்பு தொவர்த்தில் பொதிந்த கோழியை அவிழ்த்து அதன் கால்களைப் பிடித்துத் தலைகீழாகச் சரித்துக்காட்டினான்.

'படக்! படக்!'கென்று இறக்கைகளை அடித்து மேலே எழும்ப முயற்சித்த கோழி, ஊரைக் கூட்டும் விதத்தில் அலறியது.

அந்த அலறல் சத்தம் ஒன்பது பேர்களையும் அவர்களை நோக்கித் திரும்ப வைத்தது. அவர்கள் ஆறு தேங்கிச் சுழலும் இடத்தில் வண்ணாமார் துணி உலரப்போடும் ஒற்றைப்பாறையில் ஏறி வெள்ளத்தில் குதித்து மறிந்து விளையாடிக்கொண்டிருந்தார்கள். ஒருத்தன் மட்டும் இன்னமும் குதிக்க மனமில்லாமல் அப்படியே நின்றுவிட்டான்.

"ஓயப்பே, இதெங்க இருந்து ஒப்புவிச்சே?"

"ஒப்பிச்சேன். ஊக்கம் சாதனம் இல்லியா?"

"அத நீ செல்லணுமா டேய்? எந்தக் குழியில நூந்தாக்கும் பிடிச்சே?"

"மேல இருக்கிய ஆண்டவன் எக்க தலைமேல தூக்கிப் போட்டுத் தந்ததாக்கும்."

"செரி, பாகஞ்செய்ய வேண்டியதுதான்."

"பின்ன?"

"நெனச்சதவிட இண்ணைக்கு நமக்கு நல்ல கோளாக்கும் பாத்துக்க."

பாறைக்கு அவர்களின் கோளைப் பார்த்துச் சிரிப்பாய் வந்தது. நடக்கவிருக்கும் செயல்களின் முன்வினையில் களிக்கும் அந்த சுகங்களும், அவர்களின் சந்தோஷங்களும் அவர்கள் கையில் ஏந்திய அந்தச் சாராயம் ஆவியாகிப்போகும் அளவுக்கு கூட நிலைத்ததல்ல என்ற உண்மையில் மௌனம் காத்தது.

தோட்டைக்காலனிடம் ஓயப்பு ஜாடையாகக் கையைக் காலைக் காட்டி என்னவெல்லாமோ கூறினான். அவனுக்கு அது விளங்கவில்லை. கோழியை எப்படியும் நல்ல விலைக்குக் காசாக்குவது என்பதே ஓயப்பின் எண்ணம். ஆனால் தோட்டைக் காலன் இவ்வளவு மாங்காமடையனாக இருப்பான் என்று அவன் நினைக்கவில்லை. எனவே வெளிப்படையாக விஷயத்திற்கு வந்தான்.

"சாருட்ட வெல பேசு."

"அதெல்லாம் வேண்டாம். நம்ம தேவைக்கு, அதுக்கும் மேல அவரு தந்துட்டுதானே இருக்கியாரு."

"சாரே, அஞ்சி கிலோவுக்கு மேல இருக்கும். இன்னா, தூக்கிப் பாத்துட்டு செல்லணும்."

"வேண்டாம். இத என்ன பண்ணுவிய?"

"உரிச்சி மஞ்செயும், மொளவும் தடவி பசுவம் நெய் ஒழிச்சி அடுப்புக்கரியில சுட்டெடுப்போம்."

'என்ன இன்னா கொல்லப்போவினுமே...' என்ற அலறலுடன் லோகம் கிடுங்கும் வகையில் சத்தம் போட்ட சேவற் கோழி, மூன்று இழுப்பெடுத்து ஒருமுறை கூவியது. ஓயப்புக்குப் பொல்லாத கோவம் வந்தது. மடியிலிருந்த மடக்குக் கத்தியை எடுத்து நெளித்தான். "சீ! தாரித்திரியம் பிடிச்ச எழவே" என்று கூறியவாறு அதன் கழுத்தில் ஒரே வெட்டாகப் போட்டான். தலை அற்று ஒருபுறம் தெறிக்க, சிறகுடன் முண்டம் தனியே கிடந்து துள்ளிச்சாடிப் படக்கடித்தது. தாகத்திற்கு அலையும் பாவனையில் துண்டித்த தலையிலிருந்த நாக்கு காற்றுவெளியைத் துழாவியது. பாறையில் எல்லாருக்கும் மேலாக உயரத்தில் அமர்ந்திருந்த கேசவன், கோழியைப் போல ஊளையிட்டவாறு உருண்டபடியே தரையில் விழுந்து புரளலானான். கையுங்காலும் வெட்டி இழுக்க, எல்லோருமாகச் சேர்ந்து அவனை இறுகப் பற்றினார்கள். "இரும்புத் தாக்கோல் இருக்குதா?" என்று கேட்டான் தோட்டக்காலன். ஓயப்பு, கோழியைக் கொன்ற கத்தியை மடக்கி அவனது கையில் கொடுத்தான். வாயில் நுரை தள்ளிக்கொண்டு வர, உதறலெடுத்த தேகம் கொஞ்சங்கொஞ்சமாக அடங்கியது. உலகிலுள்ள எல்லா உயிர்களும் அனுபவிக்கும் புணர்ச்சியின் கதியை ஒத்திருந்தது அது. வியர்த்த தேகம் சற்று உலர்ந்து வர, காற்றின் குளுமை உறைந்தபோது தெளிந்த வெள்ளம்போல் நினைவுகள் வெளுத்து மனசும் இலகுவானது. அப்போது யாரோ 'பொத்'தென்று நீரில் குதிக்கும் சத்தம் கேட்டது. கேசவன் எழும்பி உட்கார்ந்து, 'நான் எங்கே இருக்கிறேன்' என்று சுற்றுமுற்றும் பார்த்தான். இருட்டின் கவசத்தில் அவனுக்கு முன்பாக எல்லோரும் சுற்றி நின்றனர். வெள்ளத்தில் குதித்து மறிந்துகொண்டிருந்த இளவட்டக் கும்பலும் அவர்களில் இருந்தது.

"கேசவா, டாக்சிக்கு ஆள்சொல்லிவிட்டேன். வந்ததும் ஹாஸ்பிட்டல் போயிடலாம்."

"எனக்கு ஒண்ணும் ஆகல்ல."

"இரத்தத்தக் கண்டு பயந்திட்டீரோ?"

"அதெல்லாங் கிடையாது."

"பின்ன... இப்பிடி?"

“நோ! அதப்பற்றி எதுவுமே பேச வேண்டாம். கோழிக்கு நான் காசு தாறேன். நீங்க பிரிப்பேர் பண்ணுங்க.”

“சாருக்கு கஷ்டமெங்கி வேண்டாம். விட்டுடுவோம். அதில யாருக்கும் வருத்தம் வராது.”

“எனக்கு ஒரு கஷ்டமும் இல்ல. நீங்க வழக்கம்போல ஒங்க காரியத்தப் பாருங்க.”

“ஓயப்பே! வண்ணாத்தி ரோசம்மைட்ட பெய் கரி வாண்டீற்று வாடேய்.”

அவர்களின் செயல்பாடுகளில் ஆழ்ந்துபோன கேசவன் ஒரு சந்தோஷ மனநிலையை எட்டவில்லை என்றாலும் பார்வையில் நன்றாக இருப்பதுபோலக் காட்டிக்கொண்டான். அவனால் உண்மையில் நகர்ந்து அமரக்கூட இயலவில்லை.

கயத்தில் மறிந்து விளையாடிக்கொண்டிருந்த இளவட்டக் கும்பல் திடீரெனத் தங்கள் எல்லையைமீறி ஒருவர் இருவராக வந்து அவர்கள் அமர்ந்திருந்த பாறைமீதும் ஏறிமறிந்தனர். ஒன்றிரண்டு தடவை கேசவனின் கால்களை மிதித்துக்கொண்டு சென்றனர். மற்ற இருவரும் சேர்ந்து கேசவனைத் தட்டியெழுப்பி இருத்தினர். மெல்லக் கீழே நடத்தி மண்டபம்வரை கொண்டு வந்தனர். விடிவதற்கு இன்னும் மூன்று நான்கு மணிநேரம் இருந்தது. எப்படியாவது அந்த இடத்தைவிட்டுச் சென்று கார் பிடித்தாவது ஊர் திரும்ப வேண்டும் என்ற எண்ணம் கேசவனைத் தவிர மற்ற இருவரிடத்திலும் மேலோங்கி நின்றது.

ஓயப்பு கொன்ன கோழியையும், மண்டபத்தில் இறங்கிப் படுத்திருந்த கேசவனையும் மாறிமாறிப் பார்த்த தோட்டைக் காலனுக்கு ராஜேந்திரனின் முடிவுறாத கதையை அது சுமந்து நிற்கும் பொழுதாக விளங்கியது. ரெண்டு லட்சம் வயதை ஏற்று நிற்கும் காலம் அவனைத் தழுவுவதாக உணர்ந்தான். அவன் தேகம் சிலிர்த்தது. தட்டிப்பார்த்ததும் ‘ணங்’கென்ற ஓசை கேட்டது. இருபது கோடி நாட்களுக்கும் மேலாக வாழும் இந்தப் பாறை அன்று நூறுக்கும் மேலான அடி உயரங்கொண்டதாக விளங்கியது. இன்று, அளவையால் பார்த்தால் அறுபதடி உயரம்தான் இருக்கும். கரஞ்சும், பேந்தும் போன தேகத்தைப் பற்றிய கவலை அதுக்குக் கெடையாது போலும். ‘வெவ்வேறு பாத்திரங்களில் போய் நிறகக்கூடிய சீவன், இப்ப இருக்கிய உருவத்த வச்சிட்டு மகிம கொண்டாடியது என்னத்துக்கு?’ என்று அவன் அம்மும்ம மரியா சொன்ன வார்த்தைகள் நினைவுக்கு வந்தன. ‘பெரிசின் உயிர் பெருசுதான்’ என்பது இந்தப் பாறையின் காரியத்தில் எத்தனை பெரிய உண்மை என்பது அவனுக்குத் தெரிந்தது.

'இந்தப் பாறைக்க மேல அருகனுக்க ரோமமான அருகம் புல்லு பிடிச்சி அசோகமரத்துக்க நெழல் படிஞ்ச காலம் ஒண்ணு உண்டாயிருந்தது...' என்று துவங்கி அவள் கதையாய்ச் சொல்லுவாள். இன்று அதன்மேல் மலஜலப் பந்திகளும், கண்ணாடிச் சில்லுகளும் சிதறிக் கிடக்கின்றன. ஆறுதேங்கிச் சுழலும் போக்கில் அதன் தொடர்ச்சியாகவும், அதேசமயம் தனியாகவும் கிடக்குதே குளம், அதுக்கு அண்ணுள்ள பேரு 'சாணக்கயம்'. இப்ப சருவு தொளிஞ்சு, தூசு படிஞ்சு, கறுத்துப் புறுத்து தண்ணீருடன் கலங்கி நிற்கிறது. கெழக்குப் பாகமா ஒரு பெரிய மண்டபம் உண்டாயிருந்தது. அதன் ஒரு துண்டுதான் இப்போது காணும் கல்லுமண்டபம். அந்தச் சுவர்களில் இருந்த எழுத்துக்களையும், கல்லோவியங்களையும் கோடாலிகளின் பற்கள் சுரண்டித் தின்றது வரலாற்றில் நிகழ்ந்த துக்கங்களில் மிகப்பெரியதாகும்.

இன்று இது ஒரு அம்மன் கோயில். காவிக்கொடி பறக்கும் இந்தப் பாறைக்கோயில் பிரகாரங்கள், அந்தக் கொடிமர நிழலில் நிற்பவர்களின் மூதாதையர்களால் நிகழ்த்தப்பட்ட கொடூரங்களின் உறைவிடமாகத் திகழ்ந்த காலம். காடுகளி லிருந்து விரட்டப்பட்டவர்கள் பூமியின் மறைப்புக்களில் ஆதரவு தேடி ஒதுங்கினார்கள். சாகடிக்கப்பட்டு நிலபுலன்கள் கைப் பற்றப்பட்டவர்களைத் தவிர்த்து, போகடிக்கப்பட்டு வீடுகளைப் பறிகொடுத்துக் காடுகளில் குகை கண்ட இடங்களில் படிந்த மக்கள் திரளை நாடிவந்து அவர்களோடு தங்களை இணைத்து வாழ்ந்த தீர்த்தங்கரத் தோன்றல்களின் நொறுக்கப்பட்ட வாழ்வின் தடயங்களாகச் சிதறிக்கிடக்கும் துயரத்தின் சின்னங்கள். தாங்கள் வென்றெடுத்த ஆதிக்கத்தின் ஆங்காரத்தை நிறுவி முழக்கியவர்களின் அதிகார இருப்பிடமாக மறுவசத்தில். அரசகட்டளை வழி பிறந்த ஆதிக்கம் அதைச் சார்ந்தவர்களின் கட்டவிழ்ந்த வெறிமுறைகளால் நிகழ்த்தப்பட்டபோது, விலக்கப் பட்டவர்களின் உறைவிடமாகவும், உடல்களின் பாதுகாவலர் களாவும் விளங்கி, 'பறையன் மகன் எனினும் காட்சி தருவான் இறைவன்' என்று உயிர்களுக்குப் பொருத்தமான நம்பிக்கையைச் சொல்லித் தந்தவர்கள்.

யாக்கிகள் உறைந்த குகைக்கருவூலங்கள் பொன்னும், மணிகளினாலுமான செல்வங்களின் குவியல்களாக மட்டுமல்ல, கல்வியின் களஞ்சியங்களுமாகத் திகழ்ந்தன. பாறை அடுக்கு களின் இடையே இயற்கையாக விழுந்த பள்ளங்களைக் கொத்தி, பச்சிலை சாறுவிட்டு வெடிக்க வைத்து, கல்லடுக்கி, சுண்ணாம்பு சாந்து கொண்டு இணைக்கப்பட்ட உறுதியான கட்டடங்களிலும், கற்களைத் தேய்த்து எழுப்பிய பள்ளிகளிலும் அமர்ந்து முதன்

114 குமாரசெல்வா

முறையாக அனைவரும் பாடங்கற்றார்கள். காதுகளில் உருக்கி விடப்பட்ட வெள்ளித் தாதுக்களைக் குறும்பாய்த் தோண்டி எறிந்த அந்த நிகழ்ச்சியின் பின்னே காலத்தின் இருட்டு மெல்ல வெளுக்கத் துவங்கியது. பனையேறிவிட்டுத் திரும்பும் மனிதர்கள் பாறையின் சரிவுகளில் பனையோலைகளைச் சாரி வைத்து விட்டுச் சென்றார்கள். யாக்கிகள் அவற்றை ஏடுகளாக்கி இருட்டின் மறைவில் பாறை இடுக்குகளில் நின்று கொடுத்தார்கள். பனையிலிருந்து விழுந்து மரணத் தறுவாயில் கிடக்கும் சீவன்களின் ஒடிவு, முறிவு, அடி, வர்மம், சதைவுகளுக்கு மருந்து சொல்லிப் போற்றியவர்கள். அவற்றைப் பாட்டெழுதி வைத்து பரம்பரையையே காத்தார்கள்.

கருப்புக்கட்டி கணக்கில் தொங்கும் பாம்படம் ஆடிய காதுகளுடன் மரியா கதை சொல்லும்போது அவள் மனசு நெறஞ்சி சிரிப்பது குகைக் கருவூலத்தின் பேச்சை எடுக்கும் போதுதான். பூமிக்கடியில் நிலவறை தோண்டி பாலக்கற்களால் அமைக்கப்பட்ட அந்த அறை முழுக்க யாக்கிகளின் செல்வம் இருந்தது. அதைத் தங்கமாகச் சேகரித்து அவர்கள் நிறைத்து வைத்தார்கள். வெளியே எடுக்கும் போதெல்லாம் மாலை வெயில் பரப்பும் சூரியஒளி கணக்காய் மின்னும். பாறைகள் மீது புதுசோபை படியும். எவ்வாறு ஜனங்களிடமிருந்து திரட்டினார்களோ, அதுபோலவே அவற்றை மக்களின் உபயோகத் திற்கான பொதுச் சொத்தாகவும் பயன்படுத்தி வந்தனர். இதில் ஏழை, பணக்காரன் என்ற பாகுபாட்டை அவர்கள் காட்ட மறுத்தனர். உருப்படி ஆவசியப்படுகிறவர்கள் அந்தப் பாறையின் அண்டையில் வந்து ஒதுங்கும் பாக்கியத்தை அவர்கள் செய்து தந்தனர். கையில் ஒரு வெற்றிலையைக் கொண்டுபோய் விரிச்சி வச்சிட்டுப் பாறைக்கிடையிலோ, வேறு எங்கேயோ ஒதுங்கி இருக்க வேண்டும். யாக்கிகள் அதில் பொன்னைக் கொண்டு வச்சிட்டு மறைஞ்சிருவாக. எல்லாம் மாயங்கணக்கா இருக்கும். பெறவு நாம பேசாம எடுத்துட்டு வாய மூடிக்கொண்டு போயிடணும். பயன் கழிஞ்சதும் அதுபோல ஒரு வெற்றிலையில் திருப்பிக் கொண்டு வச்சிட்டு நாம் மறைஞ்சிடணும்.

இந்த அற்புதத்தை எப்படியும் ஒருதடவை பார்த்துவிட வேண்டுமென்று ஒரு பனையேறிக்கு அடக்க முடியாத ஆசை தோன்றியது. வெற்றிலை விரிந்து கிடக்க ஓசைப்படாமல் பனையில் ஏறி உட்கார்ந்துகொண்டான். யாக்கிமார்கள் அம்மணக்கோலத்தில் வந்து பொன்னு கொண்டு வச்சியத உளிஞ்சு பாத்திட்டு, 'கண்டேனே! கண்டேனே!' என்று சத்தம் போட்டு அதனை இதர பனையேறிகளுக்கும் அறிவித்தான். அவன் உற்சாகம் எல்லை கடந்து போய் அவர்களை வெளியே

கயம் ⇨ 115 ⇦

வருமாறு மீண்டும் அழைத்தான். அதற்குப் பிறகு இந்த உலகத்தில் எந்தப் பொருளையுமே பார்க்க முடியாத அளவுக்கு அவனுள் ஒளி பாய்ந்து குருட்டு குடிகொண்டது.

ஒருநாள் ஒரு கூட்டம் பட்டாளத்துடன் மகாராஜா பல்லக்கில் வந்து இறங்கினார். அவர் நடந்து செல்லப் புலித் தோலும், மான்தோலும் பாதைகள் எங்கும் போடப்பட்டன. கீழே படிக்கட்டுகள் வழியே இறங்கி ஒரே பாறையைக் குடைந்து உருவாக்கிய சித்திரமண்டபத்தைப் பார்வையிட்டார். உற்சவ் மூர்த்திகள் புட்பக விமானத்தில் எழுந்தருள, அவர்களுக்கு முன்னால் விரைந்து செல்லும் தர்மசக்கரத்தைக் கண்டார். ஒன்றன் மேல் ஒன்றாக அமைந்த விதத்தில் மூன்றடுக்குப் பனையோலைக் குடைகளை எட்டுக் கரமுடைய யாக்கியர்கள் ஆனந்த தீர்த்தங்கரருக்குப் பிடிக்க, மற்ற கைகள் வெண்சாமரம் வீசின. அசோக மரநிழலில் பாறையைக் கண்டபோது, உச்சியில் வீடுபேற்று நட்சத்திரம் தெரிந்தது. அவர் நெஞ்சில் ஆஸ்வரத்தி னின்றும் பிறந்த கன்மத் தொடர்ச்சியான அருவியின் தத்துவத்தை உணரவிடாத வன்ம இருள் திரண்டது. வடிந்த காதும், முட்டளவு நீண்ட கைகளையுமுடைய வித்யாதரனைக் கண்டபோது, சாந்தத்திற்குப் பதிலாக மூண்ட ஆத்திரத்தில், “நீயாணோடா ராஜாவு?” என்று உரத்துக் கேட்டார். தொடர்ந்து வந்திறங்கிய யானைப்படையும், ஓலைக்கால் சீலைக்கால் காலாட்படையும் அந்த மேட்டுப்பகுதியில் இதுவரையில் யாருங்கண்டிராத புழுதியைக் கிளப்பியவாறு நின்றன. யாக்கியர் குளிக்கும் தெளிந்த நீருடைய குளம் உடைக்கப்பட்டு கரைகளைப் பெயர்த்தெறிந்தனர். நாவல் மரம் ஓசையின்றி நிலத்தில் வீழ்ந்தது. யானைகளை ஏவித் துறவிகளை விரட்டிச் சவுட்டிக் கொன்று, அசோக மரத்தைத் தீக்கொளுத்தி அழித்து, யாக்கியரின் கருவூலத்தைக் கொள்ளையிட்டு, பிரேதங்களைத் தூக்கிப்போட்டு நிரத்திய இடம்தான் சாணக்கயம். கயத்தில் நிறைந்த இரத்தம் ஒழுகி வயல்களிலும், ஆறுகளிலும் பரவியபோது திரண்ட மக்கள் திரளை ராஜாவுக்கு எதிர்கொள்ள இயலாமற் போயிற்று. களியலிலிருந்தும், பிணந்தோட்டிலிருந்தும் திரண்ட பதினெட்டு அடிச்சமர்த்திய சாதிகள் பெண்டு பிள்ளைகள் சகிதம் சூழ்ந்து நின்று கல்லெறித் தாக்குதல் நடத்தினார்கள். கண்ணையும், காதையும் குறிவைத்து எறிந்த அடிமுறை ஆசான்களின் வர்மத்தாக்குதல்களினால் மிரண்டு போன யானைகள் மீதமர்ந்த வீரர்களைத் தும்பிக்கையால் தூக்கித் தரையில் போட்டுச் சவுட்டத் தொடங்கின. விக்கிரகத்தைப் பெயர்த்துக்கொண்டு ஓடிப்போக நின்ற மகாராஜாவின் யோசனை அவரது கிரீடத் துடன் மண்ணில் உருண்டது. அவர்கள் தூக்கி வந்த கொள்ளைப் பொருளான பார்சுவநாதனின் எழுச்சிப் பிரதிமையும் அதுபோல

உருண்டு மண்டபத்தின் வெளியே கடவில் இறங்கும் படிக் கட்டில் சவுட்டுக் கல்லாகக் கிடந்து இப்போது சீரழிகிறது. இதெல்லாம் நடந்தபிறகும் பாறை அசையவில்லை. மனம், வாக்கு, சுகம், துக்கத்துடன் எல்லாவற்றையும் ஒண்ணுபோல பாவிச்சி அமர்ந்திருக்கிறது. அதன் உடலில் வேறுபாடு நிகழ்ந் தாலும், உயிரில் ஊறுபாடு ஏற்பட்டதா? உயர அளவு குறைந் தாலும் கால அளவில் மாறுபாடு நிகழ்ந்ததா? இல்லையே.

கோழியின் கால்களைத் தூக்கிப் பிடித்து உயர்த்திய தோட்டைக்காலன், பாறையில் சாய்ந்து கிடந்த செங்கவருக்க மாவின் கொம்பில் கட்டித் தொங்கவிட்டான். தலையற்ற முண்டத்தின் கழுத்துப் பகுதி அங்குமிங்குமாக அசைய, கட்டியான இரத்தம் அடைபோல் சுருண்டு பாறையில் சிதறியது. வேலையில் மும்முரமாக நின்றவன், ஒரே சீராக ஆனால் இலகுவாக அதன் தோலை அப்படியே அண்டிராயரைக் கழற்றுவது போல உரிந்தெடுத்தான். மூச்சுக்குழாய்க்குக் கீழே இழுபடும் போதெல்லாம் சுவாசக் காற்றறைக்கு உள்ளாகத் தேங்கி நின்ற சத்தம் வெளியே வந்தது. அம்மணக் கோலத்தில் தொங்கிய கோழியைப் பார்த்ததும் இளவட்டக் கும்பலுக்கு உற்சாகம் பிறந்தது.

ஒருத்தன் :

"உரிஞ்சான் உரிஞ்சான்
உறியடிச்சான்.
உரிஞ்ச பெறவு
பறையடிச்சான்."

இன்னொருத்தன்:

"பறிச்சான் பறிச்சான்
மயிர் பறிச்சான்.
பறிச்ச பெறவு
நெல்லு கேட்டான்."

வேறொருத்தன்:

"நெறஞ்சான் நெறஞ்சான்
நெல்லளந்தான்.
நெறஞ்ச பெறவு
சொல்லளந்தான்."

மற்றொருத்தன்:

"மறிஞ்சான் மறிஞ்சான்
பல்லளந்தான்.
மருமவன் மொறைக்கு
மவளக் கேட்டான்."

தோட்டைக்காலன் எதையும் கேட்டவனாகவோ, அவர்களைக் கவனித்தவனாகவோ இல்லை. தனது வேலையிலேயே மும்முரமாக இருந்தான். அவர்கள் அவனிடம் ஒன்று விளையாடிப் பார்ப்பதென்ற மனநிலையில் இருந்தனர். இளவட்டக் கும்பலின் செயல்பாடுகளிலிருந்து அது தெரியவந்தது.

ஒருவன் ஆற்றில் முங்கி எழுந்தான். அவன் கைகளில் குழைந்த களிமண் உருண்டை விசைபெற்று தோட்டைக் காலனின் முதுகில் பதிந்தது.

"தள்ளே... எவண்ணாலும் விடமாட்டேன். கொஞ்ச நேரமா நான் பாத்துட்டுதான் நிக்கியேன், ஓங்களுக்க ஆதாளிய. கண்ணும் மூக்கும் செவியும் இல்லாதவன்னு என்ன நெனச்சாதிய."

"அண்ணாச்சியே, கோழிக்காலு கடிப்பமா?"

"குத்து கொள்ளுவியா!"

"கொலை விழுமோ?"

"கொலையும் விழும், தலையும் விழும்."

"வாழக்குலையோ?"

"கொம்மைக்க இருவத்தெட்டு."

வேகத்தில் பறந்துவந்த ஐந்தாறு ஏறிகள் கோழியின் சதைகளைத் தழுவிக்கொண்டு தோட்டைக்காலனின் கன்னத்திலும் பதிந்தன.

"காட்டுக்குட்டியளே! எல்லாத்தையும் சேத்து மொத்தமா கைவச்சிடுவேன்."

தோட்டைக்காலன் கத்தியை நீட்டிக்கொண்டு சென்ற வேகத்தில் கரையில் நின்ற ஐந்தாறுபேர் பாறையில் தாவி ஏறி வெள்ளத்தில் குதித்தனர். இந்த விளையாட்டு சற்றுநேரம் நீண்டது. இந்தக் காட்சிகளால் மெத்தக் கலவரப்பட்டு நின்ற கேசவனும், மற்றவர்களும் திரும்பவும் மண்டபத்தில் சென்று அமரும் மனநிலை இன்றி சற்றுத் தள்ளி நின்ற குரோட்டன்ஸ் செடியின் மூட்டில் ஒதுங்கி வெறுமனே பார்த்துக்கொண்டு நின்றார்கள். அதற்குள்ளாகத் தோட்டைக்காலன் திரும்பி வந்து கோழியைப் பாகப்படுத்தும் தனது செயலில் துளிபிசகின்றி நிறைவேற்றிக்கொண்டிருந்தான்.

முதலில் கோழியின்மேல் நீர்விட்டுக் கழுவித்துடைத்தான். பிறகு அதன் கழுத்தை வகிர்ந்துவிட்டு இரைப்பையைத் தனியே கழற்றி எடுக்கும் சிரமத்தில் ஆழ்ந்தான்.

“ஓய், கொக்கறையாக்கும். பாத்து பூயும்.”

நீரில் மிதந்தபடியே ஒருவன் சத்தம் போட்டான்.

“கொக்கறையில என்ன காணும்?”

“தெரவியம் இருக்குமோ?”

“தேனு வழியும், பெய் நக்கு.”

“வேற என்னதான் இருக்கும்?”

இன்னொருவன் கேட்டான்.

“கல்லும், மண்ணும் கரிக்கட்டையும் காணும்.”

அடுத்தவன் பேசினான்.

“கல்லும், மண்ணும் இல்லடா, தீட்டம் காணும்.”

“தீட்டமா?”

“வோ. இந்தக் கோழி கொஞ்சம் மின்ன இதிலோடி பீயக் கொத்தித் தின்னுட்டு திரிஞ்சிது. இதுக்க எறச்சியையும் தின்ன ஆளிருக்குது பாரு.”

அந்த மூவரால் அதற்கு மேல் தாக்குப்பிடிக்க முடியவில்லை. கேசவனுடன் மற்ற இருவரும் சண்டை போட்டனர். இந்த அசிங்கத்தை எல்லாம் இன்னும் நாங்கள் பார்த்துக்கொண்டு இங்கே நிற்க வேண்டுமா என்பது போல ஒலித்தது அவர்களின் கேள்வி. கேசவன் பதில் எதுவும் பேசாமல் அவர்களுடன் நடந்தான்.

கோழியின் நெஞ்சங்கூட்டைப் பார்க்கப் பயங்கரமாக இருந்தது. அது வேறு எதையெல்லாமோ நினைவூட்டிக்கொண்டிருந்தது. விழிபிதுங்கிய நிலையில் சிங்கத்திடம் அடிபட்டுச் சதைகள் பீறப்பட்ட நிலையில் விலா எலும்புகளைத் தள்ளிக் கொண்டு நிற்கும் பசுவைப் போலக் காட்சியில் பதிந்தது. பாறையில் சிதறிய இரத்தத் துளிகளும், தனிமையின் உறுமலும் தோட்டைக்காலனிடம் நடுக்கத்தை ஏற்படுத்தியது.

“நல்லா பாரும். போடு விழுந்த எல்லுக்கூடு.”

“யாக்கிக்க நெஞ்சங்கூடு.”

பயக்களின் கலவரமூட்டும் பேச்சுக்களால் கையிலிருந்த ஒரு கண்டம் சதை பாறையில் விழுந்தது. நடுங்கும் கரங்களால் சாரத்தை மடித்துக் கட்டியவாறு நின்றான் தோட்டைக்காலன். எட்ட முடியாத தூரத்தில் கேசவனும், அவனைச் சார்ந்த இருவரும் நடந்து செல்வது டியூப்லைட் வெளிச்சத்தில் தெரியவே, அவனது பதற்றம் மேலும் அதிகரித்தது.

நல்லவேளையாகக் கரியுடன் ஓயப்பு வந்தான். இருவரும் சேர்ந்து ஓரோர் கிளாசு வீதம் ஊற்றிக்கொண்ட பிறகு சற்று தெம்பு வந்தது. அந்த மிதப்பில் எல்லாவற்றையும் சுட்டுப் பொறுக்கி வாழை இலையில் பொதிந்துகொண்டு மண்டபத்திற்கு வந்தார்கள்.

இந்தத் தருணத்தையே எதிர்பார்த்துக்கொண்டிருந்தவர் களைப் போன்ற வேகத்தில் இளவட்டக் கும்பல் கரையேறியது. அவர்கள் ஒருவருக்கொருவர் பேசியதுபோலத் தெரியவில்லை. ஆனால் மனத்தீர்மானம் ஒன்றுபோல விளங்கியது.

அவர்களின் வருகை தோட்டைக்காலனின் அடிவயிற்றைக் கலக்கினாலும் அவர்களைக் கவனிக்காதது போன்ற பாவனை யில் தூரப்பார்த்தவாறு பீடி குடித்துக்கொண்டு நின்றான். அவர்கள், இருவரையும் நெருங்கினார்கள்.

“சமையல் ரெடியாச்சுதா?”

ஒருவன் கேட்டான்.

“பூதத்துக்குப் படைக்கணும்.”

அடுத்தவன் பதில் கூறினான்.

“பந்தி இன்னும் வைக்கலியா?”

“பாயாசம் ஊற்றலையா?”

“பால் பழம் கொடுக்கலையா?”

“பனங்கற்கண்டு சாப்பிடலையா?”

வக்கணையான வார்த்தைத் தீண்டல்களில் தான் எள்ளள வும் பாதிக்கப்படவில்லை என்ற தோரணையில் தோட்டைக் காலன் மண்டபத்தில் வந்து அமர்ந்தான். ஓயப்புக்கு அங்கு என்ன நடந்துகொண்டிருக்கிறது என்பது தெரியவில்லை. ‘இது என்ன பெகளம்?’ என்ற பாவனையில் திருதிருவென விழித்துக்கொண்டிருந்தான்.

“பிலேய், அம்மிகும்மியா மறிஞ்சாலும் ஒங்களுக்குப் பொடிகூடத் தரமாட்டோம். நீங்க படிச்சத பாருங்க.”

“தனித்தின்னியளுக்கு மோட்சம் இல்ல. அது பாவம் அண்ணே.”

“கோழிக்க பீட்டை அங்ஙின காணும். பெய் பெறக்கித் தின்னுங்கவிலே.”

தோட்டைக்காலனின் பேச்சில் வெளிப்பட்ட ஏளனம் அவர்களின் கும்மாளத்தை மேலும் அதிகரித்தது. எந்தக்

கம்பைக்கும் அடங்குபவர்களாகத் தெரியவில்லை. அவர்களின் நெருக்கம் இருவரை நோக்கி மேலும் நகர்ந்தபடியே இருந்தது. இப்போது தோட்டைக்காலனுக்கும், அவர்களுக்கும் இடையே இரண்டடிதூர இடைவெளி.

"தின்னவிடியானுவ இல்லியே. எப்பம் தள்ளி நில்லுங்கவிலே. காற்று வரட்டு."

ஓயப்பு திரும்பவும் ஒரு கிளாஸ் ஊற்றினான். அந்த இளவட்டக் கும்பலின் நெருக்கமும், வாக்கியங்களும் அவனை வெகுவாகச் சல்லியப்படுத்தியது.

"தள்ளிப் போங்கவிலே மயிருவளே..."

வெறுப்புடன் கையை வீசிப் பேசியவன் முன்னால் அந்த இளைஞர்கள் பயந்தவர்களைப் போல நடித்துக்காட்டினார்கள். அவர்கள் ஏன் இந்த நிலை நிற்கிறார்கள் என்பது அறியக்கூடாத தாக இருந்தது. வாலிபத்தின் மதர்ப்பா? பிறரைத் துன்புறுத்தி இன்பங் காணுவதில் உள்ள ஆர்வமா? தங்களுக்கும், அவர்களுக்கு மிடையிலான பகைதான் வேறென்ன என்று நினைத்தபோது ஓயப்புக்குச் சங்கடம் வந்தது.

ஒரு பக்கமாக ஓரிருவர் அவன் விரட்டலுக்கு விலகிச் சென்றனர். மறுபக்கமாக நான்கைந்து பேர் மண்டபத்தில் வந்து கையில் அகப்பட்ட கோழி இறைச்சியின் துண்டங்களைப் பொறுக்கி வாயில் போட்டவாறு விலகினர். என்ன செய்தாலும் அவர்களை இந்தத் திருட்டிலிருந்து விலக்க இயலவில்லை.

"பந்தல் கட்ட வேண்டாமோ?"

"பலிகொடுக்க வேண்டாமோ?"

"பூதம் தின்ன வேண்டாமோ?"

"புதையல் கிடைக்க வேண்டாமோ?"

ஒவ்வொரு வரிகளாகப் பேசிக்கொண்டு பாறையில் நின்றவாறு குதிக்கும் இடைப்பட்ட தருணத்தில் அவர்கள் ஓயப்புக்கும், தோட்டைக்காலனுக்கும் ஒவ்வொரு உதை கொடுத்துச் சென்றனர். தோட்டைக்காலனால் அதற்கு மேல் தாள முடியவில்லை. மயிரு, வருவது வரட்டும் என்று துள்ளிச் சாடி எழுந்தான்.

"நீக்கம்புல பெறந்த நாய்ப்பயல்களே! ஓடாத நில்லுங்கவிலே, பாப்பம்."

பாறை விளிம்பில் குதிக்க நின்றவர்கள் இயக்கம் நின்றது. அவன் சவாலுக்குச் செவி கொடுத்தவாறு அருகில் வந்தனர்.

ஒருவனின் செவிட்டில் ஓங்கி அறைந்தான் தோட்டைக்காலன். பின்னால் வந்த இருவர் அவனைத் தூக்கிச் சுருட்டி மண்டபத்தின் படிக்கட்டுகள் வழி கீழே உருட்டித் தள்ளினர். மாறிமாறி அடிபிடியும் இரைச்சலுமாக இருந்தது. ஓயப்பு கிடைத்த வாய்ப்பை நழுவவிடாமல் ஒருத்தனின் கையைப் பிடித்துக் கடித்தான். பதிலுக்குக் குத்த வைத்து உட்கார்ந்த நிலையில் ஓயப்பைத் தூக்கி அவன் வெள்ளத்தில் எறிந்தான். இனி பலப்பிரயோகம் செய்து பயனில்லை என்று கருதிய தோட்டைக் காலன் மெல்ல நழுவியோடப் பார்த்தான். அதற்குள் அவனைச் சுற்றி வளைத்த கும்பல் ஆடைகளை உரிந்தெடுத்து கோழியைத் தொங்கப் போட்டிருந்த கோலத்தில் ஆக்கியது. தனக்குத் தெரிந்த ஒன்றிரண்டு செவிடு முறைகளைப் பிரயோகித்துப் பார்த்த தோட்டைக்காலன் தளர்ந்தான். கும்பலின் இளரத்தக் கொழுப்புக்கு முன்னால் எதுவுமே எடுபடாமற் போயிற்று. தாக்குப் பிடிக்க முடியாத நிலையில் ரப்பர் தோட்டங்களினூடே நிர்வாணமாக அவன் ஓடத் தொடங்கினான். சற்று தூரம் விரட்டிவந்த இளைஞர்கள் எதையோ நினைத்துப் பின்வாங்கி னார்கள். மண்டபத்திற்குத் திரும்பிய அந்த இளவட்டக் கும்பல் தாங்கள் கைப்பற்றிய பேரரசை ஆசை தீருமட்டும் கொள்ளை போட்டுக்கொண்டிருந்தது.

பாறையில் சிதறிக்கிடக்கும் உயிர்த்துளிகளின் பின்னால் அமைந்த கோழியின் கூவல் மூன்று தரம் இழுப்பெடுத்து ஒருமுறை ஒலித்தபோது, அதற்கான முன்வினை அறிவிக்கும் பொருட்டு அதனதுபோக்கில் காலம் நகர்ந்தது. அதன் நொடிகள் தோன்றியவுடன் மரிக்கும்போது எல்லாம் புதிய கதை கண்ட பாறையின் உடல் விரிந்து பூமியைக் குடைந்து வேர்கள் சென்றன. ஆழத்தில் ஒரு நாகம் படமெடுத்தது. அதன் தலை நீண்டு மேலே பூவிரிந்து அலகுடன் சிறகு முளைத்து சேவல் ஆனது. மற்றொரு வடிவம்கொள்வதற்கு முன்பு ஒரு தொடர்ச்சியின் தனிமையாகத் திரிந்தலைந்த கோழியின் உயிர், அற்றுக் கிடக்கும் தலையில் இருந்துகொண்டு வெளியைப் பார்த்தது. வானில் தெரிந்த நட்சத்திரங்கள் கண்ணாடி மேல் நீர்த்திவலைகளாக மினுங்கின. கறையான்களைப் போலக் கொத்தியெடுக்கும் ஆசையில் கழுத்து நீண்டால், தலை அங்கில்லை. இன்னொரு உறுப்பாகிப்போன சொந்த உடல் அதனைத் தேடி அலையும் காலநாட்களில் ஒருநாள் அதிலிருந்து இன்னொரு பிறப்பைத் தந்து, தனது பிறப்பை அறிந்தபோது அதனை அறுக்க முயலும் முனைப்போடு வந்து முட்டிமோதித் தெறித்த அகம் அடக்கம் கண்டது. அருவியின் ஒழுக்கு ஆழத்திலும் உட்சென்று தீயாய்ப் பற்றிக் கொள்ள உட்கார்ந்திருந்த கோலத்தில் ராஜேந்திரன் உடல் தகித்தது. அதை உள்வாங்கிக்கொள்ளும் அளவுக்கு அவன்

உடல் விரிவடையவில்லை. பிறப்பை உடலாய்ப் பார்த்த பழக்கத்தில் அதே தர்க்கம் கொண்டு உயிரறுத்தான். கோழியின் தலையில் அந்த முடிவு நீண்டது. துளி நீருக்கான தாகம் ஆண்குறி அலைவில் நாக்கில் தெரிந்தபோது, அதன் பிறப்பு இன்னும் இருக்கிறதென்பதை அறிவித்து நின்றது. ஒரு கதை சொல்லியின் பேனா கிளறி எடுத்த பழைய வேர் திளிர்த்து கொம்பைப் பற்றத் தாவும் கொடியின் அலைவாய்த் திகழ்ந்தது. காதுகளை ஊடுருவும் எழுத்துக்குரல்மனம் வெடித்துக் கசிந்த புறங்களில் எல்லாம் கதை கதையாய்க் கத்திரிப்பூக்கள்.

கதையின் முதுகுப்பக்கம் திரும்பி பாறையின் முகம் கண்டபோது கையில் வெற்றிலை, பழங்களுடன் கனகபாய் வந்துகொண்டிருந்தாள். கோழி எங்கே இருக்கிறது என்ற சங்கதி மட்டும் தெரிய வேண்டும் அவளுக்கு. எதாகப் போய்விட்டது என்பதைக் காட்டிலும், எங்கு போய்விட்டது என்பதை அறியும் விழைவு. காலத்தின் திகிரி சுழற்றி கண்டுபிடிக்கும் கோலப்பனிடம் அதற்கான தாக்கோல் இருப்பதாக அவள் நம்பினாள்.

பிணந்தோடு பஸ்ஸைப் பிடிக்க சானல் முக்குக்கு நடக்கும் போது கணக்கன் ஒரு ரப்பர் கடையில் உட்கார்ந்து கதையடித்துக் கொண்டிருப்பதைக் கண்டாள். ஒரு யாத்திரை மிச்சப்பட்டது என நினைத்து மனதில் சந்தோசப்பட்டாலும், கோழியைப் பற்றிய துக்கம் மாத்திரம் அவளை விட்டு நீங்கவே இல்லை.

விஐபி. காரர்களுக்காக அவள் ஸ்டாக் செய்து வைத்திருக்கும் ஸ்பெஷல் வாற்றில் ஒரு முழுக்குப்பியும், இரண்டு சோடாவும், வெள்ளைத்துளுவனில் நான்கு பழங்களும், இரண்டு பாக்கெட் நிலக்கடலையும், அஞ்சி பப்படமும் உள்ளே போன பிறகுதான் கணக்கன் தனது கக்கத்திலிருந்த மடிப்பை நிமிர்த்துத் தரையில் வைத்துவிட்டு சங்கு முத்துக்களை அதில் வாரி எறிந்தான். கனகபாய் அவனது வாயிலிருந்து என்ன விழப்போகிறது என்பதைப் பார்த்துக்கொண்டிருந்தாள்.

“ஓகோ!”

“என்ன தெரியுவு கணக்கரே?”

“எல்லாம் தெரியுது.”

“எங்கி ஒண்ணு செல்லணும்.”

“ஓனக்க கோழி, அது கோழியில்ல. ஒரு மனுஷனாக்கும் பாத்துக்க.”

“மனியனா? என்னத்த சொல்லுதீரு?”

“இந்தக் கோழி முற்பிறவியில ஒரு கசாப்புக்காரப் பெருங்காலனா இருந்தது. இவன் கையால கழுத்தறுபட்ட ஆடு,

மாடு, பறவைகளுக்குக் கையும், கணக்கும் இல்ல. இந்தப் பெறப்பில இவனொரு கோழியாட்டுப் பெறந்தான். ஒனக்கிட்ட வளந்தான். இந்நேரம் அதுக்க தலையும் அதுபோல அற்றுத் தெறிச்சுபெய் இருக்கணுமே?"

"அய்யோ... எக்க கோழி செத்துப் போச்சுதா? ஓ..."

"இஞ்சபாரு, நெஞ்சில தல்லாத. ஒனக்கென்ன பைத்தியமா? நான் செல்லியதக் கேளு. அது ஒனக்க வீட்டில இனியும் நிண்ணிருந்தா ஒன்னையும் சேத்துக் கொண்டுபோயிருக்கும். நல்ல காலத்துக்கு தப்பிப்பெழச்சேண்ணு நெனச்சி மனசத் தேற்றி எதாவது காணிக்க நேந்து ஜீவிச்சிட்டு போ."

"கணக்கரே, வலிய உபகாரம். இன்னா கொஞ்சம் போல இருக்கு. வச்சிடும்."

வெற்றிலையில் அவள் பொதிந்து கொடுத்த பணத்தை வாங்கிக்கொண்டு கணக்கன் எழும்பினான். அவனை வழியனுப்பும் முகமாக கனகபாய் ஆயினிமூடு தாண்டி, பேங்கரின் விளை தாண்டி, வாழைத்தோப்பைத் தாண்டி வந்துகொண்டிருந்தாள். முன்னால் நடந்துவந்த அவளைக் கண்டதும், பாறைக்கிடையே மறைந்து நின்ற ஒரு உருவம் வெள்ளத்தில் சாடி இறங்கி அப்படியே நின்றுகொண்டது.

"கணக்கரே, அது யாருண்ணு பாரும்."

"நீ சும்மா வருவியா?"

"எக்கு பேடியா இருக்குவு"

"யாருடா அவன்?"

கணக்கன் அதட்டியபடியே கேட்டான்.

"நாந்தான் ஓய் செல்வமணி. ரெண்டு வேரும் தூரமா போறிய?"

"செல்வமணீண்ணா செத்துப்போனவனா? உயிரோட இருக்கியவனா?"

"கணக்கரே, என்னத் தெரியேலியா? நான் தோட்டைக்காலன் செல்வமணி. நீரு ஊருக்கே கணக்கு செல்லியவரு. இப்பிடி பயந்து பீச்சினாலோ?"

"யாரு தோட்டைக்காலனா? எதுக்கு ஓய் இந்த அத்த ராத்திரியில வெள்ளத்தில எறங்கி நிக்கிதீரு? ஓமக்கு கரையில நிக்க எடம் இல்லையா?"

"அதை ஏன் கேக்கிய கனகம்? அஞ்சாறு வாலாமடை பயக்க அருவிக்கு வந்தானுவ. அவனுவளுக்க கூட ஒரு சின்ன

கைதள்ளல் நடத்த வேண்டி வந்தது. எக்க சீலைய உரிஞ்சி அம்மணக்கோலத்தில அடிச்சு வெரட்டிப் போட்டானுக."

கனகபாய்க்குச் சிரித்துச் சிரித்து வயிறு புண்ணாகிவிட்டது. தனது மார்பை ஜெம்பறுக்கு மேலாக மறைத்துக் கிடந்த தொவர்த்தை உருவி தண்ணீரில் எறிந்தாள். கரையேறிய தோட்டைக்காலன் அவர்களின் பின்னால் நடந்து வர, வழுக்குச் சப்பாத்து வழியே ஆற்றைக் கடந்து சென்றனர்.

கரைக்கு ஏறியபோது ஒற்றைப்பாறைக்கு அருகே கும்பல் கும்பலாக ஆட்கள் கூடி எதையோ பேசிக்கொண்டிருந்தனர். வாடகைக்கு எடுத்த கியாஸ்லைட் இரத்தம் கக்கிக்கொண் டிருக்க, நாலா பக்கங்களிலும் சூட்டு கொளுத்தி இருளை விரட்டினார்கள். இரவில் எழும்பிவந்த தூக்கக்கலக்கம் மாறாமல் ஆண்களும், பெண்களுமாக நின்று வெள்ளத்தை உற்று நோக்கியபடி இருந்தனர். இரண்டுபேர் நீரில் இறங்கி உள்ளே முக்குளி இடுவதும், வெளியே வருவதுமாக இருந்தனர். பஞ்சாயத்துத் தலைவர் போன்ற பொறுப்பில் உள்ள ஓராள் உரத்த குரலில், "இவனுவளக் கொண்டெல்லாம் பற்றாது. ஆற்றில மணலு கோரிய பயக்கள பெய் பிடிச்சிற்று வாருங்கலே!" என்று யாருக்கோ கட்டளையிட்டுக் கூறினார். அந்தச் சூழலின் விபரீதத்தை அறியும் முன்பு தன்னைத் துரத்தி அடித்த இளவட்டக் கும்பல் எங்காவது தென்படுகிறதா என்று தோட்டைக்காலன் தேடினான். பிடுங்கி எறிந்த சீனிக்கெழங்கு வள்ளிபோல எல்லாப் பயக்களும் மண்டபத்தில் வதங்கிக் கிடந்தனர். பாறைக்குப் பக்கமாக ஒதுங்கி நின்ற ஒருவனை விளித்து கணக்கன் நடந்ததை வினவினான்.

"தொடுவெட்டியிலிருந்து ஒன்பது பயக்க, இங்ஙின களியல்ல ஏதோ ஒரு கலியாண வீட்டுக்கு வந்த இடையில அருவிக்கு வந்திருக்கினும். பாறையில ஏறிச்சாடி மறிஞ்சினும் போலத் தெரியுவு. ஒருவாடு நேரம் குளிச்சி வெளையாடீற்று கரையேறிச்சினுமாம். எட்டுவேரு துணியப் போட்டினும். ஒருத்தனுக்க துணிமட்டும் எடுத்துப்போட ஆளில்லாத இன்னா கெடக்குது."

"பயலுவளுக்க ஆட்டம் கொஞ்சம் அதியளிஞ்சிதான் போச்சி. நான் சென்னது இவனுவளத்தான். கொறச்சி மின்ன இதிலோடி சின்னப் பொடியஞ்சாரமா நடத்தீட்டு திரிஞ்சானுவ."

"பின்ன வலிய ஒரு ஆம்பிள்ளைக்க சீலைய உரிஞ்சி ஓடஓட வெரட்டியதுண்ணா லேசுபட்ட காரியமா? இப்ப எல்லாம் மதியாச்சுதா இந்தப் பயலுவளுக்கு?"

கனகபாய் துணைக்கு வந்ததும் தோட்டைக்காலனுக்கு ஆவேசம் பிறந்தது. எல்லாருக்கும் முன்பாக அசத்தும் பாவனை யில் கூக்குரலிட்டவாறு கலையத் துவங்கினான்.

“கனகம், இந்தப் பயக்கள சும்மாவிடப்பிடாது. ரெண்டு வச்சித்தான் ஆவணும். ஓயப்பு அங்கினேோடி எங்கேங்கிலும் நிக்கியானாண்ணு ஒண்ணு பாத்துட்டு வாறேனே...”

“ஓய் மரியாதிக்கு நில்லும். நீரு இனிமே மைத்தாத்த கொறதான் உண்டு.”

கணியன் இருவரையும் பாறைக்கு மேலே ஏறி வரும்படி பணித்தான். ஒவ்வொரு நொடியின் முடிவிலும் பிறக்கும் புதிய கதையின் வரவுகண்டு பாறை விழித்தது.

“இதுக்கெல்லாம் பின்ன ஒருவாடு காரியங்களொக்க உண்டு. இருந்து கதைபறையலாம்ணுதான் நான் ஓங்க ரெண்டு பேரையும் விளிச்சேன். இந்தக் கயத்த குறிச்சி ரெண்டு மூணு கதைகள் உண்டு. அதில ஒண்ணு கம்மேறி பாலையன் கதை யாக்கும். நான் செல்லியத கேக்கிதியளா?”

“வோ! செல்லணும்.”

குரலைச் சற்றுக் கனைத்துக்கொண்டு காறலை உமிழ்ந்த கணியன், கச்சேரிக்கு முன் சுரம்பிடிக்கும் ஆகிருதியில் கதைப் பொருள் குறித்துப் பெருங்குரலெடுத்துப் பாடத்துவங்கினான்.

“கம்மேறி பாலையன்
கதையெல்லாம் சீலந்தான்.
திக்குறிச்சி தேசத்தான்.
திசைகெட்ட தாரித்திரியன்.

பொக்கென்று ஒருநாளில்
பொன்தெரவியம் தான்பெற்று
பெம்மக்கள் அறுவரையும்
பொன்தட்டில் தூக்கி வச்சான்.

கெட்டியயிச்ச அண்ணுராவு
கட்டளிஞ்சு போனவாயால்
பெண்டிடம் உண்மை சொல்லி
போன இடம் அறியில்லானே...”

கணக்கன் வாயால் கதை கேட்டு ஒருவாடு நாளான ஆவலாதியில் கனகபாய் தன்னிடமிருந்த வெற்றிலைப் பொட் டலத்தை அவிழ்த்து எல்லோருக்கும் பங்கு வைத்தாள். கதை சொல்லும் போக்கில் இருந்த அவன் எதையும் கவனிக்காதது போன்ற மவுனவெறிப்பில் கொஞ்சநேரம் அப்படியே இருந்தான். பிறகு கையிரண்டையும் ஒருமுறை தலைக்கு மேலே குவித்து விட்டுப் பேசத்துவங்கினான்.

“அன்னா இருக்கு பாருங்கோ கொளம், அதுக்கு சாணக் கயம்ணாக்கும் பேரு. யாரு வெட்டினதோ, வெள்ளம் எறைச்சதோ? தெரியாது. பலபேருக்க ரெத்தம் அதில கலத்திருக்கு. இண்ணு ஒரு செறுப்பக்காரப் பையன். கொறய காலத்துக்கு முந்தி ஒரு பெரிய மனுஷன்.”

சுண்ணாம்பு தடவி கனகபாய் கொடுத்த வெற்றிலையைக் கையில் வைத்துக்கொண்டே,

“பெரிய மனுஷன் ஒண்ணும் இல்ல. நம்மளப் போல பாலையனும் சாதாரண ஆளுதான். பணமொக்க வந்தபொறவு தான் பெரீய ஆள்...”

நிறுத்திய கதியில் வெற்றிலையை வாயில் துறுத்தினான். ஒன்றிரண்டு வினாடிகள் விடுபட்டதைக்கூடக் கேட்டுக்கொண் டிருந்த இருவரால் தாங்கிக்கொள்ள இயலவில்லை. அவ்வளவு அவசரம்.

“நல்லுச்சைக்கு ஒரு சேவக்கோழி இந்தக் கயத்தில நிண்ணு கூவுமாம். அதுக்குப் பெறவு மணி கிலுங்கிய சத்தம் கேக்கும். எவனாவது பூயாரிய பூச செய்யப் போச்சினும்ணு வச்சிக்க, பின்ன அவன் வீடு திரும்பமாட்டான். அவ்வளவுதான்”

“மரிச்சிப் போவானா?”

“ஆமா. இப்பிடி ஒருவாடு நம்பூதிரிமாரு இந்தக் கயத்தில விழுந்து மரிச்சிட்டு உண்டு. எப்பிடி சாவினும்? யாராக்கும் கொல்லியது? இதெல்லாம் யாருக்குமே தெரியாது. அப்பிடியான காலத்திலதான் ஒருநாள் பாலையன் என்கிற கிருஷிக்காரக் கூலியாள் ஒருத்தன் நாம ஒக்காந்திருக்கிற மாதிரி இந்தப் பாறையில ஒருநாள் வந்து இருந்தான்.”

தான் சம்பந்தபட்ட கதையொன்றைக் கணியன் எங்ஙனம் அறிந்தான் என்பது குறித்து ஆச்சரியமாக இருந்தது பாறைக்கு. அதைவிட தாங்கள் மூவரும்தான் கேட்டுக்கொண்டிருக்கிறோம் என்பதற்கிடையில் பாறை கதை கேட்கும் விஷயம் அவர்கள் அறியாதது அடுத்த ஆச்சரியம்.

“அவன் ஊர் திக்குறிச்சி. அவனுக்கு ஆறு பெண் மக்கள். எல்லாம் ஒண்ணுவிட்டு ஒண்ணு கொமருகளாகி நிக்குது. எல்லாத்தையும் எப்படி கெட்டிக்குடுக்கியது என்கிற கவலை அவனுக்கு. அதுக்கு மேல அவனுக்க பெண்டாட்டிக்காரி. ஆறண்ணத்தையும் நான் அவிச்சி தின்னயா பெத்துத் தள்ளி னேன்ணு சதா ஒப்பாருதான். ஒருநாள் பொறுக்க முடியாம பிரச்சினைகளுக்கு ஒதுங்கலாம்ணு இந்தப் பாறையில வந்து நாம ஒக்காந்திருக்கிற மாதிரி அவன் இருந்தான்.”

அந்த இருப்பைக் கற்பனை செய்து பார்த்த பாறை, அது வெளியேற்றப்பட்ட ஒருவனின் மனவன்மம் போல இருந்ததாகத் தன் மனசில் கூறியது.

“திடீர்ணு ‘வென’ வந்தது மாதிரி அவன் பார்வை இந்தக் கயத்துக்க மேல விழுந்தது. அதுக்க நடுவுல புதுசா ஒரு கம்மு. கம்மு நெறைய கொத்துக்கொத்தா பாக்குக்குலைகள். வெட்டிக் கொண்டு அந்திக்கடை போனா ஒரு நேரத்த மீன்பாட்டுக்கு ஆச்சி என்று கயத்தில் எறங்கினான்.”

அதுவும் அவனுக்கு ‘வென’ வந்தது மாதிரிதான் நிகழ்ந்தது என்று பாறை தன் மனசில் நினைத்துக்கொண்டது.

“பாக்குக்குலைய வெட்ட அறுப்பத்திய எடுத்து ஓங்கினாம் பாரு, அவனுக்குள்ளால வந்துதே ஒரு குறுகுறுப்பு. ஒண்ணுமே பாக்கு இல்ல. அம்பிடும் சொக்கத் தங்கமாக்கும். கண்ண அடச்சி அடச்சிப் பார்த்தான். தங்கம் பழுத்து நிண்ணு தலையத் தட்டுது. ஓங்கின அறுப்பத்தி வெள்ளத்தில தெறிச்சிட்டுது. எறங்கி எடுக்கப்போனான்.”

அதுதான் ‘வென’யின் உச்சகட்டம் என்று பாறை உரத்த குரலில் சொல்லியது.

“வெள்ளத்தில காலுவச்சதுதான் உண்டு, யாரோ அவனை இழுப்பது போலவும், தான் எங்கோ கொண்டு செல்லப்படுவ தாகவும் உணர்ந்தான். உள்ளே ஒரு பெரிய கல்லுமண்டபம். அதைச் சுற்றிலும் நிர்வாணகதியில் பொன்யாக்கிகள். அவர் களைப் பார்க்கப் பார்க்க மனதில் ஒளி அடித்ததே தவிர, வேறு எந்த எண்ணமும் எழும்பவில்லை. மண்டபத்தின் அடித்திறப்பைக் கழற்றி எடுத்த யாக்கிகள், அவனை உள்ளே அழைத்துச் சென்றனர். செம்மஞ்சள் வெயிலைப் போல நிறம் வீசும் தங்கக் கருவூலம். அது நிறைய பாக்கு, கருப்பட்டி, குட்டுவம், வார்ப்பு, வட்டில், செங்கற்களின் வடிவத்தில் சுத்தப் பசும்பொன் உருப்படிகள். தலைச்சுமட்டில் அவன் எடுக்கத் தகுந்த அளவுக்கு எல்லாவற்றிலும் ஒவ்வொன்று வீதம் வாரிக் கொடுத்த யாக்கிகள், ‘இது கொண்டு எல்லா மக்களையும் கெட்டியயி’க்கும்படியாக அவனுக்கு அறிவுறுத் தினர். ஆனால் ஒரு தடை மட்டும் விதித்தார்கள்.

“என்னது?”

“எக்காலத்தும், எந்த நிலையிலும் இது ஒனக்கு எப்பிடி கெடச்சுதுண்ணோ, யாரு ஒனக்குத் தந்தது, எங்கவச்சி தந்ததுண்ணோ, எங்கோடி நீ கொண்டு வந்தேணோ, ஒனக்க

பாரியாளிடத்தோ, நாய், பசு, நரி, கோழி, மரஞ்செடி கொடிகளிடத்தோ, நீ உடுக்கிய துணியிடத்தோ, குடிச்சிய வெள்ளத்திடமோ, தின்னிய சோறிடத்தோ செல்லப்பிடாது!"

'இதுதான் வெனயின் தொடர்ச்சி' என்று அரைக்குரலில் பாறை கூறியதைக் கணியன் சொன்னதாகத் தோட்டைக்காலனும், தோட்டைக்காலன் சொன்னதாக கனகபாயும், கனகபாய் சொன்னதாகக் கணியனும் கேட்டுக்கொண்டனர்.

"அப்பிடி நீ ஒருவேள அடக்கமுடியாத சென்ன எண்ணு வச்சிக்க, அந்த நொடியில ஒனக்க கதை முடிஞ்சிரும்ணு யாக்கிய செல்லிச்சினும். அவனும் எல்லாத்துக்கும் 'ஓம்'ணு செல்லீட்டே இருந்தான். அவன வெள்ளத்துக்க மேல கொண்டு விட்ட யாக்கிய, 'விடியதுக்குள்ள வீடுபோய்ச் சேந்திரு' எண்ணு விட்டுட்டுப் போச்சினும். ஒற்றைக்கு ஒரு ஆளா அவனும் எல்லாத்தையும் கொண்டு நரங்கியெடுத்து வீடு வந்து சேந்தான்."

"பெறவு ?"

கணியன் இருமிக்கனைத்தவாறு தனது குரலை ஒருமுறை தீட்டிக்கொண்டான். பிறகு ராகமிழுத்து ஓசையைக் கூட்டியவாறு பாட்டுப்பாடினான்.

"இஞ்சி யாவாரி தங்கவட்டிலுக்கு
கெஞ்சிக் கெரவிக் கெட்டினான் ஒருத்திய.
பஞ்சியாவாரி பவுன்கருப்பட்டிக்கு
பல்ல இளிச்சிக் கெட்டினான் ஒருத்திய.

மாட்டு வண்டிககாரன் பாக்கு குலைக்கு
மயங்கிவிழுந்து கெட்டினான் ஒருத்திய.
துட்டுக்காரன் தங்க செங்கட்டிக்கு
துள்ளிச் சாடிவந்து கெட்டினான் ஒருத்திய.

ஆறு கப்பல் வச்சி ஆயிரம் தேசம் ஆண்ட
அரசனும் கெட்டினான் ஒருத்திய.
மாறி தேவலோக இந்திர மன்னவனும்
மண்ணில் வந்து கெட்டினான் ஒருத்திய."

கனகபாய் வாயைப்பிளந்து வைத்துக் கொண்டிருந்ததைச் சுட்டிக்காட்டிய தோட்டைக்காலன், 'ஈச்சி விழுந்துடும்'ணு அறிவுறுத்தினான். கணியன் அவனைச் செறஞ்சிப் பார்த்து விட்டுத் தொடர்ந்தான்.

"எல்லாத்தையும் கெட்டியயிச்ச பெறவு கம்மேறி பாலையன் கொஞ்சநாள் மகாராசா பவுறில் நெஞ்சம் பலவய விரிச்சிட்டுத் திரிஞ்சான். ஒருநாள் ராத்திரி சானல்கர முக்கில பெய்

எள்ளுபோல மினுங்கினான். சங்கதி தன்ன அறியாம வெளியா கீடுமோ எண்ணு பயந்து ரெண்டு வரியமா அவன் குடிச்சி யதையே நெறுத்தி இருந்தான். அயிற்றம் நல்ல மலைவாற்று. தலையும், நெலையும் கெறங்கி வீட்டு முற்றத்தில போட்டிருந்த கட்டில்ல பெய் விழுந்தான். இதுதான் சமயம்ணு பெண் டாட்டியா அவனுக்க கைய எடுத்து நெஞ்சில வச்சிட்டு உயிர் உருகும்படியா கெஞ்சிக் கெரவி ரகசியத்த கேட்டா. அவ வாயக்கொண்டு மூஞ்சியில வச்சி கேட்ட லாவகத்தில மதிமயங்கி ஒண்ணுவிடாத எல்லாத்தையும் செல்லிப் போட்டான். அந்தக் கதையடிப்பு அவளுக்குப் பிடித்திருந்ததைப் போலவே அவனுக்குள்ளும் களிப்பாய் இருந்தது. ஆனால் விஷயம் முடியும் முன்பே நொடியில் அவன் மாயமாக மறைந்து காணாமற்போனான். அவளுக்குப் பித்துப் பிடிச்சது போல ஆச்சிது. மாப்பிளயத் தேடி அங்க இங்க எங்கெல்லாமோ ஓடியெடுத்துப் பாத்தா. மூணாம் நாளு காலையில அவனுக்க பிரேதம் தலை இல்லாத்த முண்டமாக இந்தக் கயத்தில மெதந்தது."

அவனைத் தூக்கித் தன்மீது கிடத்தி இருந்த கோலத்தைப் பாறை நினைத்துப் பார்த்தது. தன்னில் இருந்தவாறே ஒரு அசைவின் மூலம் மரத்தைக் கண்டு, பாக்குக் குலையைக் கண்டு, எல்லாம் கண்டு, கடைசியில் அவனது முடிவும் தன்னில் என்ற போது, பாறையின் வருட நாட்களில் தொங்கி இருக்கும் கதைகள் அசைந்தன. எல்லாக் கதைகளுக்கும் மூலப்பொருளாக ஒரு கணத்தில் விளங்கி, அதே கணத்தில் அற்று நின்றது பாறை.

ஆனால், நடந்ததைவிட நடந்துகொண்டிருக்கும் கதையின் போக்கு, நிகழ்ந்ததிலிருந்து நிகழ்வதை நோக்கி அவர்களை நகர்த்தியது. கண்ணுக்குமுன் தெரிவதும், காலத்திற்குமுன் தெரிவதும் ஒன்றுதான் என்ற நோக்கம் பாறைக்கிருந்தது போல, அவர்களுக்கில்லை.

ஆற்றில் மணல் கோருபவர்கள் வந்து தேடியும் கயத்தில் மூழ்கிய ஒன்பதாவது பையனைக் கண்டுபிடிக்க இயலாமற் போயிற்று. பஞ்சாயத்துத் தலைவர் போன்ற தோற்றம் கொண்ட தடித்த மனிதர் அவர்களை நோக்கிக் கெட்ட வார்த்தைகளை வீசி எறிந்தார். பதிலுக்கு மணல் கோருபவர்கள்அவரை இறங்கித் தேடுமாறு கூறினார்கள். அன்னாரின் கோபம் உச்சத்தை அடைந்தது. தனது சொந்தச் செலவில் வண்டி பிடித்துக்கொண்டு தேங்காய்ப்பட்டணம் கடற்கரை நோக்கி விரைந்து சென்றார். திரும்பியபோது அவருடன் நான்கைந்து நுழையன்மார்கள்

வண்டியிலிருந்து இறங்கினார்கள். அவருடைய முகம் பெருமிதத்தால் மலர்ந்திருந்தது.

ஒரு இரவு, இரண்டு முழுப்பகல் என்று நுழையன்மார்கள் கயத்தைக் கடைந்து தேடினார்கள். கடலில் பொடித்துகளையும் கண்டுபிடிக்கும் அந்தக் கண்களில் அவனது சடலம் தென்படவில்லை.

"நம்மளக்கொண்டு பற்றாது நாயனே..."

"இதச் செல்லியதுக்கா ஒங்கள நான் வண்டி பிடிச்சி இங்ஙின கொண்டு வந்தது?"

"அகத்தெ எங்கெயுமே இல்ல."

"வல்லதும் மீனு தின்னிருக்குமோ?"

"அஞ்சாறு கைலிப்பொடிய மெதக்கிய இந்தக் கயத்தில வலிய மீனொண்ணும் இல்லியே தொரையே..."

தடியருக்குக் கோபங்கோபமாக வந்தது. ஆனால் ஒன்றும் செய்ய இயலாத நிலைமை. சூரியக் கதிர்களைக் கைகளால் மறைத்துக்கொண்டு கயத்தை ஒருதடவை பார்த்தார். எந்தச் சலனமும் இல்லை. தனது தகுதி கீழிறங்கிப் போனதாக உணர்ந்தவர், அதற்குப் பிறகு அந்தப் பக்கம் தலைகாட்டவே இல்லை.

மூன்றாம் நாள் காலையில் அவனது சடலம் கயத்தில் மிதந்தது. அதனை முதன்முதலில் அந்தப் பாறைதான் கண்டது. அதற்குப் பிறகே சூரியன் பார்த்தது. கால்கள் உயர்ந்து, முதுகும் தலையும் வழக்கத்திற்கு மாறாக வெள்ளத்துக்கடியில் முங்கிக் கிடந்ததை வினோதமாகப் பார்த்துக்கொண்டு நின்றது ஊர். கல்லுமண்டபத்தில் விளையாடிக்கொண்டிருந்த குழந்தைகள், 'தலை கீப்பட, காலு மேப்பட' தங்கள் அண்ணன்மார் நீரில் விளையாடும் விளையாட்டை நினைத்துக்கொண்டனர். கயத்தின் பக்கம் போகவே பயந்து எல்லோரும் ஆங்காங்கே ஒதுங்கி நின்று வேடிக்கை பார்த்தனர். கனகபாய் கையில் ஒரு மரிச்சினிக் கம்பும் எடுத்துக்கொண்டு வெள்ளத்தில் இறங்கினாள். ஒரு கை தொடைவரை உயர்த்திச் சொருகிய சீலையைப் பிடித்திருக்க, மறு கையிலிருந்த கம்புகொண்டு அனுக்கி அதன் கால்பெருவிரலைப் பிடித்து பிணத்தைக் கரையில் இழுத்துப் போட்டுப் பார்த்த பிறகு, தலையைக் காணவில்லை.

சற்று நேரத்தில் அந்த ஒன்பது பேரும் இரவைக் கலக்கிக்கொண்டு வந்த அதே கூக்குரலில் பெருத்த ஓசையுடன்

கூடிய அலறல் கேட்டது. கைத்தாங்கலாக ஒரு பெண்மணியை நான்கைந்து பேர் கொண்டு வந்தனர். அவள் தனது நெஞ்சிலும், தலையிலுமாக மாறிமாறித் தல்லிக்கொண்டிருந்தாள். சுற்றிநின்றவர்கள் அவளது இரண்டு கைகளையும் பற்றி அதற்கு விடாமல் தடுத்துக்கொண்டிருந்தனர். அவளுக்கு நாற்பதுக்குள் அடங்கும் வயதுதான். எனினும் இளநரையின் தூரிகையால் முதிய ஓவியம் ஒன்று அவள் மீது வரையப்பட்டு வந்தது. கடைசியாகக் குதித்த ஒன்பதாவது பையனுக்கும், ஓயப்பு சீவித் தள்ளிய கோழித்தலைக்கும், அவளுக்குமிடையே முகச் சாயல் ஒன்றுபட்டிருந்ததைப் பாறை கவனித்தது.

அவன் பாறைமீது தூக்கிக் கிடத்தப்பட்டான். உடம்பைத் தழுவிய துண்டு எங்கோ நழுவிப்போயிற்று. தலையற்ற உடல்தான் அழகாக இருக்கிறது. இனி போக வேண்டியது சதாகாலமும் அவன் ஒரு ஆண் என்பதைப் பறைசாற்றிக்கொண் டிருக்கும் உயிர் நிலை. அதுவும் இல்லாவிட்டால் உடம்பு இன்னும் நன்றாக இருக்கும் என்று வானம் நினைத்தது.

அவள் அவன்மீது புரண்டு விழுந்து, 'மகனே...' என்று அழுதாள். தலையற்ற உடல் அதற்குத் தடையாக இருக்கவில்லை. அவன் உடம்பில் தன்னைவிட்டுப் பிரிந்த கணவனைக் கண்டாள். ஆண்குறி அதனை அவளுக்கு அடையாளப்படுத்திய போது, கணவனின் பிரிவுக்காகவும் சேர்த்து இப்போது அழுதாள்.

ஒரு சின்ன சம்பவம்தான். நிரந்தரமான பள்ளத்தாக்கை அவள் வாழ்வில் ஏற்படுத்திவிட்டது. கட்டில் விளிம்பில் கிடத்தப் பட்டிருந்த எட்டுமாதக் குழந்தையை முன்வைத்து அவர்களின் பிரிதல் நிகழ்ந்தது. 'ஏன் கீழே விழும்படியாகக் கிடத்தினாய்?' என்று அவன் கேட்க, 'நீ பெறவில்லையே. சும்மா இரு!' என்று அவள் சொல்ல, அன்று பிரிந்த கணவன் எங்கு போனான் என்பது அவளுக்குத் தெரியாது. அந்தக் குழந்தைதான் இப்போது வாலிபனாக அவள் முன்னால் இறந்து கிடக்கிறது.

யாரோ அவளை மகனின் உடம்பிலிருந்து பிரித்து எழும்பி னார்கள். நிமிர்ந்து பார்த்தாள். பிரிந்த கணவன் அவள் முன்னால் நின்றுகொண்டிருந்தான். பதினெட்டு வருடகால நீண்ட இடைவெளியில் அவனது முகம், எந்த உணர்ச்சியுமின்றி மரத்திருந்தது. அவள் தன்னைப் பார்ப்பதறிந்த அவன் தூரப் பார்த்தான்.

"என்னஙக, பேசாம நிக்கிறிய? நம்ம கொழந்த கெடக்கிற கோலத்தப் பாத்தியளா?"

அவள் விம்மியவாறு கதறி அழுதாள். அதற்கு மேல் அவனைக் கட்டுப்படுத்த அவனால் இயலவில்லை. முகத்தைக் கைக்குட்டையால் மறைத்து உணர்ச்சிகளை அடக்கப் பார்த்தான். அவள் ஓடிச் சென்று அவனது கைகளைப் பற்றி இழுத்தாள். யாரும் எதிர்பாராதபடி பெருங்குரலெடுத்து அழத் தொடங்கினான் அவன்.

"பெத்தமகனையே பார்க்கக் கொடுத்து வைக்காத பாவி ஆயிட்டேனே நான்... எப்படி இருப்பாண்ணுகூட எனக்குத் தெரியாதே. அவன் முகத்த நான் இனிமே எந்தக் காலத்தில பார்ப்பேன்? துரோகியாகிப் போனேனே..."

பாறைக்கு மறுபுறம் சீவி எறிந்த கோழியின் தலை, பெருத்துக் கிடந்தது. அதனை எடுத்து அவன் உடலோடு பொருத்தி, 'அளவு சரியாகத்தான் இருக்கிறது' என்று பாறை கூறியபோது மண்டபத்திலிருந்த குழந்தைகள், 'கதை முடிந்தது! கத்திரிக்காய் பூத்தது!' என்றன.

தனது ஒரே பேறான குமாரனைச் சாகக் கொடுத்ததன் வாயிலாக இணைந்த தம்பதியர்கள் ஒருவரையொருவர் ஆதரவாகப் பற்றிக்கொண்டு அந்தக் கயத்தை விட்டுத் திரும்பிச் சென்றது இந்தக் கதையில் உட்படாத நிகழ்ச்சியாகும்.

கேப்பியார், ஏப். 1999

கிணறு

"ஆபிரகாம் அதிகாலையில் எழுந்து தன் கழுதை யின்மேல் சேணங்கட்டி தன் வேலைக்காரர்களில் இரண்டு பேரையும், தன் குமாரன் ஈசாக்கையும் கூட்டிக்கொண்டு தகனபலிக்குக் கட்டைகளையும் பிளந்துகொண்டு தேவன் தனக்குக் குறித்த இடத்திற்குப் புறப்பட்டுப் போனான்.

ஈசாக்கு, ஆபிரகாம் – சாராள் தம்பதியரின் ஏக புத்திரன். தனது முதிர் வயதில், அதாவது நூறாவது வயதில் ஆண்டவரிடம் கேட்டுப்பெற்ற பிள்ளை. கொடுத்த ஆண்டவரே இப்போது குழந்தையைக் கேட்கிறார்.

வாசித்துப் பாருங்கள், ஆதியாகமம் இருபத்தி இரண்டாம் அதிகாரம் இரண்டாம் வசனம்: 'அப்பொழுது அவர்: உன் புத்திரனும், உன் ஏகசுதனும், உன் நேச குமாரனுமாகிய ஈசாக்கை நீ இப்பொழுது அழைத்துக் கொண்டு மோரியா தேசத்துக்குப் போய், அங்கே நான் உனக்குக் குறிக்கும் மலைகள் ஒன்றின்மேல் அவனைத் தகனபலியாகப் பலியிடு என்றார்.'

ஆபிரகாம் மறுப்பாக ஒரு வார்த்தையோ, முகக் குறிப்பையோ காட்டவில்லை. ஆண்டவர் உரைத்தபடியே மோரியா தேசத்திற்குச் செல்கிறான். அவர்கள் மோரியா மலையில் ஏறுகிறார்கள். ஏறிக்கொண்டே இருக்கிறார்கள். மூன்று நாட்கள் கடுமையான அந்தப் பாதையின் வழியே கடந்து சென்று தன் கண்களை ஏறெடுத்துப் பார்க்கும் ஆபிரகாம் தூரத்திலே அந்த இடத்தைக் காண்கிறான்.

'அப்பொழுது ஆபிரகாம் தன் வேலைக்காரரை நோக்கி நீங்கள் கழுதையை நிறுத்தி இங்கே காத்திருங்கள். நானும் பிள்ளையாண்டானும் அவ்விடமட்டும் போய்

தொழுதுகொண்டு உங்களிடத்துக்குத் திரும்பி வருவோம் என்றான்.

ஆபிரகாம் தகனபலிக்குக் கட்டைகளை எடுத்து, தன் குமாரனாகிய ஈசாக்கின்மேல் வைத்து, தன் கையிலே நெருப்பையும் கத்தியையும் எடுத்துக் கொண்டான். இருவரும் கூடிப் போனார்கள்.'

அப்பொழுது ஈசாக்கு தன் தகப்பனாகிய ஆபிரகாமை நோக்கி, 'என் தகப்பனே' என்றான். அதற்கு அவன், 'என் மகனே' என்றான். 'நெருப்பும், கட்டையும் இருக்கிறது. ஆனால் பலிக்குரிய ஆட்டுக்குட்டி எங்கே?' என்று கேட்டான்.

இந்தக் கேள்வி எந்தத் தகப்பனாய் இருந்தாலும் அவன் இதயத்தை ஈட்டியால் குத்தியதுபோல வலித்திருக்கும் அல்லவா. ஆனால் ஆபிரகாம் கூறுகிறான் பாருங்கள், 'என் மகனே! தேவன் தமக்குத் தகனபலிக்கான ஆட்டுக்குட்டியைப் பார்த்துக் கொள்வார்.'

தகப்பனும் மகனுமாக தேவன் சொல்லியிருந்த இடத்திற்கு வந்தார்கள். அங்கே ஆபிரகாம் ஒரு பலிபீடத்தை உண்டாக்கிக் கட்டைகளை அடுக்கி, தன் குமாரனாகிய ஈசாக்கைக் கட்டி பலிபீடத்தின் அடுக்கிய கட்டைகள் மேல் கிடத்தினான்.

ஆபிரகாம் தன் குமாரனை வெட்டும்படிக்குத் தன் கையை நீட்டிக் கத்தியை எடுத்தான். அப்போது..."

அதற்குமேல் நேசமணியால் தாங்க முடியவில்லை. கையைத் தடவி ரேடியோவின் குரல்வளையைக் கண்டுபிடித்துத் திருகி நிறுத்தினார். படுத்தநிலையில் கன்னங்களிலிருந்து காதுகள் வழியே தலையணையை நனைத்துக்கொண்டு பாய்ந்த கண்ணீரை அடக்க முடியாமல் விம்மி அழுதார். ரொம்ப நேரங்கழித்தே தன்னிலைக்குத் திரும்பி அடங்கினார்.

அவர் அப்படித்தான். வயது எண்பத்தைந்து ஆனாலும் காலையில் ஐந்து மணிக்கே முழித்துவிடுவார். எழுந்து விளக்கைப்போட வலுவில்லாமல் படுக்கையில் இருளைத் துழாவி ரேடியோவைக் கண்டுபிடித்துத் திருகுவார். வயோதிகம் அவரை முடக்கிப் போட்டிருக்கும் இந்த நாட்களில் ஒரே ஆறுதல் அந்த ரேடியோதான். கண்கள் பார்க்க முடியாமல் பழுதடைந்து போனாலும் காதுகள் சற்று கேட்கும் நிலையில் இருப்பதால் பொழுது கழிகிறது. அதில் வரும் நிகழ்ச்சிகளோடு ஒன்றித்து அவரும் பேசுவார். கட்டில் ஜன்னலோரம் கிடப்பதால்

ரோட்டில் வாற போறவர்கள் அவரை நன்கு காணுவார்கள். தனக்குத்தானே புலம்புகிறார் என்றுதான் கருதுவார்கள். ஆனால் அவர் தனிமை பெரும்பாலும் அந்த ரேடியோவால்தான் விரட்டப்படுகிறது என்பதை யாரும் அறிந்திருக்க மாட்டார்கள்.

கிறிஸ்தவச் செய்தியாளர் ஜோயல் ஜெபசிங்கின் பிரசங்கம் என்றால் அவருக்கு ரொம்பவும் பிடிக்கும். சில நாட்களாக அவர் பழைய ஏற்பாட்டின் செய்திகளைத் தனது பாடுபொருளாகக் கொண்டிருக்கிறார். ஆனால் ஒருநாளும் அவர் பிரசங்கம் கேட்டு இன்று போல அழுதது இல்லை. ஆபிரகாமின் கதை அவர் விஷயத்தில் தலைகீழாக நடந்துவிட்டது.

அவரது ஏகபுத்திரன் நேசராஜ், தான் பென்ஷன் பற்றின சமயத்தில் இதைப் போலத்தான் தன்னைப் பலியிடுவதற்காக ஒரு மலையில் அவன் நடத்திக்கொண்டு போனான். ஆபிரகாமுக்கு மோரியா மலை என்றால் தனக்கு வாள்வச்சான் பாறை.

கண்ணீர், துடைக்க ஆளில்லாமல் உலர்ந்து போயிற்று. ஒரு நாளில் பத்துத் தடவையாவது அவர் நினைக்காமல் இருக்காத அந்தக் காட்சி இப்போதும் நெஞ்சில் படர்ந்தது. தன்னை மலைக்குக் கொண்டுபோகும் ஒரு மாத காலத்திற்கும் முன்பே தன்னிடம் அவன் அந்தத் திட்டத்தையும், அதனால் விளையும் பலனையும் எடுத்துக் கூறிக்கொண்டே இருந்தது இப்போது நினைவுக்கு வந்தது.

“அப்பா, இது ஆர்.எஸ்.எஸ். ஏரியா. நம்மள இஞ்ச வாழவிட மாட்டானுவ. வித்து தள்ளீட்டு வேற எங்கயாவது போகலாம்.”

நேசராஜ் தில்லி இந்திரா காந்தி ஆராய்ச்சி மையத்தில் பணிபுரியும் நாடறிந்த மருத்துவ விஞ்ஞானி. அவரை அறியாத வி.வி.ஐ.பி.க்கள் தில்லியில் கிடையாது. அமெரிக்கப் பல்கலைக் கழகங்களில் விருது பெற்றவர். ஒருவேளை மகன் தில்லியில் தன்னுடன் வந்து தங்குமாறு அழைக்கிறானோ என்று நினைத்துக் கொண்டார் நேசமணி. அது மகனின் வாயிலிருந்து வெளிப்படும் என்று நம்பினார்.

கதவுக்குப் பின்னால் இதுவரைக்கும் பதுங்கி நின்ற மருமகள் நடந்துகொண்டிருக்கும் நாடகத்தில் தனக்கான பகுதி வந்ததும் மேடையில் வெளிப்படும் நடிகையைப் போல ஒன்றும் தெரியாத பாவனையைக் காட்டியவாறு திடீரெனத் தோன்றினாள்.

அவளது வருகையைக் கண்ட நேசமணி கபடம் அறியாத புன்னகையை வெளிப்படுத்தியவாறு அன்புடன் பார்த்தார்.

“டவுன் எனக்கு ஒத்து வருமா?”

“இருபத்திநாலு மணிநேரமும் நம்மாட்டியும் கையுமா திரிகிற ஒங்களுக்கு டவுனெல்லாம் ஒத்து வராது. அது நம்ம ஊரைவிட சீரழிஞ்சுப்போச்சி. ஒரே குண்டுவெடிப்பும், கொள்ளையும்தான். டில்லியில கெடந்து நான் படுகிற பாடு எனக்குத்தானே தெரியுது.”

மகனின் முகத்தைக் கூர்ந்து பார்த்தவர் அவன் பேசுவதன் பொருள் புரியாமல் திண்டாடிக்கொண்டிருக்கும் போது மருமகள் இரக்கம் பொங்கப் பேசினாள்.

“மாமாவப் பற்றி நீங்க யாருமே கவலப்படண்டாம். அவரக் கவனிக்க எனக்க அப்பாவும், அண்ணனும் இருக்கினும்.”

தொடர்ந்து அவர்கள் பேசிய வார்த்தைகளிலிருந்து உட்பொதிந்த திட்டம் ஒன்று இருப்பதையோ, அதை அவர்கள் நிறைவேற்றத் துடிக்கும் ஆவலையோ அறியாதவராகப் படுத்திருந்தார். மகனும், மருமகளும் ரொம்பவும் படித்தவர்கள் என்பதால் அவர்கள் என்ன செய்தாலும் அது நன்மைக்குரியதாகத்தான் இருக்கும் என்றும் நினைத்துக்கொண்டார்.

மகன் பெயரில் அவர் உயில் எழுதி வைத்திருக்கும் சொத்துக்களை விலைக்கிரயம் செய்வதற்குரிய உரிமையை அவனுக்கு வழங்க வேண்டும் என்றும், மாமனார் வாள்வச்சான் பாறையில் வரதட்சணையாகக் கொடுத்த ரப்பர் எஸ்டேட்டில் ஒரு வீடு கட்டித் தந்து தகப்பனாரைக் குடியேற்றுவது என்றும், அங்கே அவர் தனது இறுதிக் காலத்தைக் கழிப்பது என்றும் அவர்கள் கூறிய முடிவை அவர் அப்படியே ஏற்றுக்கொண்டார்.

ஏற்கனவே இதுபோல விற்ற சொத்துக்களின் பணத்தை அவன் என்ன செய்தான் என்ற கேள்வியையோ, தற்போது இந்த நிலத்தை விற்றுக் கிடைக்கும் பணத்தை என்ன செய்யப் போகிறான் என்பதையோ அவர் எழுப்பாததுடன் அதுபற்றிய சின்ன உணர்வுகூட அவரிடம் இல்லாதிருந்தது. பென்ஷனின் போது கிட்டிய ஐம்பதினாயிரம் ரூபாய் பணத்தை எஸ்டேட்டில் அவர் தங்குவதற்கான வீடுகட்டத் தருமாறு கேட்டபோது மனமுவந்து கொடுக்கவும் செய்தார்.

ஆறு மாதங்களுக்கு முன்புதான் வீட்டோடு சேர்ந்து கிடந்த நிலத்தில் நாற்பது சென்ட் பூமியைப் பக்கத்து வீட்டுக்காரனுக்கு அடிமாட்டு விலையில் நேசராஜ் விற்றான். அப்போது கையெழுத்து கேட்டபோது எந்த மறுப்பும்

சொல்லாமல் அவர் போட்டுக் கொடுத்தார். இப்போதும் நேசராஜ் அவர்களையே நம்பி இருந்தான். இவர்கள் விளையில் ஓலை முடைந்துகொண்டு கிடந்த பெண்மணி கொத்தனுக்குக் கையாளாக வேலை பார்த்த கணவனை வெளிநாடு அனுப்பி இவர்கள் நிலத்தை விலை கொடுத்து வாங்கும் நிலையை அடைந்துவிட்டார்கள். நேற்றுதான் அந்தக் குடும்பத்தைத் தனது மாமனார் வீட்டுக்கு அழைத்து பிரியாணி விருந்து கொடுத்து தனது தந்தையாரை அப்புறப்படுத்திய பிறகு மொத்த நிலத்தையும் அவர்களுக்கு ஐந்து லட்சம் ரூபாய்க்குப் பேரம்பேசி அட்வான்சாக ஒரு லட்சம் ரூபாயும் வாங்கி வைத்துக் கொண்டான்.

நேசமணி இதொன்றும் அறியாமல் தனக்காக மகன் கட்டிய வீட்டையும், தான் இனிமேல் நிரந்தரமாகத் தங்கப் போகும் இடத்தையும் பார்க்க அன்று புறப்பட்டார். கூட மகனும் உண்டு. எந்த வழித்தடமும் இல்லாமல் பாறையும், கல்லாம் பொற்றையுமாகக் கிடந்த அந்தப் பகுதியில் நடந்து செல்வது வயதான அவருக்கு மிகவும் பிரயாசமாக இருந்தது. மகன் ஒரு கையைப் பிடித்துக் கவனமாக அவரை மலையின் மேல் ஏற்றினாலும் பல இடங்களில் பொடிசறுக்கி விழுந்தார். அவரது கால்கள் இரண்டும் தள்ளம்பாடின. பத்தடி தூரத்திற்கு ஒரு தடவை அவர் பக்கத்திலுள்ள பாறைகளில் அமர்ந்து இரைப்பார். நெஞ்சைப் பிடுங்கி எடுப்பதுபோல வலி எடுக்கும். தாகத்திற்குத் தண்ணீர்கூட அந்தப் பகுதியில் இல்லாததில் துவண்டு போனார். நேசராஜ் வேறு அவரை அதிகநேரம் உட்காரவிடாமல் துரத்திக்கொண்டிருந்தது வேதனையைத் தந்தது.

காலையில் நாலு மணிக்கு எழும்பிப் புறப்பட்டது மதியம் ஒரு மணிக்குப் போல சம்பவ இடத்திற்கு அவர்களைக் கொண்டு சேர்த்தது. வீடு என்று மகன் காட்டித்தந்த இடத்தைப் பார்த்தார். பச்சை மண்கட்டையால் கட்டப்பட்டு ஒரு ஆஸ்பெஸ்டாஸ் ஷீட் மட்டும் போடப்பட்டிருந்த அது வீடு என்ற தகுதியைப் பெற்றுத் திகழ மறுத்தது.

“வீடு எப்படி? நல்ல ஜோரா இருக்கு. காற்றோட்டமான இடம். அப்பாக்கி குளுகுளுண்ணு இருக்கும்.”

“கறண்டு இல்லியா?”

“பண்டு அப்பா கறண்டு வெளக்கிலயா படிச்சது? ரேஷன்ல இங்க அஞ்சி லிட்டர் மண்ணெண்ணெய் கெடைக்குது.

மாமாட்ட சொல்லுகேன், மண்ணெண்ணெய் விளக்கு வாங்கித் தருவாரு."

"தண்ணி வசதி எப்பிடியோ?"

"ஒரு பர்லாங் தூரம் நடந்தா ஒரு கொளம் வரும். அதில ஊறு தோண்டிதான் எல்லாரும் இங்க தண்ணி எடுக்கினும்."

"திடீர்னு ஒரு சாமானம் தேவைப்பட்டா எப்பிடி வாங்குவது? கடை ஒண்ணும் கிடையாதே? ஒரு நோய் நொடி வந்தா ஆஸ்பத்திரிக்கு தூக்கிட்டு போகப் பாதை வசதிகூட இல்லாத்த இடமா இல்லியா இருக்கு."

"அப்பா அப்பிடி கொஞ்சதூரம் நடந்து தண்ணியெடுத்துட்டு வந்து நாலஞ்சி தடவைகள் ஏறி இறங்கினா பாரும், ஒடம்பு நல்ல ஆரோக்கியமா இருக்கும். ஒரு சோக்கேடு வராதே. சிற்றியில பாக்கணும், எல்லாருக்கும் சின்ன வயசிலே சுகர்! எப்பிடி வந்து? நடக்கிற பழக்கமே இல்ல. ஒங்களுக்கு அப்படி எல்லாம் வராம இருக்கணும்ணுதான் இப்பிடி நல்ல ஒரு எடத்த ஏற்பாடு செய்தது."

"ராத்திரி வனவிலங்குகளுக்க உபத்திரவம் உண்டு போல இருக்கே?"

"இங்க பாருங்க அப்பா, மனுஷனத் தவிர வேற எந்த விலங்கும் யாரையும் ஒண்ணும் செய்யாது."

"வாஸ்தவம்தான்."

"பத்திரம் எல்லாம் ரெடியாத்தான் இருக்கு. அப்பா ஒரு கையெழுத்து மட்டும் போடணும்."

"அம்மாவுக்க கல்லறை அங்க இல்லியா இருக்கு?"

"அது ஒண்ணும் பிரச்சினை இல்ல. தோண்டி எடுத்து திரும்ப இங்க கொண்டு வந்து அடக்கம் செய்யலாம். நீங்க இறந்தபிறகு கூட அடக்கலாம்."

"சரி! போகலாமா?"

ஏறியதைவிட இறங்கிச் செல்வது சற்று சிரமத்தைக் குறைப்பதாக இருந்தாலும் நேசமணிக்கு முன்பைவிடப் பயங்கரமாக இருந்தது. இதயம் வலித்து மனசு கனத்ததே காரணம். கீழே விழுந்து விடுவதுபோல ரெண்டு மூன்று தடவைகள் முகங்குப்புறச் சரிந்தார். பல்லைக்கடித்துக்கொண்டு சமாளித்தார்.

செத்துப்போன அவர் மனைவியின் நினைவு படர்ந்ததும் முகம் சிவந்து அழுகை வந்தது. 'ஆண்டவரே! பெத்த மகனுக்க முன்னால என்ன அழவச்சி மானங் கெடுக்கப்பிடாது' என்று மனசில் வேண்டிக்கொண்டார் அவர்.

வயசான காலத்தில் சொகுசான ஒரு வாழ்க்கைக்கு ஆசைப்பட்டவரல்ல அவர். புழங்குவதற்குச் சற்று சிரமங்கள் இருந்தாலும் சமாளித்துக்கொள்ளக் கூடியவர்தான். சின்ன வயதில் அவர் வாழ்ந்த வாழ்க்கை இன்று போல அல்ல, எந்த சௌகரியமும் இல்லாததாகத்தான் இருந்தது. ஆனாலும் உள்ளதைக் கொண்டு சந்தோசமாகவே வாழ்ந்தார்கள். அந்த ஊரில் பனை வைத்து ஏறிய ஒரே குடும்பம் அவர் தந்தையினுடையது. பலர் வந்து பசியாறிச் செல்வதைப் பார்த்து வளர்ந்தவர் அவர். தான் பெண்ணெடுத்த குடும்பமும் அதைப் போலத்தான். தனது மனைவியின் தகப்பனார் பஞ்ச காலத்தில் பல இடங்களில் கஞ்சித்தொட்டிகளைத் திறந்தவர். யாருமே இன்னொருவரைத் தனது குடும்பத்தில் வஞ்சித்தது கிடையாது. ஆனால் இன்று தனது மகன் இப்படி ஒரு இருள் வனாந்தரத்தில் தன்னைக் கொண்டு போய் கட்டிப்போடுவதற்குத் தனது மனைவி உயிரோடிருந்தால் விட்டிருப்பாளா என்று நினைத்தது தான் தாமதம், குலுங்கிக் குலுங்கி அழுதார். மகன் திரும்பிக் கூடப் பார்க்காமல் முன்னே நடந்து சென்றுகொண்டிருக்கிறான். ஒரு ரப்பர் மரத்தின் மூட்டில் வேட்டியை மடித்துக் கட்டிக் கொண்டு ஒன்றுக்கிருப்பதைப் போலக் குனிந்திருந்து ஆசை தீருமட்டும் அழுதார். முகத்தைத் துடைத்துக்கொண்டு எழுந்த போது மகன் தூரத்தில் ஒரு ஆயினி மூட்டில் தனக்காகக் காத்துக்கொண்டு நிற்பது தெரிந்தது.

தனது மனைவி உயிரோடிருந்த காலத்தில் மகனும், இரண்டு பெண் மக்களும் தன்னிடம் மிகுந்த நேசத்துடன் வாழ்ந்து வந்தார்கள். இடையில் இதயநோயால் மனைவியை மருத்துவமனைகளில் வைத்துக் காத்த நேரங்களில் ஒவ்வொரு மக்களும் வெளியூர்களில் அவரவர் படிப்பைக் கவனித்துக் கொண்டிருந்தார்கள். எந்தத் தடங்கலும் இன்றி சமயத்துக்குப் பணம் அனுப்பி வைப்பார். இந்தச் சமயத்தில்தான் பெந்தெ கோஸ்து பாஸ்டர் ஒருவன் செம்புலிங்கத்தின் மகளை நேசராஜிற்குச் சம்மந்தம் கொண்டு வந்தான். கையில் செலவுக்குப் பணமில்லாத சூழ்நிலையில் யார் எவரென விசாரிக்கும் சந்தர்ப்பம் இல்லாமற்போக ஒரு மாதத்தில் திருமணமும் நடந்தது. அடுத்த சில நாட்களில் மனைவியும் இறந்து போனாள். அவளைக் குளிப்பாட்டி பெட்டியில் வைத்த பின்னால் நாசுவத்தி

அவர் கையில் கொண்டு வந்து கொடுத்தது ஒரு பித்தளைத் தாலி. தாயாரின் தங்க நகைகளை விற்றுப் படித்து முன்னுக்கு வந்த மகன்தான் இன்று பணத்திற்காக அவளது கல்லறையைத் தோண்டி எடுத்து வேறொரு இடத்தில் அடக்கம் செய்யத் துடிக்கிறான். நேசமணிக்குத் தலைசுற்றி மயக்கம் வந்தது.

நேற்று சாயங்காலம் மூத்தமகள் வீட்டுக்கு வந்தாள். சரியாக விசாரிக்காமல் ஒரு குடிகாரன் கையில் அவளைப் பிடித்துக் கொடுத்ததால் கொஞ்சகாலம் அவனோடு கிடந்து மாரடித்து ஓய்ந்தவளாய்த் தற்போது இராமநாதபுர மாவட்டத்தில் தண்ணீர் இல்லாத ஒரு பிரதேசத்தில் தனது ஒரு மகள், ஒரு பையனுடன் ஆரம்பப்பள்ளி ஆசிரியையாகப் பணிபுரிகிறாள். எப்போதாவது லீவுக்கு வரும்போது தகப்பனாரை வந்து பார்த்துவிட்டுப் போவாள்.

"அப்பா! சொந்த எடத்தையும் விட்டுட்டு எங்கயாக்கும் போவப் போறிய? இப்பிடித்தான் காப்பிக்காடு வஸ்துவ விற்றான். அனந்தமங்கலம் வஸ்துவ விற்றான். அரசகுளம் ஏலாயில விற்றான். வெள்ளையம்பலம் வஸ்து இப்ப சென்றுக்கு மூணு லட்சம் போகும். பாவிப்பய ரெண்டாயிரம் ரூவாவச்சி கையளிச்சித் தள்ளினான். ஆட்டக்கடிச்சி, மாட்டக்கடிச்சி இப்ப ஒங்களுக்கு கெடக்க இடம் இல்லாம ஆக்கப்போறான். அப்பா என்ன செய்துற்று இருக்கீரு?"

"செலவுக்குப் பணம் இல்லண்ணு சொன்னான்."

"தெருவில துண்டவிரிச்சிட்டு எரக்கச் சொல்லுங்க. எங்கள கெட்டிக் குடுத்தா இவன் கெட்டுப் போனான்? என்ன ஒரு குடிகாரனுக்குப் பிடிச்சிக்குடுத்தான். தங்கச்சிய ஒரு வேலை இல்லாதவன் கையில கொடுத்தான். அவிய ரெண்டு பேரும் வெளிநாட்டுக்குப் போனதினால தப்பிச்சினும்ணு நெனச்சிக் கிடும். மாமனாருக்க பேச்சக்கேட்டு ஆடுகான். கடைசிக்காலத்தில நீங்க கட்ட நீட்டப்போற வஸ்துவ இல்லியா விக்கப் போறான். பணம் இல்லேண்ணா மாமனாரு கொடுத்த நெலங்கள விக்கச் சொல்லுங்க. திரும்பத்திரும்ப இஞ்ச வந்து ஏன் கைய வைக்கினும்?"

"மகளே, அடுத்தவியளப்பற்றி நாம் ஒண்ணும் பேசண்டாம். அது நல்லா இல்ல பாரு."

"ஏன் பேசண்டாம்? சம்பந்தப்பட்டா பேசித்தான் ஆவணும். பேசாம ஒண்ணும் தீராது. அப்பாக்க நெலத்த ஒற்றி வச்சி அண்ணன் பெண்டாட்டி தங்கச்சிக்க என்கேஜ்மென்ட்றுக்கு

ஒரு லச்சம் கொண்டு பெய் குடுத்தாக்கில நீரு பேசி இருந்தா இப்பிடி ஒரு நெலம ஏற்படுமா? அரகுளம் ஏலாய விற்று மாப்பிளையும், பெண்டாட்டியும் வெளிநாட்டுக்கு டூர் போச்சினுமே, ஒரு வார்த்த பேசினியளா? நீங்க பாடுபட்டு சேத்த சொத்துக்கள எல்லாம் நிமிஷத்தில விற்று அவா கைநெறைய வளையல்களா வாரி அணியிறா. அவளுக்க தங்கச்சியோ, தம்பிமாரோ கேட்டா சும்மா கழற்றிக் கொடுக்கிறா. இன்னா பாரும், எனக்க கழுத்தில கெடக்கியத..."

அவள் இழுத்துக்காட்டியதில் அறுந்து கையோடு வந்த கில்ட்செயின் தரையில் விழுந்தது. அப்பாவியாக வளர்ந்த பெண் வாழ்க்கைச் சூழலில் எந்த அளவுக்கு ஆவேசக்காரியாக மாறிவிட்டாள் என்ற திகைப்பு மாறாமல் அப்படியே உட்கார்ந் திருந்தார்.

அவள் பேசியதிலுள்ள நியாயமும், அர்த்தமும் இப்போது தான் அவருக்குப் புரிந்தது போல இருக்கிறது. அதிலும் திரும்பிச் செல்லும் போது கடைசியாக அவள் தனக்குத் தந்த எச்சரிக்கையைத் திரும்ப ஒருமுறை நினைத்துப் பார்த்தார்.

"அப்பா, கடைசியா நான் ஒண்ணு சொல்லியேன். நல்லா கேட்டுக்கிடணும். ஓங்க எடத்தில இருந்தா யாரக்கண்டும் பயப்படாம இருக்கலாம். சொக்காரனும், அருவக்காரனும் உண்டு. இத விற்றுட்டு அடுத்தவியளுக்க ஒண்டுடியில போறீருண்ணு வச்சிருங்க, ஒருபய மதிச்சமாட்டான். பெறவு குடிச்ச வெள்ளம்கூட கெடச்சாது பாத்திடுங்க. இப்ப வீட்டுக்க மின்ன கெணறாவது கெடக்குது."

"சரியாத்தான் சொன்ன" என்று சத்தமாக அவர் பேசியதைக் கேட்டு மகன் திரும்பிப் பார்த்தான்.

"என்ன அப்பா சொன்னீங்க?"

"ஒண்ணுமில்ல."

மகள் எவ்வளவு தீர்க்கதரிசனமாகச் சொன்னாள், 'குடிக்க தண்ணி கெடைக்காது' என்று. அது எவ்வளவு உண்மையாக மாறிவிட்டது சீக்கிரத்தில். ஒருவேளை அவள் அம்மாதான் மகளின் வடிவில் இருந்து பேசினாளோ?

"அப்பா, எல்லாருக்கும் ஓங்க பென்ஷன் பைசா மேலதான் கண்ணு. ஓங்கமேல இல்ல. செம்புலிங்கம் அவன் எடத்துக்கு

கொண்டு போனான்னா ஓங்க காசில் வெளையாடலாம்னு தான் திட்டம் போடறான். ஒருக்காலும் சம்மதிக்காதீங்க.",

பஸ் குலுங்கி நின்றபோதுதான் அவர் தன்னுணர்வு பெற்றார். அதற்குள் தொடுவெட்டி வந்துவிட்டது. ஆட்களின் கூட்டத்தில் தட்டுப்படாமல் மெதுவாக எவ்வளவு பவ்வியமாய் மகன் இறங்குகிறான். ஆனால் மனசுக்குள் எத்தனை அதிகம் மாய்மாலங்களை வைத்துக்கொண்டு பிறரை வஞ்சிக்கத் துடிக்கிறான். சொந்த அப்பனும் இப்போது பிறன்தானே. இந்தக் குணம் யார்வழி அவனுக்குள் வந்து புகுந்திருக்க வேண்டும்? டவுன் வாழ்க்கை இவ்வளவு பெரிய சதிச்செயல் களை ஒருவன் மனசில் சுலபமாக ஏற்றிவிடுமா?

நேசராஜ் தகப்பனின் அருகில் வந்தான். அவர் பஸ் படிக்கட்டில் இறங்குவதற்கு உதவி செய்தான். காலை முதல் சாயங்காலம் வரை எவ்வளவு தூரம் கரடுமுரடான இடங்களில் தன்னை நடத்திக்கொண்டு வந்தான். இப்போது உதவிக்கு வருகிறான். பாவிப்பயலே! எனது மனசு படுகிற பாட்டை உன்னால் அறிய முடியவில்லை. கால்கள் வீங்கி இருப்பதையுமா உனது கண்கள் காண மறுக்கின்றன?

பேருந்து நிலையத்தில் அமைக்கப்பட்டிருந்த சிமென்ட் பெஞ்சில் அமர்ந்த பிறகுதான் சற்று ஆசுவாசம் வந்தது. ஊருக்குச் செல்லும் பேருந்து வந்து நின்ற பிறகும் அசதியால் அவர் எழாமலிருந்தார். நேரம் இருட்டிவிட்டது. பேருந்துகளில் பெருங்கூட்டம். இனிமேல் ஒருமணி நேரம் நின்று பயணம் செய்வதென்பது முடியாத காரியம். சற்று கூட்டம் குறையட்டும் என்று காத்திருந்தார்.

"நான் கேட்ட காரியம் பற்றி அப்பா பதில் எதுவும் சொல்லாமப் போறியளே?"

"நீ இப்ப நம்ம வீட்டுக்குத்தானே வாற?"

"இல்ல அப்பா. இண்ணு மாமா வீட்டில நிக்கப் போறதா ஏற்கனவே சொல்லிட்டேன். நாளை காலை பதினொரு மணிக்கு டெல்லி போற ராஜதானி எக்ஸ்பிரஸ் ரெயிலப் பிடிக்கணும்."

"அப்ப செரி!"

"பத்திரம் எல்லாம் ரெடியா இருக்கு. டில்லிக்கு புறப்படும் முன்பு அப்பா ஒரு கையெழுத்து போட்டா போதும்."

"அதுபற்றி உனக்கு நான் கடிதம் எழுதுகிறேனே."

மறுநாள் காலையில் தனது சிறுபிராயத்திலிருந்தே தன்னுடன் பயின்ற கண்ணங்கரை நாயர் வீட்டுக்குச் சென்றார். வாதநோயால் படுத்திருந்த அவருக்கருகில் உட்கார்ந்து வாஞ்சையோடு அவர் கால்களைத் தடவினார். நாயரின் மருமகள் கொடுத்த ஏலக்காய் டீயை ரசித்துக் குடித்தார். சிறிது நேரம் களிப்பும், சிரிப்புமாகப் பழையகாலத்துச் சம்பவங்களை யெல்லாம் நினைவுகூர்ந்தவர்கள், அதன்பிறகு சீரியசான பேச்சுக்களில் மூழ்கினார்கள்.

நாயர் எப்படித்தான் வழக்கறிஞர் தொழிலைச் செய்தாரோ, தெரியாது. கள்ளம் கபடம் என்பதைச் சிறிதுகூட அறியாதவர். அதுவே தொழிலாக இருந்த உலகத்தில் அவரும் இயங்கினார் என்பதுதான் அபூர்வமான விஷயம். அவரது வீட்டுக் காம்பவுண்ட் சுவரோரமாக நின்ற தென்னை மரத்தில் ஒருநாள் சிறுவன் ஒருவன் ஏறித் தேங்காய் திருடிக்கொண்டிருந்தான். அப்போதுதான் வெளியே எங்கோ சென்றிருந்த அவர் வீட்டுக்கு வந்தார். அவரைக் கண்டதும் சிறுவன் தேள் கொட்டியது போலத் திடுக்கிட்டான். அவனைக் கண்ட நாயர் வாசற் கதவைத் திறக்க வந்ததையும் மறந்து வெளியே இறங்கி ரோட்டில் இன்னொரு திசையை நோக்கி ஓடினார். என்னவென்று விசாரித்தவர்களிடம், தனது வீட்டுத் தென்னை மரத்தில் சிறுவன் ஒருவன் ஏறியதையும், ஒருவேளை தன்னைக் கண்ட பரபரப்பில் வேகமாக இறங்கினால் கீழே விழுந்து அவனுக்கு அடிபட்டுவிடுமோ என்று அஞ்சி, தான் திரும்ப நடப்பதாகவும் கூறினார்.

வீட்டுக்கு வெளியே வாசல்வரை இறங்கி அவருடன் வழியனுப்ப வந்த நாயர், "நேசமணி, என்ன காரியமானாலும் பயப்படாத. தைரியமாக இரு. எதையும் ஒருகை பாத்துடலாம்" என்று ஊக்கம் தந்தார். அந்தத் தெம்பில் மகனுக்கு ஒரு கடிதத்தை எழுதினார் நேசமணி.

"எனக்கு நீ மட்டும் மகனல்ல, வேற இரண்டு பெண்கள் கூட உண்டு என்பதை ஞாபகத்தில் வச்சிக்க."

கடிதத்தின் சாராம்சம் இவ்வளவுதான். ஆனால் அது வெளிப்படுத்திய அவரது மனநிலையையோ, செயல்பாடுகளின் நகல் வடிவையோ மகனும், மருமகளும் உட்பட அவனது மாமனாரின் குடும்பத்தினர் அறியும் பக்குவத்தில் இல்லை. அவர்களிடம் கேலியும், தமாசுமாகவே அவர் கருதப்பட்டார்.

கடிதத்தைக் கையில் வைத்துக்கொண்டு நேசராஜின் மனைவி அவனைக் கேலி பொங்கப் பார்ப்பாள்.

"ஓகோ, அப்ப உங்க தகப்பனாருடன் நீங்க மூணு ஆம்பிள்ளைய, அப்படித்தானே?"

"ரெண்டு ஆம்பிள்ளையள கூட இருத்திக் கடைசி காலத்த இனிமே அவரே பாக்கட்டும். நமக்கும் எளுப்பம்."

கிழவர் ஒன்பது மாத காலம் தனிமையில் யாருடைய துணையும் இல்லாமல் வாழ்ந்தார். காலையில் ஒரு பாத்திரத்தில் உளுந்தும், அரிசியும் போட்டு அடுப்பில் வைத்துத் தீமூட்டுவார். காலையும் அதுதான், மாலையும் அதுதான், இரவுக்கும் அதுதான். தணுத்து சளித்துப்போன கஞ்சியை அமிர்தமாகப் பருகுவார். துணைக்கு அருகில் பிலிப்ஸ் ரேடியோ. அது நிறைய மனிதர்களை அவருக்கு அறிமுகம் செய்து வைத்தது. அவர்களில் சிலரை மிகவும் பிடித்தது. சந்திரபுஷ்பம் பிரபு, உமா கனகராஜ் போன்றவர்களைத் தனது பிள்ளைகளாகவே நினைத்துக்கொண்டார். அவர்களுடன் உரையாடும் மனிதர்களின் கருத்துக்களையும், சுகதுக்கங்களையும் அறிந்துகொள்வதுடன் தானும் சிலநேரங்களில் அவர்களுடன் பேசிக்கொள்வார். மூத்த மகள் லீவில் இரண்டு பிள்ளைகளையும் அழைத்துக் கொண்டு வந்திருந்தாள். அந்த மூன்று நாட்களும் அவரது நாவுக்கும், வயிற்றுக்கும் செழுமைதான். ஆட்டுரலைக் கழுவித் தோசைக்குப் போட்டாள். தகப்பனுக்குப் பாயாசம் வைத்துக் கொடுத்தாள். அவரது துணிமணிகளையும், உறங்கும் பெட் ஷீட்டையும் நனைத்து உலர்த்தித் தேய்த்துக்கொடுத்தாள். அறைக்குள்ளாக நீர் ஒழுகிச்செல்லும் அங்கணத்தில் கொண் டிருத்தித் தகப்பனின் முகத்தில் சோப்பு தேய்த்தாள். ரேசரைக் கையில் எடுத்தபோதுதான் அவருக்கு விஷயம் புரிந்தது. 'வேண்டாம், தாடி இருக்கட்டு' என்று தடுத்துப் பார்த்தார். பேரன் அதைக் கையில் வாங்கிச் சவரம் செய்து கொடுத்தான்.

"இப்ப பாருங்க, சுந்தரக்குட்டனா அப்பா மாறி இருக்கு. சும்மா இதென்ன சாமியார் வேஷம்?"

கண்ணாடியில் பார்த்தபோது அவரது முகம் அவருக்குத் தெரியவில்லை. மகளின் முகம்தான் தெரிந்தது. வெளிபறந்த வீடும் விறுத்தியாகி எண்ணெய்ப் பசைகளும், புகைக்கரிகளும் மாறிய கோலத்தில் ஒளி பிறந்தது.

மகளின் பையன் தாத்தாவோடு மிகவும் ஒன்றிப்போனான். அவரது படுக்கையில் ஏறி அவன் மோண்டு ஊத்தியதை

அவர் மிகவும் ரசித்தார். யாரும் அறியாமல் ஒளித்தொளித்து இடையிடையே போய் தாத்தாவை நுள்ளினான். அப்போ தெல்லாம் அவர் வாய்விட்டுச் சிரித்துக்கொண்டார். ஒருதடவை தாயார் கண்டுவிட்டாள். அடிக்கப் போனவளைத் தடுத்து நிறுத்தி, 'குழந்தையும், தெய்வமும் ஒன்று' என்று கூறி ஆசிரியைக்கே பாடம் நடத்தினார். ஒருநாள் மகன் தாயாரிடம், 'தாத்தா ஏன் ரேடியோவப் பாத்து சும்மா பேசிக்கிட்டே இருக்காரு?' என்று கேட்டான். 'தாத்தாவுக்குப் பேச யாரும் கிடையாததால் அப்படி பழக்கப்பட்டுவிட்டாரு' என்றாள். 'யாரும் கிடையாதா?' என்று பையன் கையை மறித்து மறித்துக் காட்டினான். 'நான் தாத்தாகூட நிக்கட்டுமா?' என்று மகன் கேட்டான். 'நீ தாத்தாவ கடிச்சுப் போடுவ' என்று தாயார் கூறினாள். 'இல்லம்மா. தாத்தாவ நான் கடிச்சவே மாட்டேன். எனக்க முதுகில ஏற்றிக்கிட்டு பறந்து போவேன்' என்றான். கிழவரின் கண்கள் நீரால் தளும்பின.

அன்றிரவு பைபிளை எடுத்து மகளிடம் கொடுத்து பல இடங்களைப் படிக்கச் சொல்லிக் கேட்டார். சில இடங்களைத் திரும்பத் திரும்பப் படிக்கக் கூறினார். அவரது கண்கள் மூடியே இருந்தன. பையன் இடையிடையே, 'தாத்தா உறங்குகிறார்' என்று கூறினான். அப்போதெல்லாம் அவனைப் பார்த்து மெல்லிய புன்னகையை அவர் தவழவிடுவார். கடைசியில் பாட்டுப் புத்தகத்தை எடுத்து சில பாடல்களைப் பாடச் சொன்னார்.

"என் நேசர் ஏசுவின் மேல் சாய்ந்தே
துன்ப வனாந்திரத்தில் நடந்திட
இன்பநல் வாழ்வடைந்தேன்..."

கடைசி இரண்டு வரிகளை மேலும் ஒரு தடவை அழுத்தமாகப் பாடும்போது அவர் உள்ளம் உருகியது. பாடுகிறவளின் குரலும் இரக்கத்தைத் தூண்டுவதாக இருந்தது. கண்களை மெதுவாகத் திறந்தவர் மகளை ஒருமுறை பார்த்தார். அவள் புன்னகைத்தவாறு பாடலை நிறுத்தாமல் அவரைப் பார்த்துக் கொண்டே தொடர்ந்தாள்.

"நேசர்கொடி என்மேல் பறக்க
நேசம் மரணம்போல் வலிதே.
வெள்ளங்கள் திரண்ட தண்ணீர்களால்
உள்ளங்கள் அணைந்திடாதே."

திடீரென்று அவர் முகம் வேறொரு தோற்றம் கொண்டது. அவள் பாடுவதை நிறுத்தினாள். அருகே சென்று 'அப்பா!'

என்று அழைத்தாள். மறுகி ஒரு பார்வை மட்டும் அவளைப் பார்த்தார்.

"மகளே! ஒனக்கு மட்டும்தான் என்ன எப்பவாவது ஒருக்கா வந்து பாக்கணும்ணு தோணுதுபோல இருக்கு. எனக்கு யாரும் இல்ல. நீ வரும்போது நான் படுத்துக் கெடந்தா, எனக்க சரீரத்த ஒண்ணு அனுக்கிப் பாக்கணும் மக்கா..."

அதற்கு மேல் அவரால் தாளமுடியவில்லை. கதறி அழுதார். அவர் அழுகையைக் கட்டுப்படுத்த அவராலேயே இயலவில்லை. மகன் முன்புவைத்து அழுவதைக் கேவலமாக நினைத்தவர், எல்லாவிதமான கூச்சநாச்சங்களையும் கடந்து சென்று கொண்டிருந்தார். அவர் அழுகை ஏனோ மகளுக்கு வருத்தத்தை ஏற்படுத்தவில்லை. தந்தையார் தன்னை அடித்ததாக ஒரு ஞாபகம் அவளுக்கு ஏற்பட்டதே இல்லை. எல்லாவற்றிற்கு மாகச் சேர்த்து வட்டியும் முதலுமாகத் தந்துகொண்டிருக்கிறார் என்பதுபோல நினைத்தாள்.

தகப்பனாரிடம் விடைபெற்றுத் திரும்பும்போதும் மகள் முகத்தை இறுக்கமாகவே வைத்துக்கொண்டாள். பையன் மட்டும் 'தாத்தாக்க கூடவே இருக்கியேன்' என்று அழுது அடம் பிடித்தான். பேருந்தில் செல்லும்போது உறக்கத்திலும் 'தாத்தா' என்றுதான் அழுதான்.

சரியாக ஒரு வாரம் கழித்து மகளிடமிருந்து கடிதம் ஒன்று வந்தது. அதில் எதற்கும் அவர் கவலைப்படத் தேவை இல்லை என்றும், வயோதிகக் காலத்தில் தன்னுடன் யாரும் இல்லை என்கிற நினைப்பை முதலில் விட்டுவிடுமாறும் கேட்டுக்கொண டாள். அடுத்த பத்தியில் அவருக்காக அவள் செய்ய விரும்பும் சில ஏற்பாடுகள் குறித்துத் தெரிவித்திருந்தாள். அது அவருக்கு ஏற்புடையதுதானா என்பதையும் கூறுமாறு எழுதினாள்.

அதன்படி, தனது இடமாற்றல் சிரமத்திற்குரியது என்பதால் தனது கணவனை முதலில் குமரி மாவட்டத்திற்கு இடம் மாற்றிக்கொண்டு வந்து அவருடன் தங்க வைப்பது. பிறகு தானே எளிதில் இடமாறுதல் பெற்று வந்துவிடுவது. அதன் பிறகு பக்கத்தில் கொஞ்சம் போல நிலம் வாங்கி செட்டில் ஆவது என்றும் அவள் போட்ட திட்டத்தை வாசித்தவர், மகளின் திறமையை மெச்சி உடனே பதில் கடிதமும் போட்டார். அதில், தனது உதவிக்கு மூத்தமகளைக் கூட அனுப்பினால் அவளது படிப்பிற்குரிய செலவைத் தான் ஏற்பதாக எழுதி இருந்தார். இரண்டு நாள் இடைவெளியில் வந்தது திரும்பவும் மகளின் கடிதம்.

இந்தக் காலத்தில் வயதுவந்த பெண்ணைத் தகப்பன் என்றாலும் தாய் இல்லாத நேரத்தில் கூடத் தங்க வைக்கக் கூடாது என்றும், அங்கிருந்து வந்தது முதல் பையன் எப்போதும் தாத்தாவின் நினைவிலேயே இருப்பதால் அவனை அனுப்பி வைக்க விருப்பப்படுவதாகவும் எழுதப்பட்டிருந்தது. பேரன் வருகிறான் என்பதை அறிந்து மகிழ்ச்சியில் ஆழ்ந்தாலும் கணவன்மார்களைப் பெண்கள் இவ்வளவு மட்டமாக எடை போடக் கூடாது என்றும் நினைத்துக்கொண்டார்.

மருமகன் ஜான்பாபு குறித்து அவர் செவிவழிச் செய்திகளாக நிறையவே கேள்விப்பட்டிருக்கிறார். நேரில் பார்க்க ஒரு நோஞ்சான் கணக்கில் பாவம் போலவே இருந்தான். ஊரில் பலர் அவனைக் குறிப்பிடும் போது 'சீக்கிறி' எனப் பெயரிட்டு அழைத்தார்கள். அது கேட்டு ஒருபுறம் அவருக்கு வருத்தம் இருந்தாலும், மனசில் சிரிப்பு எழாமலும் இல்லை. தன்னைப் பொறுத்தமட்டில் மிகவும் மரியாதையாகத்தான் நடந்துகொள்கிறான் என்பதை நினைத்துப் பார்த்தவர், அதற்குமேல் என்ன வேண்டும் என்றும் யோசித்தார்.

மூத்த மகளுக்குத் திருமணமான புதிதில் எல்லோருமாகச் சேர்ந்து சர்ச்சுக்குப் போய்விட்டுத் திரும்பும்போது ஒருநாள் ரோட்டோரத்தில் ஒருவன் படங்களைப் போட்டு விற்றுக்கொண் டிருந்தான். அதிகமும் தேசத்தலைவர்களும், சினிமா நடிகர் களுமாக இருந்த அந்தத் திருக்கூட்டத்தில் ஜான்பாபு ஒரு படத்தைக் கையில் எடுத்து வைத்துக்கொண்டு, 'யார் மாமா இந்தத் தொப்பிக்காரன்?' என்று கேட்டான். மருமகன் தமாஷ் பண்ணுவதாக முதலில் நினைத்தவர், அவன் கேட்ட விதத்தை யும், முகபாவனைகளையும் வைத்துக்கொண்டு, 'உண்மையிலேயே இவரை உங்களுக்குத் தெரியாதா?' என்று கேட்டார். 'தெரியாத தினால்தானே உங்களிடம் கேட்கிறேன்' என்றான். 'இவர்தான் நேதாஜி சுபாஷ் சந்திரபோஸ்' என்று கூறினார். ஜான்பாபு வரலாற்றுப்பாடம் நடத்தும் பள்ளி ஆசிரியர் என்பதைத் தெரியாத எவருக்கும் இதில் வியப்பதற்கு எதுவும் இல்லை. நேதாஜி சுபாஷ் சந்திரபோசைத் தெரியாத ஒருவன் வரலாற்று ஆசிரியனாக இருக்க முடியாதா என்று கேட்டாலும் தற்காலத்தில் வியப்பதற்கு எதுவும் இல்லைதான். அவரை அறியாவிட்டால் ஜனங்களுக்கு என்னதான் குறைஞ்சு போச்சு?

நேசமணி தன்னுடன் படித்த கனகராஜை நினைத்துக் கொண்டார். படிப்புக்கும், அவனுக்கும் எட்டாம் பொருத்தம். வாத்தியார் அவனைப்போட்டு அடிக்கிற அடியில் மொத்த பள்ளிக்கூடமே கூடிவிடும். ஒருநாள் ஆங்கிலப் பாடம் நடத்தும்

தேவசகாயம் ஹெட்மாஸ்டர் அவனிடம், 'ஆங்கில மொழியில் எத்தனை எழுத்துக்கள் உண்டு?' என்று கேட்டார். அவன் உரத்தகுரலில் 'நாப்பத்திநாலு' என்றான். 'வேற கூடுதலா எதாவது உண்டா?' என்று கேட்டார் ஆசிரியர். அவன் மனசுக்குள் வைத்துக் கூட்டிப் பார்த்துவிட்டு, 'இல்லை' என்று கூறினான். மொத்த வகுப்பும் சிரிப்பில் அலை மோதியது. 'நாற்பத்து நாலு எழுத்தையும் எழுதுவியா?' என்று கேட்டவாறு அவனை வகுப்புக்கு முன்னால் அழைத்து சாக்பீசைக் கையில் தந்தார். அவன் சொன்னதுபோலவே நாற்பத்துநான்கு எழுத்தை யும் ஒன்றுகூடக் குறைக்காமல் எழுதிக்காட்டினான். ஆங்கிலத்தி லுள்ள பெரிய எழுத்துக்களையும், சின்ன எழுத்துக்களையும் கலந்து எழுதி இருந்தான். அந்த அளவுக்கு அறிவாளியான அவன் பள்ளியொன்றில் உடற்கல்வி ஆசிரியராகப் பணிபுரிந்து, கூட வேலை பார்த்த வேதியியல் ஆசிரியையை மணம் முடித்து இன்று இரண்டு பென்ஷன் வாங்கிக்கொண்டிருக்கிறான். ஆங்கில மொழியறிவு பெற்ற தன்னால் ஒரு எல்.டி.சி. கிளார்க் காக மட்டுமே முடிந்தது. வெறும் படிப்பிலும், திறமையிலும் மட்டுமா ஒளிந்து கிடக்கிறது வாழ்க்கை?

ஜான்பாபுவின் திருமண ஆலோசனையை நேசராஜின் மாமனார் செம்புலிங்கமே கொண்டு வந்தார். 'பையனை எல்லோரும் ஒரு தடவை போய் பார்த்துவிட்டு வருவது நல்லதில்லையா?' எனக் கேட்டதற்குத் தந்தையிடம், 'மாமா பாத்தாருண்ணா பாத்தது போலத்தான் இருக்கும்' என்று கூறினான் நேசராஜ். ஜான்பாபுவுக்குத் தனக்கொரு மச்சினன் உண்டு என்பது தெரியுமே தவிர, நேரில் பார்த்தது கிடையாது. கல்யாண மண்டபத்தில் எதிர்மாலையும், சந்தனமும் போடவந்தபோதுதான் அவனை முதன்முதலாகக் கண்டது.

மண்டபம் முழுக்கக் குடிகாரப்பயல்களின் கூட்டமாக இருந்தது. சாப்பிடும் இடத்தில் யாரோ ஒருவரின் இலையில் இருந்த பொரித்த கோழி இறைச்சித் துண்டை மாப்பிளைக் கூட்டத்தான் ஒருவன் எடுத்துத் தின்றுவிட்டு எலும்பை அவர் மேல் எறிந்ததற்காக ஒரு கூட்ட அடி அப்போதுதான் நடந்து முடிந்திருந்தது. மலர்சொரி பாடலுக்குப் பிள்ளைகள் தயாராக முன்னே வந்து நின்றார்கள். எழும்பி நடப்பதற்குச் சீவனற்ற ஒருவன் பெரிய குப்பி கிளாசில் எதையோ கொண்டு வந்து எல்லாரும் பார்த்துக்கொண்டிருக்கக் கொடுத்துவிட்டு, 'அண்ணன் சர்பத்து கேட்டாரு' என்று சத்தமாய்ச் சொன்னான். ஜான்பாபுவும் அதை வாங்கி மடக்கென்று குடித்தான். பக்கத்தி லிருந்த மணப்பெண்ணுக்கு அது சர்பத் அல்ல என்று மணத்தது.

கயம் ⇨ 149 ⇦

கல்யாணப் பெண்ணுக்குச் சாப்பாடு இறங்கவில்லை என்று தோழிகள் கிண்டலடித்தனர். ஆனால் அவளோ சுரத்தில்லாமல் இருந்தாள். பெயருக்குக் கையை இலையில் இட்டு விரவினாள். கை கழுவப் போகும் இடத்தில் செம்புலிங்கம் நின்றுகொண்டிருந்தார். அவள் இரத்தம் முழுக்கத் தலைக்கேறியதுபோலக் கோபம் மூண்டது.

“இந்தத் தெண்டிப்பயல நீருதானா ஓய் எனக்கு சம்மந்தம் பாத்தீரு?”

“என்ன பேச்சிது மரியாத இல்லாம? கொஞ்சம் பதுக்க பேசு பிள்ள. ஆளுவ பாக்கினும்.”

“ஆளுவ நொட்டிச்சினும். தள்ள இல்லாத பெண்ண எங்கெயும் கொண்டு தள்ளீட்டு மருமகனுக்க வகையள எல்லாம் அபகரிச்ச பாக்குதீரா? வெளங்கமாட்டீரு ஓய் நீரு.”

அவள் திருமணச் சேலையில் கண்ணீரை வழித்துத் துடைத்தாள்.

“சக்கைய சூந்து பாக்கியதுபோல இந்த விஷயத்தில முடியுமா பிள்ள?”

“ஓம்ம மொவளுக்கு சூந்து பாக்காமத்தான் மாப்பிள பாத்தீரோ?”

இவளிடம் பேசி ஜெயிக்க முடியாது. இவள் தங்கச்சிகாரியப் போல அல்ல, அக்காளாக்கும். அக்கா மூதேவிதானே. இனி தங்கச்சி ஸ்ரீதேவியையும் இதுபோல எங்கெயாவது கொண்டு தள்ளீட்டா நம்ம பிளான் சக்சஸ் என்று மனதில் நினைத்தவாறு மெல்ல நழுவிப்போனார் செம்புலிங்கம்.

ஜான்பாபுவுக்குத் தனது மாமனாருடன் தங்க மனசு இல்லை. சென்னைக்கு ஒதுக்குப்புறமான ஆந்திரா பார்டரில் யாருடைய கண்காணிப்புமற்ற ஒரு பிரதேசத்தில் தனது ராஜாங்கத்தை அமைத்து பரிவாரங்களுடன் பாக்கெட் சாராயத்தில் சதா மிதந்துகொண்டிருந்த அவன் அந்த வாழ்க்கையை இழப்பதற்குச் சம்மதிக்கவில்லை. ஊருக்கு மாற்றலாகி வந்தால் பணிக்குச் செல்ல வேண்டும். தற்போது தேதி போடாமல் ஒரு லீவு லெட்டர் கொடுத்துவிட்டு ஊர்சுற்றிக் கொண்டு தைரியமாகத் திரியலாம். அதிகாரிகள் வந்தால் தேதி போட்டு வைக்க அங்கு ஆட்கள் உண்டு. இங்கே சில தென்னந்தோப்புகளும், மரிச்சினிக் குழிகளும்தான் உண்டு.

கணவனின் மனநிலையைப் புரிந்துகொண்ட மகள் தனது தந்தைக்காக அவனை வழிக்குக் கொண்டுவரும் முயற்சியில் இறங்கினாள். குழந்தைகளைக் கூட்டிக்கொண்டு நேரே மாமியார் வீட்டுக்குச் சென்றாள். சென்னையில் ஒரே குடியும், கூத்தும் என்பதை எடுத்துரைத்தாள். தனது தந்தையாருடன் ஊருக்கு வந்து அவன் தங்கவில்லை என்றால் நாளை காலை பத்து மணிக்கு இரண்டு பிள்ளைகளின் தலையில் மண்ணெண்ணெய் விட்டுத் தீக்குளிக்கப் போவதாகச் சொன்னாள். என்ன நடந்ததோ, ஏது நடந்ததோ, உண்மையான லீவை எடுத்துக் கொண்டு மறுநாள் காலை பத்து மணிக்கு முன்பாகவே ஊர் வந்து சேர்ந்தான். அவனைக் குளிக்க வைத்து காலை உணவைச் சாப்பிட அளித்தாள். கூட்டாளிகள் எவரையும் அவனுடன் திரிய அனுமதிக்காதவள், அவர்களை வீட்டிலும் ஏற்ற மறுத்தாள். இரண்டு மூன்று தடவைகள் அவனைத் தேடி வந்தவர்கள் அதன்பிறகு வரவே இல்லை.

காலையில் பறவைகளின் ஒலியோடு கலந்து ஒலித்த சில புதிய குரல்களையும் சேர்த்துக் கேட்ட ஜான்பாபு புரண்டு படுத்தான். அவன் கனவில் திராட்சைக்கொடிகளுக்கு நடுவே அம்மணமாகத் தேவதைகள் உலாவினர். இருட்டு சுத்தமாக நீங்கும் முன்பே குடங்களை நரக்கும் ஓசை எரிச்சலபடுத்த கனவு கலைந்தது. ஓடிவந்து கிணற்றங்கரையைப் பார்த்தான். அவனால் நம்பவே முடியவில்லை. ஒரு அடிஉடுப்பும் போட்டுக் கொண்டு ஊரில் மூக்கு பாய்ச்சிக்கொண்டு திரிந்த பெண்க ளெல்லாம் சடங்காகித் தாவணியும் போட்டுக்கொண்டு கூட்டமாய் நின்று நீரெடுத்தார்கள். அவர்களின் கும்மாளமும், குலவையாட்டமும் அவனுக்குள் முறுக்கத்தை ஏற்படுத்தியது. அவன் தங்களைப் பார்ப்பது கண்டதும் பெண்கள் கூட்டம் சற்று அமைதியானது போலக் காணப்பட்டது. தனக்கானது அந்த அமைதி என்று நினைத்தபோது அவன் இன்னும் ஆனந்தம் கொண்டு ஒரு பாட்டை முணுமுணுத்தான். வீட்டுக்கு வந்து கட்டிலில் படுத்தபோது அதே பாட்டைக் கிணற்றங்கரையில் யாரோ முணுமுணுப்பது கேட்டது. ‘கள்ளக் குட்டியளே...’ என்று மனதிற்குள் சொல்லிக்கொண்டான்.

ஜான்பாபுவுக்கு இப்போது இந்த ஊரிலும் கொஞ்சநாள் தனது ராஜாங்கத்தை நடத்தலாம் என்ற ஆசை வந்தது. காலை ஆகாரம் சாப்பிடும்போது மனைவியிடம் தனது மாமனாரின் வயோதிகம் தன்னை மிகவும் பாதித்ததாகவும், அவருடன் கூட இருந்து கவனிப்பது தனக்குக் கிடைத்த பாக்கியம் என்றும் தெரிவித்தான். தங்கள் குடும்ப வாழ்க்கையில் இவ்வாறு தனது கணவன் தன்னிடம் பேசுவதை முதன்முதலாகக் கேட்டபோது

அவளால் நம்பவே முடியவில்லை. நேற்று இரவு முழுவதும் உறங்காமல் தனது தகப்பனுக்காக அவள் மிகவும் உருக்கத்தோடு ஜெபம் செய்தாள். ஒரு ராத்திரிக்குள் தனது கணவனிடம் மிகப்பெரிய மாற்றத்தை ஏற்படுத்திய ஏசுகிறிஸ்துவுக்கு அவள் ஸ்தோத்திரம் சொன்னாள்.

அடுத்த நாள் மகளுக்குப் பள்ளிக்கூடம் செல்ல வேண்டும். கணவனது வேலை மாற்றல் உத்தரவைப் பெற்றுத்தரும்படி மானாமதுரையில் ஒருவரைச் சந்தித்துவிட்டு ஏர்வாடி திரும்ப நினைத்தாள். அன்று இரவு கணவனை இருத்தி நீண்டநேரம் உபதேசம் செய்தாள். கண்பார்வை தெரியாத தகப்பனுக்கு அருகில் அகலாமல் இருந்து செய்ய வேண்டிய காரியங்களை எடுத்துரைத்தாள். பையனைத் தினந்தோறும் பக்கத்துப் பள்ளியில் கொண்டு போய் விட்டுக் கூட்டிக் கொண்டுவரும் காரியத்தை முடங்காமல் செய்யக் கேட்டுக்கொண்டாள்.

மருமகனின் அருகாமை நேசமணிக்குச் சற்று இணக்கமாகத் தான் இருந்தது. பால் வந்ததும் காப்பி போடுவான். எரிப்பு தூக்கலாக ஒரு சாம்பார் காய்ச்சி வைப்பான். முட்டை பொரிப்பான். ஆனால் சோறு பொங்கத் தெரியாது. ஒன்றிரண்டு நாட்கள் அரிசியைக் கழுவிப் பானையில் போடக் கற்றுக் கொடுத்தார். பிறகு அதை அப்படியே தாத்தாவிடமிருந்து கற்று பொடியன் செய்தான். பானையைச் சரித்து வைப்பது மட்டும் மருமகனின் வேலையாக இருந்தது.

ஜான்பாபு மீன் பொரிப்பது சுவாரசியமாக இருந்தது. சீனிச்சட்டியில் ஒரு லிட்டர் எண்ணெயையும் அப்படியே கவிழ்ப்பான். மீன் துண்டங்களை அதன்மீது மிதக்க விடுவான். தூரத்தில் இருந்து பார்ப்பதற்குச் சிதறால் கயத்தில் சதுரமீன்கள் நீந்தி விளையாடிய கதையை நினைவுபடுத்தும். பொரித்தெடுத்த பிறகு மீதி இருக்கும் எண்ணெயை மாமனார் கவனிக்கிறாரா என்று பார்த்துக்கொள்வான். அவர் கவனித்தாலும் பரவாயில்லை. கண்களுக்குத்தான் பார்வை கிடையாதே. சீனிச்சட்டியைத் தூக்கிக்கொண்டு அடிமேல் அடிவைத்து நகர்ந்தபடி சென்று அப்படியே உரக்குண்டில் ஊற்றிவிட்டு நல்ல பிள்ளையாக வீட்டுக்குள் ஏறுவான். நேசமணி எதுவுமே பேசமாட்டார். தனக்கு எதுவும் தெரியாதது மாதிரி தூரப் பார்த்துக்கொண் டிருப்பார்.

அவன் இப்போது தனது பழைய கூட்டுக்கட்டைக் குறைத்திருப்பது அவருக்கு நிம்மதியைத் தந்தது. அதிகமும் வீட்டிலேதான் தங்குகிறான். தேடி வரும் ஒரு சிலரையும் எதாவது சொல்லி விரட்டி விடுகிறான். சற்றுப் பொறுப்புணர்வும்

வந்திருக்கிறது. வேலைக்காரர்களை அழைத்து வந்து கிணற்றை இறைத்துத் தூர்வாரினான். இலைதழைகள் விழாமலிருக்க வலை போட்டான். அவன் விஷயத்தில் இவைகளெல்லாம் நல்ல மாற்றங்களாகத்தான் தெரிகின்றன. இருந்தாலும் அடிக்கடி வீட்டுக்குள்ளே காணாமல் போவதும், கிணற்றங்கரைக்குக் கிழக்கே துணிதுவைக்கும் கல்லில் எப்போதும் உட்கார்ந் திருப்பதும் எதற்கென்று அவருக்குப் புரியவில்லை. ஒருவேளை பீடி இழுக்கத் தோன்றும்போது போய் உட்காருவானா இருக்கலாம். அந்தமாதிரிப்பட்ட விஷயங்களில் எதுவும் தான் தலையிடக் கூடாதென்று கருதினார் நேசமணி.

ஒருநாள் மதியம்போல வெளியில் போய்விட்டு வந்தான் ஜான்பாபு. அவனுடன் கூட இரண்டு புதிய மனிதர்களும் வந்தார்கள். பக்கத்து ஊரில் ஏழு சென்ட் பூமி விற்கப் போட்டிருப்பதாகவும், அதில் ஏழெட்டுக் காய்பலன் உள்ள தென்னை மரங்கள் நிற்பதாகவும், தாங்கள் இடமாற்றம் பெற்று வந்தபிறகு வீடு போட ஏற்றது என்றும் தெரிவித்தான். வாங்க நினைத்தால் வாங்கிப் போடுங்கள் என்று மட்டும் சொன்னார் அப்போதைக்கு.

அன்று இரவு ஜான்பாபு ஆழ்ந்த நித்திரையில் இருக்கும் போது அவனை மாமனார் வந்து தட்டி எழுப்பினார். அவர்கள் வீடு வைக்க இடம் தேடி எங்கும் அலைய வேண்டிய அவசியம் இல்லை என்றும், மகனுக்கு எழுதி வைத்திருந்த உயிலைத் தான் கேன்சல் செய்த விஷயத்தையும் தெரிவித்தார். தன்னை மகன் வாள்வச்சாம் பாறைக்கு அழைத்துச் சென்ற கதையையும், அதற்குப் பின் நடந்த சம்பவங்களையும் விவரித்தார்.

கண்ணங்கரை நாயரின் வீட்டுமுற்றத்தில் நேசமணி உட்கார்ந்திருக்கிறார். அவர்கள் இருவரும் பேசுவதை உன்னிப்பாக வாசற்கதவில் சாய்ந்து நின்று கவனித்துக்கொண்டிருக்கிறாள் நாயரின் மனைவி.

“ரெண்டு பெண்குட்டிகளைக் கெட்டிக்குடுத்த இடத்திலயும் பெரிய வசதி இல்லேண்ணு சொல்லுதீரு. எனக்கொரு யோசனை இருக்கு. முடிஞ்சா செய்து பாருமே.”

“சொல்லுங்க.”

“பிளாட்ட *A*, *B*, *C* என்று மூணு பாகமா பிரிக்கணும். வீடும், வீட்டடியும் *A* – பிரிவு. அது மூத்தவனுக்கு. *B* – பிரிவு மூத்த மகளுக்கு. C – பிரிவு கடக்குட்டிக்கு. சரிசமமா சேத்து இப்பிடி பங்குவச்சி உயிலெழுதி வையும். பழைய உயில் ஆட்டோ

மெட்டிக்கா கேன்சல் ஆயிடும். எல்லாம் ஒமக்க காலத்துக்குப் பெறகுதான், கேட்டீரா?"

"அப்பிடி செய்தாப் போதும்."

ஜான்பாபுவுக்குத் தூக்கம் எங்கோ பறந்து போனது. எப்படியாவது A–பகுதியைப் பிடிக்க வேண்டும் என்ற எண்ணம் அவனுக்குள் அரும்பியது. அதில்தானே கிணறு இருக்கிறது.

"கிணறும், கல்லறைத்தோட்டமும் மூன்று பார்ட்டிக்கும் பொது. நீங்களும் இதுபோல வீடு போட்டு எனக்க மூணு மக்களும் ஒற்றுமையா இதில தங்கணும்ணு உள்ளதுதான் எனக்க ஒரே ஆசை. நீங்க வீடு போட்டு கறண்டு எடுக்கம்ப இஷ்டதானம் எழுதித் தந்துருவேன்."

"எல்லாம் சரிதான் மாமா, கிணறு பொதுவில இருக்க முடியாது. நாள ஒரு காலத்தில இன்னொரு பிளாட்டிலோடி குழல் இழுக்க முடியுமா? அதுனால கிணறு யாராவது ஒருத்தருக்குத்தான் சொந்தமாக முடியும்."

அதிகாலையிலேயே சொத்து பாகம் வைத்த விஷயத்தைத் தொலைபேசி வழியாக மனைவிக்குத் தெரிவித்துவிட்டான் ஜான்பாபு. அவளை லீவு போட்டுக்கொண்டு உடனே புறப்பட்டு வருமாறு அழைத்தான்.

மகள் வந்தாள். தந்தையைப் பார்த்ததும் அவள் தாயின் ஞாபகம் வந்தது. குலுங்கிக் குலுங்கி அழுதாள். இப்போது தனது கன்னத்தில் மகள் அறைவதாகக் கருதினார் நேசமணி. என்றோ இதையெல்லாம் தனது பெண்மக்களுக்கு அவர் செய்திருக்க வேண்டும். மகன் பேச்சைக் கேட்டது தவறு.

"அப்பா, விஷயத்தை அண்ணனுக்கு உடனே தெரியப் படுத்தணும்."

"வேண்டாம். எனக்க காலம் கழிஞ்ச பெறவு அவன் தன்னால அறியட்டு."

"ஒங்க காலத்துக்குப் பிறகு எங்களுக்குள்ள யுத்தம் நடக்கவா? யானையக் கொடுத்தவன் தொறட்டியக் கொடுக்காத கதை போல ஆயிடப்பிடாது. ஒடனே அளந்து கல்லு போடணும்."

"ஓ... அதச் செய்யணும்."

அன்று சாயங்காலம் எல்லோருமாக ஆட்டோவில் ஏறிப் புதுக்கடை வந்தனர். யாருமில்லாத இடத்தில் அமைந்திருந்த காசு போடும் தொலைபேசியிலிருந்து மகனுக்கு போன் செய்தார். விஷயத்தைச் சுருக்கமாகத் தெரிவித்துவிட்டுத் தனது கடைசி ஆசையையும் தெரிவித்தார்.

"எனக்க மூணுமக்களும் ஒற்றுமையா இருக்கணும்."

"இதெல்லாம் அந்த தொடுவெட்டிகாரனுக்க ஏற்பாடு தானே?"

"ஏன், எனக்கு புத்தி கெட்டுப் போச்சா?"

"அவன் குடும்பம் மந்திரவாதிக் குடும்பமாக்கும். ஏதோ செய்வின செய்து ஒங்க மனச மாற்றிப் போட்டான்."

"அது தங்கச்சிக்கு சம்மந்தம் பாக்கும்ப ஒனக்குத் தெரியாமப் போச்சா? எனக்கு புத்திக்கோளாறோ, மனமாற்றமோ எதுவுமே இல்ல. மாசாமாசம் ஒண்ணாந்தேதி பேங்கிலபெய் கையெழுத்துப் போட்டு பென்ஷன் வாங்கத்தான் செய்யேன்."

"இனி பெண்மக்கதான் ஒமக்கு கொள்ளிவைக்கும்."

"டேய், யோபு சொன்னதப்போல சொல்லுகேன். நான் நிர்வாணியா வந்தேன், நிர்வாணியா போகிறேன். ஆனா உயிர் இருக்கம்ப செத்து வாழுற வாழ்க்கையுமில்ல, அடுத்தவியள கொன்னு பெழைக்கும் வாழ்க்கையும் எனக்கில்லடா பொன்னுமோனே..."

கிழவரின் முகம் சூரியனைப் போல ஒளிர்ந்தது. வலது கையைத் தூக்கி நெஞ்சில் ஒருமுறை தட்டினார். உலகின் சிகரத்தில் நிற்பதுபோல அவருக்குத் தோன்றியது.

"சனிக்கிழம அளந்து கல்லுபோடப் போறேன். உடனே புறப்பட்டு வா!"

"நான் எதுக்கு வரணும்? எல்லாம் எனக்கிட்ட கேட்டுதான் செய்யுதீரோ? நமக்கு கோர்ட்டில இனி சந்திக்கலாம்."

"டேய் ராஜி, நான் பழைய ஒன்பதாங்கிளாஸ் மலையாளம். அது ஒனக்க டாக்டர் பட்டத்தவிட பெரிசு பாத்துக்க. நுப்பத்தி ரெண்டு வருஷம் சர்க்கார் உத்தியோகம் பாத்து இருபத்தாறு வருஷம் பென்ஷன் வாங்கி ஜீவிக்கியேன். நீ எந்த சட்டத்தில கோர்ட்டுக்குப் போவேண்ணு நான் பாக்கத்தான் போறேன்.

கருணாநிதி கொண்டு வந்த சட்டம் தெரியுமாடா ஒனக்கு? பாராளுமன்றம் பாசாக்கின சட்டம் தெரியுமாடா ஒனக்கு? அப்பன் வாய் தெறக்காம இருந்தது மகன் பாசத்திலயாக்கும். ஒரு வழிப்போக்கனுட்ட பேசியதுபோல எனக்கிட்ட நீ பேசப் பிடாது, கேட்டியா?"

எதிர்முனையில் போன் துவண்டது.

தொடர்ந்து அளவுக்காரனைக் கொண்டுவந்து அளந்து கல்போடும் சம்பவமும் நடந்தது. மூத்த மகளின் மாமனாரும், இளையமகளின் கணவர் குடும்பத்தினரும் சிரித்த முகத்துடன் வந்து நின்றார்கள். அளக்கும்போது கிணறு இரண்டு கண்டக் காரர்களின் எல்லைக்கோட்டுக்கு நடுக்காக வந்தது. அதை முழுக்க அப்படியே மகன் பாகத்தோடு சேர்க்கும்படியாக இளைய மகளின் கணவர் குடும்பத்தினர் கூறினார்கள். அதில் வரும் இழப்பைத் தாங்களும் பகிர்ந்துகொள்வதாகத் தெரிவித்த பிறகும் ஜான்பாபு விடவில்லை. கிணறு முழுவதுமாகத் தங்கள் பகுதிக்கு வரும்படியாக அளந்து அதற்கு ஈடான நிலத்தை வடக்குப்பாகத்தில் தங்கள் பகுதியிலிருந்து எடுத்துக்கொள்ளும்படி யாகவும் கேட்டுப் பெற்றுக்கொண்டான்.

காலம் ஒரு சுமட்டுக்காரனின் அடிவைப்பைப் போல மெதுவாய் நகர்ந்தது. இந்த இடைக்காலத்தில்தான் எவ்வளவு காரியங்கள் நடந்து கழிந்தன. யோசனையில் அடங்கக் கூடி யவைகள்தானா அவைகள்? உறக்கத்தில் கலைந்த கனவுகளைப் போல அல்லவா இருக்கிறது.

ஜான்பாபுவுக்கு மாற்றல் உத்தரவு வந்துவிட்டது. பைங் குளம் பக்கம் ஒரு பள்ளியில் உத்தியோகம். இங்கேயும் அவன் வேலைக்குப் போவதை யாரும் பார்த்திருக்க மாட்டார்கள். பள்ளிக்கூடம் நடைபெறும் சமயங்களில் எல்லாம் பாலம்மை யின் மாம்பட்டைக் கடையில் அவன் பாடம் நடத்திக் கொண் டிருப்பதைத்தான் பலரும் கண்டார்கள்.

ஒருநாள் இரவு அறைக்குள் உணவைக் கொண்டு சென்றான். எதிரே வராந்தாவில் தூரத்தில் நாற்காலியில் நேசமணி அமர்ந்திருந்தார். இருவரும் ஒருவருக்கொருவர் பேசிக்கொண்டிருந்தனர். கட்டிலின் மறுபுறம் குனிந்த ஜான்பாபு பாட்டிலைத் திறந்து கிளாசில் விடுவது எந்த ஒளிவுமறைவு மின்றித் தெளிவாகத் தெரிந்தது. அவன் பாட்டிலைக் கட்டி லுக்குக் கீழே வைத்தான். தூரத்துப் பார்வையில் வெட்ட வெளிச்சமாக இருந்தது அதன் இருப்பு. அவர் பேச்சு திடீரென மாறியது.

“படிச்சவன்கூட மோசமாகத்தான் இருக்கான்.”

“நூறு சதவீதம் கரெக்ட் மாமா.”

“நாட்டில குடிக்காதவனே இல்ல போலிருக்கு”

“இதுக்கு ஒரே வழிதான் இருக்கு. எம்.ஜி.ஆர். சொன்னது போல குடிக்கிறவன நாடுகடத்தியே தீரணும்.”

அதற்குமேல் அவர் ஒன்றும் பேசவில்லை. பெட்ஷீட்டை இழுத்து மூடிக்கொண்டு உறங்கினார்.

மறுநாள் கிணற்றங்கரையில் அமர்ந்து ஜான்பாபு துணி துவைத்துக்கொண்டிருந்தான். பையன் ஒரு வாளியிலிருந்து நீரை மொண்டு தலையில் விட்டுக் குளித்துக்கொண்டிருந்தான்.

“அப்பா, நான் குளிக்கிறதப் பாருங்க.”

பையன் திரும்பத் திரும்பத் தகப்பனிடம் கூறினான். ஆனால் அவன் கேட்கும் மனநிலையில் இல்லை.

“அப்பா, இங்க என்ன பாருங்க அப்பா.”

அவன் இந்த உலகத்தில் இல்லாதது போல இருந்தான். பையன் போடும் சத்தத்தைப் பார்த்து நேசமணி எட்டிப் பார்த்தார். கிணற்று விளிம்பில் ஒரு சேலையை நனைத்து வைத்ததுபோல எதுவோ தெரிந்தது.

“அப்பா நான் குளிக்கியத பாக்காம சும்மா சும்மா அந்தப் பெண்ண ஏன் பாக்கிறிய? இஞ்ச என்ன திரும்பிப் பாருங்க அப்பா.”

வேறொரு கோணத்தில் பார்த்தபோதுதான் கிணற்றில் தண்ணீர் எடுக்க வந்த ஒருத்தி தூண்மறைவில் ஒளித்து நிற்பது தெரிந்தது.

அன்று முழுவதும் எங்கும் போகாமல் குட்டி போட்ட பூனையைப் போல வீட்டைச் சுற்றிச் சுற்றியே நின்றான். நாலு மணிக்குபோல சாயங்காலம் அந்தப் பெண் மறுபடியும் வந்தாள். ஜான்பாபு வீட்டுக்குள் அவளைச் சைகையால் அழைத்தான். அவள் உள்ளே வராமல் ஜன்னலுக்கருகில் வெளியே வந்து நின்றாள்.

“சக்க விக்கவா போட்டிருக்கு?”

“ஒனக்கு வேணுமா?”

"வேண்டாம்."

"பின்ன கேட்ட?"

"சும்மா."

"வெட்டினது இருக்கு. தரட்டா?"

"ஓம்ம பெண்டாட்டிக்கு கொண்டுபெய் குடும்."

"பெண்டாட்டிக்குக் குடுக்க முடியாமதானே இஞ்ச வந்து கெடக்கியேன்."

"எனக்கு ஒருமாரி வருது."

"உள்ள வாறியா?"

"வரேல."

"இன்னா ஒரு சொள தின்னு பாத்துட்டு சொல்லு இனிச்சிட்டிருக்காண்ணு?"

அவள் வாயில் பிய்த்து வைத்தான்.

"தாத்தா காணுவாரு, நான் போறேன்."

"கெழவன் பொட்டக்கண்ணன். கண்ணு தெரியாது."

"அய்யோ பாவம்."

அவள் திரும்பியதும் ஜன்னல் வழி கையிட்டுக் கொண்டையைப் பிடித்து இழுத்தான்.

"விடுடா கள்ளா..."

"இஞ்ச பாரு."

அவன் நூறு ரூபாய்த் தாளை எடுத்து நீட்டினான்.

"ஓனக்குத்தான். சிலேடு வேண்டிக்க."

"வோ! எனக்கு சிலேடும், ஜெம்பரும் இவருதான் வேண்டித் தரணும்."

அவன் கையிலிருந்த ரூபாய் நோட்டைப் பறித்துக் கொண்டு அவள் ஓடியே போனாள்.

கிழவர் பெருமூச்சு விட்டார். பென்ஷன் வாங்கி வைத்த பணத்தில் ஐந்நூறு ரூபாய் குறைந்திருந்ததின் காரணம்

விளங்கியது. கொஞ்சம் நாட்களாக வாங்கி வைக்கும் மசாலை சாமான்கள், அரிசியின் அளவு அதிகமாவதும், காணாமற் போவதும் ஏனென்பதை யூகிக்க முடிந்தது.

அடுத்தநாள் மதியம் உறங்கிக் கிடக்கையில் கொலுசுச் சத்தம் கேட்டு விழித்தார். நேற்று வந்த அதே பெண்தான். படிகளின் வழியே இருவரும் மாடிக்குச் சென்றார்கள். எப்படி இருந்த வீடு இது? தற்போது இங்கே என்ன நடக்கிறது?

அதோ கீழே இறங்கி வருகிறார்கள். கிழவர் கண்களை இறுகமூடி உறங்குவதுபோலக் கிடந்தார். இருவரும் உயரத்தில் நின்று பேசினார்கள்.

"ஓங்கள எனக்க அண்ணனப் போலயாக்கும் நெனச்சிருந் தேன். என்னப் போட்டு என்னெல்லாம் செய்ய வச்சிய. எனக்கு சங்கடமா இருக்கு."

"வங்கட மீனு வேண்டி தின்னு. சங்கடம் தீரும். சவுட்டு கொள்ளாம போவியா? கெழவனுக்கு கண்ணுதான் தெரியாதே தவிர பாம்பு செவியாக்கும்."

சில நாட்களாக இரவு வீட்டில் தங்குவது இல்லை. வடக்குப்புறக் கதவு திறந்து கிடந்ததை வைத்துக் கண்டுபிடித்தார். அன்று அவன் இல்லாத சமயமாகப் பார்த்து வீட்டுக்கு வந்த விக்கன் வேதமுத்துவின் மகன் நடராஜன் குறிப்பாகச் சில காரியங்களை உணர்த்தினான்.

"மருமகன இங்க விட்டிருக்காதிய. முள்ளுவிளை பார்ட்டி ஓலையும், கழிக்கலும் கொண்டு பெரை கெட்ட வரணும்ணு இருக்குனும்."

"எங்க பூமியில எதுக்கு பெரைகட்ட வருனும்?"

"அத மருமகனிட்ட கேளுங்க."

அடுத்த நாள் சோறு சாப்பிட்டுக்கொண்டிருக்கும்போது கேட்டார்.

"ராத்திரி நீங்க எங்க போறிய?"

"வெள்ளையடிச்ச போறேன்."

"கண்ணு தெரியுமா?"

"லைட் போட்டா தெரியும்."

"பள்ளிக்கூடத்தில இருந்து சம்பளம் வருது. பின்னயும் எதுக்கு இப்பிடி வேலைக்குப் போறிய?"

"சும்மா ஒரு சோசியல் ஓர்க் மாமா. காலனி வீடுகள்ல வெள்ளையடிச்சிக் கொடுக்கிறோம்."

அன்று எங்கோ போய்விட்டு இரவு பிந்திவந்து உறங்கச் சென்றான். சிறிது நேரங்கழித்து, 'அய்யோ... எனக்க உயிரு போவுதே!' என்று அலவற விளித்தான். ஆட்டோகாரனுக்கு போன் செய்து வரவழைத்து இருவருமாகத் தூக்கிப்போட்டு ஆஸ்பத்திரிக்குக் கொண்டு போனார்கள். அவரது சட்டையை இறுகப்பற்றிப் பிடித்துக்கொண்டான். ஆட்டோவுக்கு வெளியே அவன் தலை விழும்போது அந்த முதிய தேகமும் அவனோடு சேர்ந்து விழுந்தது. ஒருபாடுபட்டு டாக்டரிடம் கொண்டு சேர்த்தார்.

விஷயம் இதுதான். பாலம்மையிடமிருந்து வாங்கிய மாம்பட்டைக் கஷாயத்தைப் போதைக்காகக் கள்ளில் கலந்து குடித்ததால் ஏற்பட்ட வயிற்று வேதனை. ஆஸ்பத்திரி பில்லை மாமனார் முடித்துவிட்டு ஆட்டோகாரன் கையில் காசு கொடுத்து ஜான்பாபுவை அவனது தகப்பனாரிடம் கொண்டு விடும்படியாகக் கூறினார். மனசு வெறுத்துப்போய் தனக்கு இனிமேல் யாருமே வேண்டாம் என்ற மனநிலையில் அவ்வாறு செய்தார். பகல் முழுதும் அவன் இல்லை. இரவு பதினொரு மணிக்குத் திரும்பவும் தள்ளாடியபடியே வந்து நின்று கதவைத் தட்டினான். அவர் திறக்காததால் அன்றிரவு முழுவதும் வெளித் திண்ணையில் கிடந்து உறங்கினான்.

அவன் இனி விரட்டி அடித்தாலும் போகமாட்டான் என்பதுணர்ந்த கிழவர் அவன் இல்லாத நேரமாகப் பார்த்து கதவையும் பூட்டி சாவியையும் கையில் எடுத்துக்கொண்டு தன்னுடன் வேலைபார்த்த ஜோதிராஜ் என்ற நண்பரின் வீட்டில் சென்று பத்து நாட்கள் தங்கினார். அவன் தனது தகப்பனார் வீட்டுக்குச் சென்றிருப்பான் என்று திரும்பி வந்தபோது நாலைந்து கூட்டுக்காரர்களுடன் சேர்ந்து தனது விளையில் நின்ற பலாமரம் ஒன்றை அளந்துகொண்டு நின்றான். கிழவர் மனதில் திகில் வந்து சூழ்ந்தது.

சனிக்கிழமை காலையில் மகள் வந்தாள். மிகுந்த கோபத்துடன் காணப்பட்டவர் அவளது முகத்தைப் பார்த்ததும் சாந்தமடைந்தார். எதையும் வெளிப்படுத்தாத மனநிலையில்

உணர்ச்சிக் கலவைகளின் கொந்தளிப்பில் எல்லாவற்றையும் தனக்குள்ளாக அடக்கிக்கொண்டார்.

"அப்பா என்ன ஒருமாதிரி இருக்கிய?"

"ஒண்ணும் இல்ல."

"அப்பா இப்ப கொஞ்சம் வெளுத்திருக்குது. வேளா வேளைக்கு ஆகாரம் கிட்டுது இல்லியா."

"நீ எனக்கு ஒரு உபகாரம் செய்யணும். போவம்ப ஒனக்க மாப்பிளையையும் கூடக் கொண்டு போ. எனக்க காரியத்த நான் பாத்திடுதேன்."

எவ்வளவுதான் அடக்கி வைக்க நினைத்தாலும் வயசான காலத்தில் அவரையும் மீறி வெளிப்பட்ட வார்த்தைகளின் பொருள் புரியாத மகளுக்குள் கோபாவேசம் மூண்டது.

"கொஞ்சம் பச்ச பிடிச்சி இல்லா. ஒமக்கு இனிமே நாங்க ஒண்ணும் வேண்டாம்ணு காணும்."

"அய்யோ மகளே, என்ன வார்த்த பேசின? நீங்க ஒண்ணும் வேண்டாம்ணா அப்பா அம்மையையும் பறி கொடுத்துட்டு இத்தற காலம் உயிரோட ஜீவிச்சிட்டு இருக்கியேன். நீங்க இல்லேண்ணா நான் யாருக்காக உயிர் வாழணும்?"

"போட்டு, ஏதோ வெப்றாளத்தில பேசிப்புட்டேன். அப்பாகிட்ட நாங்க எப்பளும் உண்டு."

"அது போதும் மக்கா!"

அறைக்குத் திரும்பியபோது கதவிடுக்கில் ஜான்பாபு நின்று எல்லாவற்றையும் கவனித்துக்கொண்டிருந்தான். தகப்பனின் வேதனைக்கான காரணத்தைக் கண்டுபிடிக்கத் தெரியாதவளாய் இருந்த மகளிடம் எதாவது பேசப்போய் அவர்களின் குடும்ப வாழ்க்கை அதனால் பாதிக்கப்பட்டு விடுமோ என்ற தயக்கத்தில் இருந்த நேசமணி, அதற்குப் பிறகு எதுவுமே பேசவில்லை.

கட்டிலில் வந்து உட்கார்ந்தாள். கணவன் ஒழுங்காக வீட்டில் இருந்து அவள் தகப்பனாரைக் கவனிப்பது அவளைச் சந்தோசப்படுத்தியது. தனது வீட்டுக்குச் சென்று வருவதாக அவன் கூறியதும் சாப்பிட்டுவிட்டுப் போகச் சொன்னாள்.

"நான் திரும்பி வர ரெண்டு நாளு ஆவும். அப்பாவுக்கு சுகமில்லையாம். மாமா எப்படித்தான் இருப்பாரோ? ரெண்டு கண்ணும் தெரியாத மனுஷன்."

"யாரு சொன்னது ரெண்டு கண்ணும் தெரியாதுண்ணு? ஒரு கண்ணு நல்லா காணுமே."

"நல்லா காணுமா?"

"ஆமா, எதுக்கு கேக்குதியளோ?"

"சும்மாத்தான்."

ஜான்பாபுவுக்குக் குப்பென்று வியர்த்தது. கட்டிலில் வந்து படுத்துக்கொண்டான். காய்ச்சல் வரும்போல இருந்தது.

"கிழவர் ஒரு கண்ணால எல்லாத்தையும் பாத்திட்டுதான் இருந்திருக்கிறார்."

திடீரென்று பயம் வந்ததுபோல் தான் பேசியதை மனைவி கேட்டுவிட்டாளோ என்று எழும்பி வந்து வெளியே பார்த்தான். பக்கத்தில் எங்கும் அவள் தென்படவில்லை.

பையன் ஒரு அரைசைக்கிளை எங்கிருந்தோ வாடகைக்கு எடுத்துக்கொண்டு வந்து கோட்டைச் சுவரில் சாய்த்து நிறுத்தினான்.

"அப்பா, சைக்கிள் எடுத்துட்டு வந்திருக்கேன். படிச்சுத் தாருங்க."

"..."

"ஏ அப்பா... காது கேக்காதா? சைக்கிள் எடுத்துட்டு வந்திருக்கேன்."

"போவிலே அங்க."

"இப்ப வரலேண்ணா பாத்துக்கிடும்."

"வரமுடியாது."

"இப்ப தாத்தாட்ட எல்லாத்தையும் சொல்லிக் குடுப்பேன்."

பையன் மெதுவாக வீட்டுக்குள் நுழைந்தான். டிரங்கு பெட்டி மறைப்பிலிருந்து ஒரு குப்பிக் கள்ளை எடுத்தான்.

"தாத்தா, இஞ்ச பாக்கணும். கள்ளாக்கும் இது. பள்ளீல படிச்சிய பயலுவளாக்கும் அப்பாக்கி கொண்டு குடுத்தினும்."

கிழவர் குலுங்கிக் குலுங்கிச் சிரித்தார். அது சிரிப்பா? அழுகையா? என்று இனங்காண முடியாததாக இருந்தது.

“கொப்பன் கள்ளு குடிச்ச மட்டுமா செய்வான்?”

தகப்பனின் வார்த்தைகளில் ஒளிந்து கிடந்த விஷயத்தை அறிய மகள் விழைந்துகொண்டிருந்தாள்.

செப். 2000

விடாலு

அந்த ஊருக்குள் நுழையும்போது தனது உயிர் பற்றிய எண்ணம் அவனிடம் இல்லை. நிகழ்கால உண்மைகள் எப்போதும் எதிர்கால உத்தரவாதமற்றவை. அவன் மரணத்தின் கடிக்குள் விழாமல் இருக்கிறான் என்பதும் அதுபோலத்தான். தனது தொழில்வாழ்க்கையில் அவன் இதுபோல எத்தனையோ கிராமங்களைக் கடந்து சென்றிருக்கிறான். கையில் சிரிஞ்சும், சட்டைப்பையில் சிவப்புநிறத்தில் குலுங்கும் திரவ சயனைடு பாட்டிலுமாக வேறெந்தத் துணையுமின்றி அவன் எதிர்கொண்ட உயிரின் முடிவுகள்தான் எத்தனை எத்தனை. மரணத்தை மறு உயிர்ப்பாக்கும் அந்தத் தொழில் வித்தையில் அது அவனின் மரணமா? அல்லது எதிரே நிற்கும் உயிரின் மரணமா என்பது தெரியாமல் தொடர்ந்த கணங்கள் உண்டு. பயங்கரத்தைக் கண்டு விலகாமலோ அல்லது அறியாமலோ அதனோடு லயிக்க நினைத்த அவனது அறியாமை தன்னைவிட பலம்மிகுந்த மரணக்குழிகளைப் பார்க்கும் தருணங்களை வழங்கவில்லை. அவன் எப்போதும் அப்படித்தான். உற்சாகமோ, உற்சாக மின்மையோ இன்றி எல்லோரைப் போலவும் வயிற்றுப் பாட்டுக்கு மரண விளையாட்டு ஆடும் அவனுக்குத் தன் பெயர் கரியன் என்பதைத் தவிர வேறு எதுவும் அவ்வளவாகத் தெரியாது.

ஊர் வெறுமையாகப் பகலுறக்கம் கொண்டது. வறண்ட ஓடையில் கூழாங்கற்களைப் போல வீடுகள் பகட்டின. கடைவீதிகளும், கொஞ்சம் இடங்களும் மட்டுமே காரியமாக இருந்தன. அப்பால் எங்கு நகர்ந்தா லும் கழிவுகளின் புதைகுழிகளும், சாக்கடைக் குளங்களு மாகக் காணப்பட்டன. பன்றிகள் உருண்ட தடங்களும்,

குமாரசெல்வா

பாத அடையாளங்களும் பதிந்திருந்தன. என்றாலும் உயிருள்ள எந்த ஜீவராசியும் எங்கும் தென்படாதது ஆச்சரியம் மட்டுமல்ல அதிசயமாகவும் இருந்தது.

காயப்போட்ட துணிகளைப் பொறுக்கும் அவகாசம்கூட இல்லாமல் ஜனங்கள் ஊரைக் காலி செய்துவிட்டு ஓடி இருக்கி றார்கள். மரணத்தின் துரத்துதலைவிட பீதியின் விரட்டல் தான் பயங்கரமானது. வீடும், பொருட்களும், செல்வமும் இப்போது வேண்டாதவைகளாகிவிட்டன. ஒவ்வொரு மனிதனுக்குள்ளும் பதுங்கி இருக்கும் அந்தப் பிராணியைத் தேடிக் கண்டுபிடிக்கத்தான் அவன் அந்த ஊருக்கு வந்திருக் கிறான்.

வீதிகளில் மனம்போல நடந்தான். அவனைப் பார்க்க அவன் நிழல் மட்டுமே உண்டு. வீடுகள் புழக்கத்தில் இல்லாத போதும் சாக்கடைகள் நின்றபாடில்லை. அது வழிந்தொழுகிச் செல்லும் இடம் முழுக்க முளைத்து நின்ற புற்கள் சிரித்தன. கடைக்காலில் கழிமுகம் கணக்கில் ஊறப்போட்ட கதம்பைகள் அடுக்கப்பட்டிருந்தன. நீர்செறுத்த இடத்தில் வீசிய அரிஷ்ட ஊறலின் வாசனை அவனைத் தடுத்து நிறுத்தியது. மேடான நிலத்தின் ஒரு பகுதியை மண்வெட்டி இறக்கி அதில் ஒரு வண்டிக்கடையைப் பதித்ததுபோல நிறுத்தி இருந்தார்கள். அதன் பள்ளையில் பலகைக் கதவுகளை அடுக்கி குறுக்கே சொருகப்பட்ட நீளக்கம்பியில் பூட்டு தொங்கியது. ஆனைகள் வரிசையாக நின்று துதிக்கையால் பற்றி இறுக்கிய ஆண்குறிபோல அது தோற்றம் தந்தது. வானைக் கிழித்துயர்ந்த ராக்கெட்டின் வேகம்போல எழுந்த கட்டடத்தில் மேகங்கள் தவழ்ந்து நின்றன. சிவலிங்கத்தைத் தழுவிய பசுக்கூட்டத்தில் ஒன்றின் மடிசுரந்த ஒழுக்கில் பூமி நனைந்து மணத்தது. இப்போது ஊறல் வாசனை புறப்படும் இடம் அவனுக்குத் தெரிந்துவிட்டது. அது பூட்டு தாக்கோலைக் கடந்த மர்ம ரகசியம் அல்லவா.

நெல்லு தின்னும் கோழியின் தொண்டை விக்கல்போல சிறு ஒலி. ஒரு மர்மப் பிராணியின் இயக்கம் மூளையில் ஊர, இடுப்புச் சுருக்கில் சொருகி இருந்த கண்ணியை எடுத்தான். கணங்களைச் சலித்துக் கடத்திய கவனத்துடன் குனிந்து பார்த்தான். வண்டிக்கடையின் கால்கள் ஊன்றி நிற்கும் பூமிப்பகுதியின் அண்டர் கிரவுண்டில் வைக்கோல் அடுக்கி அதன்மீது உயிருள்ள சடலம் ஒன்று கிடத்தப்பட்டிருந்தது. கொழுத்த தொடைக்கறியுள்ள பசு நினைவிலிருந்து எங்கோ கழன்று விழுந்தது. பிராய்லர் கோழியின் கால்களைப் போல வறண்ட கைகளுடன் துணியில் சுருட்டிய சுள்ளிக்கம்பாய்க்

கிடந்த அவ்வுடல் ஒரு கிழவி என்பதை அறிய அதிக நேரம் பிடிக்கவில்லை. வெளிறி உருளும் அவள் கண்கள் அவனைக் கண்ட அற்புதத்தில் விரிந்தன. ஆனால் ஊரிலுள்ள ஒரே மனிதவாடையை நுகர்ந்த வியப்பு அவனுக்குள் ஏற்படவில்லை என்பதுடன் ஒருவிதமான வெறுப்பும் பிறந்தது.

அவள் அசைவுகளெல்லாம் எழும்புவதற்கான முயற்சிகளாக இருந்தும் அவன் உதவி செய்யவில்லை. வாய் கோணிய நிலையில் இருமலைப் போல வெளிப்பட்ட வார்த்தைகளின் துவக்கமே தனது துயரத்திற்கான புகாராக இருந்தது.

"என்ன எல்லாரும் விட்டுட்டு ஓடீறுனும்."

திரும்பவும் விக்கல். அவளுக்குள் ஜீவனுக்குப் பதில் கொஞ்சம்போலக் காற்று உள்ளது. அது வீசும்போதுதான் அந்தச் சருகு சலசலக்கிறது. அவள் பேசும் வார்த்தைகள் மட்டும்தான் அவளுக்கு உயிர் கொடுக்கும் என்ற நம்பிக்கையில் திக்குமுக்காடியபடியே பேசினாள்.

"எக்க மருமொவா போவம்ப, 'செபம் செய்யுங்க மாமி, கர்த்தர் உங்களைக் காப்பாத்துவாரு'ண்ணு சென்னாக்கில நான் தேச்சியப்பட்டது தப்பு. அந்தக் கடவுளா பாத்துத்தான் ஒன்ன இஞ்ச கொண்டுவந்து சேத்திருக்கு."

கரியன் முகத்தில் எந்தச் சலனமும் இல்லை. செவியால் அவளைப் பார்த்துக்கொண்டே திரும்பிய முகத்தில் ஒரு பீடியை ஏற்றினான். அதன் புகையில் கிழவிக்குத் தும்மல் ஏற்பட்டுவிட்டது.

"கொக்... கொக்.... கொரே..."

கரியனுக்குச் சிரிப்பாய் வந்தது. போன பிறவியில் கிழவி கோழியாக இருந்திருக்க வேண்டும். அடைக்கோழி போல அல்லவா கொக்கரிக்கிறாள். நகைச்சுவை கழன்று மீண்டும் முகம் வறண்டது.

"கொஞ்சம் தவிடு வறுத்து நெஞ்சில ஒத்துவியா? எல்லாம் தீரும்."

"தீர்க்கிறேன்."

எழும்பி நின்று ஒரு காலை ஊன்றி மறுகாலைத் தூக்கினான். அந்த நிற்பு யானையை நினைவூட்டியது. அவன் கால்கள் ஒவ்வொன்றும் யானையின் பலம்தான். அதிலொன்று இறங்கிக் கிழவியின் கழுத்தில் பதிந்தபோது சிரிஞ்ச் உயர்ந்தது. ஜெம்பர் இல்லாமல் கொப்பரைத் தேங்காய் போல சுருங்கிக் கிடந்த இடதுமுலையை ஊடுருவி அது இயங்கியபோது,

'கொக்'கென்று மீண்டும் ஒரு விக்கல். அதுதான் கடைசி. கிழவியின் வாயிலும், மூக்கிலும், காதிலுமாகக் கோடிட்டது இரத்தம். மரக்கட்டைபோல விறைத்துக் கையும் காலும் ஒருதடவை இழுத்து நீண்டு சுருண்டாள்.

காந்தி சிலையினடியில் வந்து படுத்தபோது மீண்டும் அந்த அரிஷ்ட ஊறலின் வாசனை. ஒரு உயிர் இன்னொன்றில் புக இடந்தேடும்போது இந்த மாதிரியான வாசனை வீசுமோ? ரொம்பவும் விருப்பமான வாசனைதான் சிலநேரங்களில் பயங்கரமாகவும் வீசுகின்றது. அவன் அமைதிக்காகச் செய்தவை யாவும் இதுபோலப் பயங்கரமானவைகள்தான். பயங்கரம் செய்யாமல் அமைதி நிலவாது என்பதுதான் அவனுக்குத் தொழிலாகக் கற்றுக் கொடுக்கப்பட்ட பாலபாடம். கையிலிருந்த விஷம் கிழவியின் உடலில் கலந்ததுபோல ஒருநாள் பொறியனின் மகளோடு அவன் உயிர் கலந்தான். ஒரு பயங்கரத்தை நிகழ்த்தி விட்டுப் பழிவாங்குதலின் உச்சத்தில் கனன்றபடி அப்போது இருந்தான். அவன் புலன்கள் யாவும் மரித்திருந்தன. உணர்வுக்குத் திரும்பியபோது அவள் உடம்பிலிருந்து ஒருவித வாசனை, அவள்மீது அவன் அறிந்த வாசனை, அது இப்போதும் வீசுகிறது. காலியாகக் கிடந்த கடை வராந்தாக்களில் சந்தடிகளற்ற இரவாகத் தொடர்ந்த மௌனத்தில் மனம் லயித்து உயிர் சிலிர்த்தபோது, அவள் கண்ணீர்த்துளிகளில் ஒன்று புதர் மண்டிய அவன் நெஞ்சில் உதிர்ந்து வீழ்ந்தது.

நாலு வயதில் இந்தத் தொழிலுக்கு வந்த புதுசு. ஒரு நாயைக் கண்ணியோடு துரத்திய நான்கு பேர் கூட்டத்தில் சிறுவனான கரியனும் ஒருவன். மண்ணில் வலைவீசும் லாவகம் அறியாத பிஞ்சுக் கரங்களிலிருந்து தப்பி ஓடிய நாயை விரட்டி ஓய்ந்த பொறியனின் கோபம் சிறுவனை நோக்கி வசைகளாகத் திரும்பியது. கரியனின் தாய் வார்த்தையால் உரியப்பட்டாள்.

அவனுக்குள் உருவான உதம்சிங்தனத்தை இறக்கி வைத்த போது கரியனுக்கு வயது பதின்மூன்று. தன்னைவிட நான்கு வயது மூத்த பொறியனின் மகளை நிஜத்தில் உரிந்தபோது அவள் மறுப்பெதுவும் காட்டவில்லை. மாதவிடாய் தீராத நிலையில் அவளிடமிருந்து புளித்தவாசனை வீசியது. வைராக்கியம் எதுவும் இருந்தால் அது கரையுந் தறுவாயில் அவன் இருக்கும்போது பொறியன் முன்னே தோன்றினான். அவன் வைராக்கியம் திரும்பவும் உயிர் பெற்றெழுந்தது.

பொறியன் பேச்சில் முரடனே தவிர மனதில் குழைந்தவன். அவனுக்கென்று சுயமான விருப்பு வெறுப்புகளும், ஆசைகளும் எதுவுமே கிடையாது. கரியன் செய்துகொண்டிருக்கும் காரியம் கூட அவனைப் பொறுத்தவரையில் மகள் சம்பந்தப்பட்ட

விஷயம் என்பதைக்காட்டிலும் அவள் சம்மந்தப்பட்ட விஷய மாகவே அணுகினான். கரியன் அவளை நிர்வாணமாகத் தூக்கி அவன் முன் நிறுத்தியபோது அவன் எந்த உணர்ச்சியையும் வெளிப்படுத்தாமல் திரும்பி நடந்தான். ஆயிரம் பிறையைக் கண்டவன் கணக்கில் லட்சம் நாய்களைக் கொன்ற, யாராலும் அசைக்கப் பற்றாத பொறியனின் அலட்சியம்கூட அவனை அவ்வளவாக வேதனைப்படுத்தவில்லை. அவள் இயல்பாக இருந்ததுதான் அவனை இயல்பற்றவனாக மாற்றியது. அப்போதுதான் முதன்முதலாக அவன் பயந்தான். அவள் முகத்தைப் பார்க்க முடியாமல் ஓடினான். அவன் நெஞ்சில் பதிந்த அவள் துளி கண்ணீர், திராவகமாக மனசில் துளை போட்டுக் கொண்டிருந்தது.

அன்று கோர்ட் வளாகத்தில் நாய்களை விரட்டிப் பிடித்துக்கொண்டிருக்கும்போது ஒரு வேனிலிருந்து அவளைப் போலீசார் இறக்கினார்கள். அவளுடன் அவளைப் போன்ற இருபது முப்பது பெண்கள். கையிலிருந்த கண்ணியோடு சேர்ந்து உடல் நடுங்க, அவள் பார்த்த பார்வை அவனை நிலைகுலைப்பதற்குள் அதற்கும் முன்னால் மாதவிடாயின் வாசனை அவன் நாசியிலிருந்து நுரையீரலுக்குள் புகுந்து இருதயத்தை அறுக்கத் தொடங்கியது. தாக்குதலில் எதிர்த் தாக்குதல் நிகழும்போது மட்டுமே பலம் நிரூபிக்கப்பட்டு மனம் நிறைவடையும். அவன் பலத்தைக் கொன்றது அவளது மௌனம். அதுதான் இப்போது உயிரையும் தின்றுகொண்டிருக்கிறது. தான் அவளது சதையைத் தின்றபோது அதன் மூலம் சந்தோசம் பெற்றிருப்பாளோ? அவன் வேதனை இப்போது இரட்டிப்பாக மாறிச் சித்திரவதைத்தது. எந்த வகையில் வீழ்த்தினால் அவள் கீழே விழுவாள் என்று அவனுக்குத் தெரியவில்லை. அதைவிட அவளின் முன்பு தான் வீழ்ந்து போனோமே என்ற நினைப்பு அவனை வதைத்தது. ஓடுவதெல்லாம் இனி வீண் என்று உணர்ந்து நகரங்களுக்கு மறைவாக இருக்கும் கிராமங்களில் நடந்துகொண்டிருக்கும் போதுதான் இந்த அரிஷ்ட ஊறலின் வாசனை. கிழவியைக் கொன்று அதற்கு ஆத்மபரிகாரம் தேடிக்கொள்ள நினைத்தும் முடியவில்லை.

எந்தச் சவாலையும் நிறைவேற்றத் துடிக்கும் மனநிலை கொண்ட கரியன், அதற்கு வாய்ப்பில்லாதபோது தனக்குள் இருள் மேகங்கள் சூழ்ந்து திக்குமுக்காடித் தோன்றியதை எல்லாம் செய்துகொண்டிருப்பான். இம்முறை பஞ்சாயத்தார் வழக்கமான தொழில் முறையில் மட்டும் அவனை அணுகவில்லை. ஒரு சவாலாக நிர்ப்பந்தித்தார்கள். என்னவென்று அறிய முடியாத

விஷஜந்து. முதலை போல நகர்ந்தும், ஒற்றைக்காலால் நடந்தும் ஊரையே கிடுக்கிக்கொண்டிருந்தது. பல்லின் அடையாளம்கூட வகைப்படுத்த முடியாததாக இருந்தது. காலங்கெட்ட கலி காலத்தில் வெறிமுற்றி எது, எதோடு சேரணும் என்பது தெரியாமல் உயிர்கள் கூடிக்கலவி உருவான புதுப்பிராணி. சிலர் முதலைக்கும், நீர்நாய்க்கும் என்றனர். சிலர் நீர்நாய்க்கும், நரிக்கும் என்றனர். சிலர் நரிக்கும், கழுதைக்கும் என்றனர். சிலர் கழுதைக்கும், பிசாசுக்கும் என்றனர்.

அதை முதலில் கண்டவன் ஆறுவயதுப் பள்ளிச் சிறுவன். பொதுக்கழிவறை அருகே ஊர்ந்து வந்து படுத்தபோது அதன் ஒற்றைக்கண் மினுங்கியது. பையன் பள்ளிப்பிள்ளைகளைக் கூட்டிக்கொண்டு வந்து காட்டிக்கொடுத்தான். அந்தக் கூட்டத்தில் அவனைத் தவிர மற்ற அனைவருமே பெண்பிள்ளை களாக இருந்தனர். எல்லோரும் பயந்தவாறு தூரநின்று வேடிக்கை பார்க்க, அவன் மட்டும் துள்ளிக்குதித்து சொடியுடன் விளங்கி னான். தன்னை எறிய அவன் கல்லெடுப்பதைக் கண்டதும் மூணியவாறு கலுங்கினடியில் பதுங்கியது. பையன் அதைக் குனிந்து தேடியபோது மறுபக்கமாக வந்து அவன் காலில் அள்ளியது.

பற்கள் எதுவும் பதியவில்லை. கொஞ்சம் சளுவை பட்டிருந்தது. பயந்து ஓடியவன் ஊருக்குள் வந்து தெரிவித்தான். யாரும் அதைப் பெரிதாக எடுக்கவில்லை. அந்த இடத்தில் வந்து டார்ச் அடித்துப் பார்த்தபோது எதையும் காணவில்லை. பையன் பயத்தால் உண்டான பிரமையில் இருந்தான். அன்றிரவு அவனுக்குக் காய்ச்சல் அடித்தது. நடுக்கம் தீர்க்க மந்தரித்த காப்புவாங்கிக் கட்டித் திருநீறும் கொடுத்தார்கள். மூன்று நான்கு நாட்களில் அவன் ஓரளவுக்குப் பழைய நிலையை அடைந்தான்.

பள்ளியில் ஒருநாள் வாத்தியார் பாடம் நடத்திக்கொண் டிருக்கும்போது லேசான ஒரு மூணல் சத்தம் கேட்டது. தன்னை யார் கேலி செய்வது என்று பார்க்கத் திரும்பினார். அந்தப் பையனின் முகக்கூறு மாறுபட்டு வாயில் பதைபதையாக வந்துகொண்டிருந்தது. திருவனந்தபுரம் மெடிக்கல் காலேஜ் நோக்கி மகனுடன் உடனே வண்டியேறிச் சென்றான் தகப்பன்.

டாக்டர் யதார்த்தமாகப் பேசினார். மகன் தெளிச்சல் ஏற்படுவதும், மூடுவதுமான மனநிலையில் இருந்தான். சரியான ஒரு கணத்தில் டாக்டர் கூறிய வார்த்தைகளில் ஒன்று பையனின் பொறியில் பதிந்தது. அது நினைவுக்கு வரும்போதெல்லாம் தகப்பனை மறுகி ஒரு பார்வை மட்டும் பார்த்தான். தகப்பனோ சுவாசிக்கும் பிணமாய் இருந்தான். தன்னைக் கைவிடும்

நிலையில் இருந்த ஒரு உயிரின் துடிப்பு அடக்கமாக எந்த ஒலியுமின்றி இசைப்பது தெரிந்தது. முடிவுறும் கணத்தில் கயிற்றில் தொங்கும் உடலில் கசியும் ஜீவனின் பேரொலி அண்ட சராசரங்களை உலுக்கிச் சிதறடிக்கும் பாறை வெடிப்பு போல இருந்தது அவனின் பார்வை. இது போன்ற நபர்களை அடைத்துப் போடும் இரும்புக் கம்பியால் அமைந்த 'செல்'லை நோக்கி அவனை அழைத்துக்கொண்டு சென்றார்கள்.

மகன் நின்று தகப்பனைப் பார்த்தான்.

"அப்பா! என்ன ஊசி போட்டுக் கொல்லத்தானே கொண்டு போவினும்?"

தகப்பன் நிலைகுலைந்தான். அவனால் எதுவாகவும் மாற முடியவில்லை. தண்ணீராக வழிந்தாலாவது கடலில் சேர்ந்து கலந்துவிடலாம். மனிதசரீரமாகிய தனது நெஞ்சில் இரண்டு கைகளையும் பொத்திப்பிடித்துக்கொண்டு தல்லினான். தடுக்க ஆளற்று தரையில் அப்படியே சாய்ந்தான். சற்றுநேரங் கழித்து அவனை எழுப்பி மகனைக் கையில் கொடுத்தார்கள்; பிணமாக.

○

பறம்பு யாமானுக்கு ஆறு பெண்மக்கள். ஆறும் தேவலோக சுந்தரிகள். தேவதைகள் வாழும் இடமாக நொறுங்கிப்போன அந்தப் பழையகால வீடு விளங்கியது. யாமானின் சொதகால விளையாட்டு குடும்பத்தைத் தெருவுக்குக் கொண்டுவந்தபோது தான் தனது ஆறு மக்களும் வீட்டைவிட்டு இறங்கி வெளி உலகத்தைக் காணும் வாய்ப்பை அவர்களுக்கு யாமான் வழங்கினார். வரிசையாக நாற்பதைத் தாண்டும் வயதுகளில் தையல் தைத்தும், கடைகளில் நின்றும் அந்தக் கன்னிகள் கொண்டுவரும் சொற்பவருமானம்தான் அவரது ஜீவனை அதிலுள்ள நோய்நொடிகளிலிருந்தும் ஒருவாறாகப் பிடித்து வைத்தது. அவரது புத்திமோசம் மட்டும் அவரை விட்டுப் போகாமல் தொடர்ந்தது.

சாயங்காலம் ஆறு மணிக்கு மேலாக ரோட்டுக்கு வருவார். தூரத்திலிருந்து கண்டால் அவரது நடை தரையில் கால் பாவாமல் குதிரையில் ஏறி வருவது போல இருக்கும். எந்த இரப்ப நிலையிலும் பீட்டர்ஸ் காட் தவிர வேறொன்றைக் கையாலும் தொடவே மாட்டார். போதைமுற்றித் தேகம் வியர்த்ததும் மடியை அவிழ்த்து ஒரு இருபது ரூபாய் நோட்டை எடுத்துத் தரையில் வீசுவார். ரோட்டில் வருவோர் போவோ ரெல்லாரிடமும் தான் வழங்கும் தானத்தைக் குனிந்து

எடுத்துக்கொண்டு செல்லுமாறு உரைப்பார். முதல் ஒன்றிரண்டு தடவைகள் வார்த்தைகள் கெஞ்சலாக வரும். பிறகு அதிகாரம் கலந்து வெளிப்படும். கடைசியில் அது கெட்டவார்த்தை நிலையை எட்டும்போதுதான் ஒருகாலத்தில் கையால் சலாமடித்தவரெல்லாம் காலால் விசாரிக்கும் துர்ப்பாக்கியம் அவருக்கு நிகழும்.

எப்போதும் யாராலும் தொடப்படாமல் கிடக்கும் அந்த இருபது ரூபாய் நோட்டை ஒருநாள் ஒரு கரம் வந்து எடுத்தது. அவன் ஜங்ஷனில் எப்போதும் சவாரிக்காகக் காத்துக்கிடக்கும் ஆட்டோ டிரைவர்.

யாமான் அன்று மிகவும் சந்தோசப்பட்டார். தனது சன்மானத்தை ஏற்று வாங்கிய பூவுலகிலுள்ள ஒரே ஒரு தாரித்திரியனை மிகவும் போற்றினார். இந்த உலகத்திற்கே தானம் செய்யக்கூடிய சக்தி தனது பரம்பரைக்கு உண்டெனச் சொல்லிவிட்டுச் சமாதானத்துடன் வீட்டுக்குச் சென்றார்.

பணத்தை எடுத்த ஆட்டோ டிரைவர் தெருவழியாக நடந்து வந்தான். குறிப்பிட்ட ஜவுளிக்கடை வாசல் தெரிந்ததும் அவன் கால்கள் நின்றன. யாமானின் மூத்தமகள் அங்குதான் வேலை பார்க்கிறாள். அவள் வெளியே வருவதை எதிர்பார்த்துக் காத்து நின்றான்.

வெளிறிப்போன சேலையுடன் விதம்விதமான சேலைக் குவியல்களுக்கு நடுவில் நின்று வேலைபார்க்கும் அவள் கரிஇலையில் பொதியப்பட்ட தங்க ஆபரணம் போலத் தெருவில் இறங்கி நடந்தாள். அவன் குறுக்கே வந்து அவளை வழிமறித்தான். அவள் திகைப்படைந்து பார்த்ததும் அந்த இருபது ரூபாயை இரண்டு விரல்களில் இடுக்கியவாறு அவளிடம் நீட்டினான்.

"கொப்பன் ஒனக்குச் சேர்த்த சிறீதனப் பணம். இன்னா வாங்கிக்க..."

அவள் தரையை நோக்கித் தலைகூம்பினாள். ரோட்டில் வருவோர் போவோரெல்லாம் கண்களுக்குத் தீனிகிடைத்த சுவையில் நின்று பார்த்தனர். நிமிஷத்தில் ஒரு சிறிய கூட்டம் அங்கு கூடிவிட்டது.

"சும்மா வாங்கு. யாமான் ஊருக்குத் தானம் செய்யலாம். ஓங்க பரம்பரையே தானத்துக்குப் பெயர் கேட்ட பரம்பரையாம். நான் சொல்லல்லே. கொப்பன் தெருவில நிண்ணு மொழங்கினாரு. கண்ணே! ஒனக்கு நான் தானம் செய்யப்பிடாதா?"

அவன் நடிப்பாற்றலில் கூட்டம் சிரித்தது. விஷயம் இவ்வளவு சுவாரசியமாக இருக்கும் என்று யாரும் எதிர் பார்க்கவில்லை. எனவே தங்களுக்குத் தெரிந்தவர்களையும் சிலர் அழைத்துக் கொண்டுவந்து நிறுத்தினார்கள்.

தேகம் வியர்த்துப் புழுங்க கசங்கிப்போன மனநிலையில் அசைவில்லாமல் நின்ற அவள் கையைப் பிடித்திழுத்து அவன் திணிக்க முற்பட்டதும் அவள் அழத்தொடங்கினாள். சினிமா வில் வரும் கிளுகிளுப்புக் காட்சியைக் காணும் பரவத்தில் கூட்டம் கலகலத்தது.

திடீரென்று பெரியவர் ஒருவர் கூட்டத்தை விலக்கிக் கொண்டு முன்னால் வந்தார். அவரது வருகையும் கூட்டத் தாரைக் குஷிப்படுத்தியது.

"என்னப்பா? ஒரு பெண்பிள்ளைய நடுரோட்டில விட்டு இப்பிடியா வம்பு செய்வது?"

"நீரு யாரு ஓய்?"

"பொது ஆள்."

"பப்ளிக் பிராசிகூட்டரா? எந்த ஸ்கூட்டர்ணாலும் எனக்கு ஒண்ணும் இல்ல."

பெரியவர் பார்த்தார். அவன் பக்கத்தில் பத்து இருபது பேர்கள். எல்லாம் அவனது ஆட்கள். பயல் கையக்கால நீட்டினா தான் ஒற்றைக்கு மிஞ்ச முடியாது என்பதை அறிந்தார். பெரியவர் கூடிநிற்கும் ஆட்கூட்டத்தில் அங்குமிங்குமாகப் பார்வையை விட்டுப் புன்னகை செய்தார். அவர் எதிர்பார்த்த பலன் கிடைத்துவிட்டது. தெரிந்தவனும், தெரியாதவனும் அவரைப் பார்த்துப் புன்னகைத்தார்கள். அவருக்குள் அடுத்த கட்ட நடவடிக்கைக்கான நம்பிக்கை பிறந்தது.

"பையா, இங்க யாருமே ஒனக்க டிராமாவ வேடிக்கை பார்க்க நிற்கல்ல. நீ ஹீரோங்கிறது ஓம்மனசில மட்டும் வச்சிக்க. எல்லாரும் ஓம்மேல கோபத்தோட இருக்காங்க."

"ஓம்மிட்ட நான் வம்புக்கு வந்தேனா? எண்ணா நீரு பேசியதில ஞாயம் உண்டு. இவ யாரு, ஓமக்க சொந்தக்காரியா? ஓம்ம குடும்பத்தில பெண்ணெடுக்கப் போறீரா ஓய்?"

"தம்பி, எனக்க மகளும் இந்த ரோடு வழியாத்தான் தெனமும் காலேஜ் போயிட்டு வாறா. நாள ஒனக்க வீட்டில ஒரு பெண்ணுக்கு இப்பிடி நடந்தாலும் நான் கேட்பேன். அதுதான் மனுஷனுக்கும், மிருகத்துக்கும் உள்ள வித்தியாசம்."

“சரி, விட்டுத்தொலை டேய். பொம்பிளைப் பிள்ளைட்ட போய் மல்லுக்கட்டீற்று.”

அவன் நண்பர்கள் சொன்னபிறகு கூட்டமும் அதனை ஆமோதித்தது. விஷயம் இத்துடன் ஓய்ந்தது சிலருக்குச் சலிப்பைத் தந்தாலும் அவர்களும் மெஜாரிட்டி முடிவுக்குக் கட்டுப்பட்டுக் கலைந்து சென்றனர். ஆட்டோ டிரைவரும் பின்வாங்கினான். அவள் தனது வீடு இருந்த திசையை நோக்கி நடந்தாள். இல்லை, மீண்டாள்.

அன்றுமுதல் ஆறு பெண்மக்களும் வீட்டைவிட்டு வெளியே இறங்கினால் கேலியும், கிண்டலும்தான் தொடர்ந்து வரும். கேட்பாரற்ற கதியில் அவர்களது தானமும், மானமும் நார் உரிக்கப்பட்டு பஞ்சாய்க் காற்றில் பறக்கும். அதில் முதலிடம் வகிப்பது அவர்களுக்குத் திருமணம் நடக்காதது குறித்த ஆராய்ச்சி. அவர்கள் எதிர்பார்த்துக் காத்திருக்கும் ராஜகுமாரர்களாகத் தங்களைக் கருதி அதுதான் அதற்குத் தாங்கள் செய்யும் பரிகாரம் எனத் தொடர்ந்து அவர்களைத் தொல்லை செய்தார்கள். தங்கு தடையில்லாமல் புரளும் ஆண்களின் வார்த்தைத் தெறிப்பில் அவர்களின் ஏழ்மை கேலி செய்யப்படும். எனினும் பொறுமையும், சாந்தமும் குன்றாத நிலையில் அவர்கள் பொது இடங்களைக் கடந்து சென்றனர். அன்று ரட்சிக்க வந்த மனிதனைப் போல இனியும் யாராவது தங்களுக்காகப் பேசுவார்கள் என்ற நம்பிக்கை அவர்களுக்கு மாறாதிருந்தது.

ஒருநாள் மூத்தவள் சந்தைக்கு மீன்வாங்கச் சென்றிருந்தாள். எழும்பி நிற்க சீவனற்ற கிழவன் ஒருவன் அவளைப் பார்த்துப் பல்லிளித்தான். பிறகு பக்கத்தில் கடை வைத்திருந்த இன்னொருவனிடம் உரத்த குரலில் பேசலானான்.

“இதுகளுக்கு இனிமே கல்யாணம், காட்சீண்ணு ஒண்ணு கெடயாது. கடைசியில பாரும், யாமான் வச்சி அழகு பாத்து ஆறண்ணத்தையும் அவனே கெட்டப் போறான்.”

வீட்டுக்கு வந்து எவ்வளவுதான் குளித்துப் பார்த்தாலும் அவள்மேல் தெளித்த அந்த வாடை நீங்க மறுத்தது. இரவு முழுவதும் தூக்கம் வராமல் புரண்டுகொண்டிருந்தாள். ஆனால் யாரிடமும் அது குறித்துச் சொல்லவில்லை.

அன்றிரவு அதிகமாய் ஒலித்த நாயின் ஊளை அவள் மனப்பாரத்தை இன்னும் வேகமாய்க் கூட்டியது. வெளியே வந்து நின்று பார்த்தாள். அந்த ஊரின் உச்சிக்கு மேலே ஒளிவெள்ளம் வட்டமடித்தது. சுழற்சியின் தொடர்ச்சியாக

வீசிய ஒளிப்பரப்பில் அவள் நனைந்தபோது தன்னைச் சூழநின்று யாரோ வேடிக்கை பார்ப்பதுபோல இருந்தது. வீட்டுக்குள் ஓடிச்சென்று கதவை அடைத்தாள்.

காலை விடிந்ததும் பூக்கள் உதிர்ந்து கிடந்த முற்றத்தில் பனியின் திரையைக் கிழித்துக்கொண்டு செண்டையின் மேளஒலி விழுந்து சிதறியது. அவள் பயத்துடன் தனது காதுகளைப் பொத்திக்கொண்டாள். சற்று நேரத்தில் அது எழுப்பிய அதிர்வுகள் அவளுக்குள் ஒரு சுகத்தை உருவாக்கியது. அந்த ஒலி குறிப்பாக அவளைத் தேடி விசாரிப்பதைப் போல உணர்ந்தாள். அவள் முற்றத்தைத் தாண்டி வாசற்கதவைத் திறந்து வைத்துக் கொட்டியம்பலத்தில் வந்து நின்றாள். அலங்கரிக்கப்பட்ட ஓர் அரங்கு வண்டி தூரத்தில் வருவது தெரிந்தது. அதில் சர்க்கஸ்காரர்கள் நின்று வேடிக்கை காட்டியபடி ஊருக்குள் நுழைந்தனர். அவர்கள் வாரி இறைத்த நோட்டீஸ்களில் ஒன்று அவள் வீட்டு வாசலிலும் விழுந்தது. நிமிர்ந்தபோது கோமாளிக்குள்ளனுக்குப் பக்கத்தில் நெட்டையாகப் பெண்ணொருத்தி நின்று நடனம் ஆடியபடி அவளை நோக்கிக் கையை அசைத்தாள். அவள் தனது காலில் ஏணிபோல் நீண்ட மரக்கட்டையைக் கட்டிக்கொண்டு உயரத்தில் மிதந்தாள். அவளைக் கணத்தில் எல்லோருக்கும் பிடித்துப்போய்விட்டது. அவர்கள் ஆறு சகோதரிகளும் சர்க்கஸ் செல்லத் தீர்மானித்தனர்.

அழகிகள் அணிவகுத்தது தொடங்கி நிகழ்ச்சியின் ஒவ்வொரு அரங்கேற்றத்தின்போதும் அந்த நெட்டைப் பெண்ணைத்தான் ஆறு சகோதரிகளும் காலரியிலிருந்து தேடினார்கள். அவர்களின் எதிர்பார்ப்பு பொய்க்கவில்லை. உயரமான தொப்பி அணிந்து கறுப்பு உடையுடன் தோன்றிய மேஜிக்காரனுடன் அவள் வந்து நின்று வித்தைகள் செய்தாள். அந்த நிகழ்ச்சியை அவர்கள் ஈடுபாட்டுடன் ரசித்தனர்.

திடீரென்று அந்த நெட்டைப் பெண்ணை மேஜிக்காரன் ஒரு கறுப்புநாயாக மாற்றிவிட்டான். தீப்பற்றும் வளையத்தினூடே குதித்து அது வேடிக்கை காட்டியது. வண்டி இழுத்தது. வாய் அசைத்துப் பாடலுக்கு நடனம் ஆடியது. மைதானத்தில் சுற்றி வந்து அவன் கேள்விகளுக்கெல்லாம் செயலின் வாயிலாகப் பதிலளித்தது.

"இந்தக் கூட்டத்தில் ஒல்லியான மனிதன் யார்?"

கறுப்புநாய் சரியாக ஒருவன் முன்னால் வந்து நின்றது. அவன் குடைக்கம்பியின் பின்னால் ஒதுங்கி நின்றால் தெரியாத அளவுக்கு ஒல்லி.

"இந்தக் கூட்டத்தில் அழகான மீசை வைத்திருப்பவர் யார்?"

நாய் சரியாக நின்றது. அவன் மீசையில் இரண்டு பேர் பார் விளையாடலாம்போல இருந்தது.

"இந்தக் கூட்டத்தில் அதிகமாக 'ஜொள்' விடுபவர் யார்?"

நின்றது. ஆனால் அந்த நபரின் மனைவி முகத்தைப் பார்க்க வேண்டுமே, அரிசி வறுத்தெடுக்கலாம் போலிருந்தது.

"இந்தக் கூட்டத்தில் 'அபூர்வ சகோதரிகள்' யார்?"

ஆறு சகோதரிகளின் முன்னால் வந்து நின்ற நாய் கருணை வழிய அவர்களைப் பார்த்தது. முன்னங்கைகளைத் தூக்கி மூத்த சகோதரியின் மடியில் வைத்து அவள் கையை நக்கிக் கொடுத்து தனது பாசத்தைக் காட்டியது. கூட்டம் முண்டியடித்து அவர்களை நோக்குவதறிந்த மேஜிக்காரன் ஆறு சகோதரிகளையும் மைதானத்தின் நடுவில் அழைத்து நிறுத்தினான். கையிலிருந்த மந்திரக்கோலை நீட்டி ஆறுபேரையும் முயல் குட்டிகளாக்கிவிட்டான். கறுப்பு நாயும், வெள்ளை முயல்களுமாக மைதானத்தில் வலம் வந்து அந்த அரங்கத்தைக் கலகலப்பாக்கினர்.

வெளியே வந்ததும் தார்சாலை புல்வெளியாக மாறிவிட்டது. வறண்டபுறங்களெல்லாம் பச்சைப் பசேலெனக் கொழுத்து ஓடைகளை இலைகள் மூடும்படியாக மரங்கள் வளர்ந்து நின்று அசைந்துகொண்டிருந்தன. பேருந்துகளெல்லாம் பறவைகளாக மாறிப் பறந்தன. சர்க்கஸ் கூடாரத்திலிருந்து புறப்பட்ட மனிதர்கள் யாவரும் பூச்சிகளாக மிதந்து சென்றனர். அந்தக் கறுப்பு நாய் ஆறு முயல்களுடன் பறம்பக்குடி விலக்கிலுள்ள யாமானின் வீட்டை வந்தடைந்தது.

அதன்பிறகு ஆறு முயல்குட்டிகளும் தெருவரைக்கும் வந்துநின்று தைரியமாகப் புல் கொறிக்கும். எங்கும் சுற்றிவரும். அவற்றின் அழகில் மயங்கி யாராவது தடவிக் கொடுத்தாலோ, செவியில் பிடித்துத் தூக்கினாலோ அவ்வளவுதான். புதர் மறைவிலோ, செடிகளின் அடர்த்தியிலோ கால்களை நீட்டி உயரத்தைக் குறைத்துப் பதுங்கிக்கிடக்கும் கறுப்பு நாய் பிசாசு போலப் பாயும். யாரும் அதனை எதிர்பார்த்திருக்கமாட்டார்கள். ஒரு கண்டம் சதை நஷ்டப்பட்டு வெலவெலத்து ஓடி மறைபவர்களைத்தான் தினமும் காணலாம். இந்த நாயை வைத்தே நகரில் தினமும் புதிது புதிதாக கிளினிக்குகள் முளைத்தன.

டாக்டர் பலர் வெற்றிகரமாகத் தொழில் நடத்தினார்கள். ஊரிலுள்ள மைனர் பையன்களுக்கு அதுவரை இல்லாத கிலி வந்து சூழ்ந்தது.

அன்று நள்ளிரவு. மூத்த முயலுக்கு அமாவாசை இருட்டு எப்படி இருக்குமென்று பார்க்க வேண்டும் போல இருந்தது. இதுவரைக்கும் இருட்டை அது வெளியே இறங்கிப் பார்த்தது இல்லை. பயமாக இருக்கும் விஷயங்களில் பாதிக்குமேல் ஆர்வம் ஊடே படிந்திருக்கிறது. படுக்கை அறையிலிருந்து யாருக்கும் தெரியாமல் வெளியே வந்தது. சுற்றுப்புறங்களை இருட்டில் சௌகரியமாக நின்று பார்த்தது. அதன் வெள்ளை நிறம் கரும் புகையால் சூழப்பட்டது போன்றிருந்தது. தோட்டம் தாண்டி, வேலியைத் தாண்டிச் சென்றுகொண்டே இருந்த அதன் போக்கு தடைபடவில்லை. செல்லச் செல்ல குஷி பிறந்தது. சிறிது நேரத்தில் துள்ளலும், ஓட்டமுமாக அதன் நடை மாறியது. சில சமயங்களில் அது நடனம் போலவும் இருந்தது. பூமியும், வானமும் சுழன்று ஒரு மரத்தைப் பிடித்துக் கொண்டு தலைகிறங்க நின்றபோது அதனோடு சேர்ந்து இரவும் கிறங்கியது. யாரோ தன்னை மார்போடு சேர்த்து அணைத்து சமநிலைக்குக் கொண்டு வருவதுபோல இருக்கவே கண்களை மூடி வைத்துக்கொண்டு தலை சாய்த்தது. மிருதுவான படுக்கையில் சாய்வதுபோல சுகமாக இருக்கவே ஒரு குட்டித் தூக்கம்போட்டு விழித்தது. மரம் இவ்வளவு மிருதுவாக இருக்க முடியாதே என்ற பொறி நினைவில் மின்னலடித்ததும் தலை யுயர்த்திப் பார்த்தது. இருட்டை ஊடுருவிக்கொண்டு இரண்டு கண்கள் மினுங்கின. முயலுக்கு அடக்க முடியாத பயம் பிறந்தது. எனினும் அணைப்பை விலக்கிக்கொள்ள மனம் வரவில்லை. ஒரு குழந்தையைப் போல முயலை மார்போடு தழுவிய அப்பிராணி பாறைகளுக்கிடையிலான தனது கூட்டை நோக்கி நடந்துசென்றது.

வெளிச்சம் வந்தபிறகு அது ஒரு காட்டுவாக்கன் என்பது தெரிந்தது. தன் உடலை முதன்முதலில் தொட்ட இன்னொரு பிராணியின் முகத்தைப் பார்க்க முயலுக்கு வெட்கமாக இருந்தது. காட்டுவாக்கன் அதைப் புரிந்தோ, புரியாமலோ தனது கரங்களினால் அதன் முகத்தை உயர்த்தியது. முயலுக்குள் என்னென்ன உணர்வுகள் எல்லாமோ வந்து நிறைந்தன.

முயல் பார்த்தது.

(அதன் அர்த்தம்) "என்னிடம் உனக்கு இத்தனை அன்பா?"

பதிலுக்குக் காட்டுவாக்கன் முயலைப் பார்த்தது.

(அதன் அர்த்தம்) "இந்த இரவைவிட மிகப்பெரிய அளவுக்கு."

முயல் : "எனது வீடு தொலைவில் உள்ளது."

காட்டுவாக்கன் : "இனிமேல் நீ என்னுடன் இங்கேயே இருந்துவிடலாமே?"

"என்னுடன் கூட இன்னும் ஐந்து முயல்கள் உண்டு."

"அதற்கென்ன?

"காணாமற்போனால் கலங்குவார்கள்."

"பிறகு?"

"கண்ணீர்விட்டுத் தேடி அலைவார்கள்."

"அப்படியானால் நானே உனது வீட்டிற்கு வந்துவிடுகிறேனே."

"அது வேண்டாம்."

"நாளை உன்னைத் தேடி நான் உனது வீட்டிற்கு கட்டாயம் வருவேன்."

மறுநாள் சாயங்காலம் காட்டுவாக்கன் முயலின் வீட்டைத் தேடிக் கண்டுபிடித்து வந்து நின்று கதவைத் தட்டியது. அதை நூறாயிரம் கண்கள் மறைந்திருந்து வேடிக்கை பார்த்தன. அவை தங்களுக்குள்ளாகவும் ஒன்றை ஒன்று பார்க்கத் தொடங்கின. அதுவரை யாமானிடம் ஈடுபாடில்லாதிருந்த அவரது சொந்த பந்தங்கள் அன்றுமுதல் அதிகமாக உறவாடத் தொடங்கினர். அந்தப் பிரியம் காட்டுவாக்கனையும் வந்து சூழ்ந்தது. முயலும், காட்டுவாக்கனும் அதுகுறித்து அதிகம் மகிழ்ச்சி கொண்டனர். தங்கள் காதலுக்கு இத்தனை விரைவில் அங்கீகாரம் கிடைத்துவிடும் என்று அவர்கள் கனவிலும் கருதவில்லை. இருவரையும் முக்கியஸ்தர்களாக வைத்து ஒரு பெரிய விருந்துக்கு ஏற்பாடு செய்தபோது காட்டுவாக்கனுக்கு முதலில் நம்பவே முடியவில்லை. பழங்காலக் கற்கோட்டையைக் காலம் நொறுக்கித்தள்ளிவிட்டதுபோலும் என்று நம்பியது. முயலின் குடும்ப உறவினர்கள் மத்தியில் தான் ஒரே ஒருவன் பூனை வம்சத்திலிருந்து போய் உட்கார்வதும், அவர்கள் அதை ஏற்றுத் தன்னைக் கௌரவிக்க இருப்பதையும் நினைத்து நினைத்து உள்ளம் நெகிழ்ந்தான்.

கறுப்புநாய் இந்தத் தெருக்கூத்தை எல்லாம் வேடிக்கை பார்த்துக்கொண்டு சும்மா கிடந்தது. பூனையின் உறவு கிட்டியது முதல் முயல் குட்டிகளுக்கு அதன் மீதுள்ள ஈடுபாடு கொஞ்சம் குறைவது போலத் தோன்றியது. ஆனால் உண்மையும் அதுதான். புதிய உறவின் லயிப்பில் முயல் குட்டிகளெல்லாம் முன்புபோலுள்ள ஈடுபாட்டுடன் அதனை அணுகவில்லை. சில நேரங்களில் அதன் வரவை அவர்கள் விரும்பவில்லை.

நாயும், பூனையும் நாலுகால் பிராணிகள் எனினும் அதற்குள் ளாகத் தன்னைப் புலி இனமென்று உயர்த்திக் காட்டும் மனோபாவம் பூனையிடம் இருந்தது. எனினும் தன்னைப் போன்ற பெண் எனும் நிலையில் ஆறு முயல்குட்டிச் சகோதரி களும் இவ்வாறாக நடந்துகொண்டது வருத்தத்தை ஏற்படுத்தியது. ஒன்றையும் வெளிக்காட்டாமல் அவர்களுடன் வெளிகளில் திரிந்தது.

விருந்து வீட்டில் ஆகாரத்தில் மூத்த முயலும், அதன் பூனைக் காதலனும் கைவைக்கப்போகும் சமயம். நாலுகட்டு வீட்டின் கூரைவழி குதித்திறங்கிய கறுப்பு நாய் அவர்களுக்கு முன்னால் வைக்கப்பட்ட உணவைக் காலால் தூக்கித் தூரவீசி எறிந்தது. யாருமே எதிர்பாராத ஒரு சூழ்நிலையில் திடீரென்று நடந்த அந்தச் சம்பவத்தால் அனைவரும் கலவரப்பட்டனர். வீட்டுமுற்றத்தில் உணவுப்பொருட்கள் விழுந்து சிதறியதும் விருந்தினர் அனைவரும் வெகுண்டெழுந்து நாயை விரட்டி னார்கள். காட்டுவாக்கன் கையில் கிடைத்த நம்மாட்டிக் கம்புடன் கோபம் பொங்க நாயைத் துரத்தியது. உதவிக்கு முயல்காதலியும் உடன் சென்றது. காட்டுவாக்கனின் சினேகம் கிடைத்தபிறகு இப்போதெல்லாம் அதற்குப் பயம் மறந்து போய் யாரையும் ஒருகை பார்த்துவிடலாம் போல இருக்கிறது. நாயின் காவல் இத்தனை காலமும் தனக்கிருந்தது பற்றி அது துளியும் நினைத்துப் பார்க்கவில்லை. மாறாக அதன் வேதனையை அது விரும்பியது. தனக்குக் காட்டுவாக்கன் எப்போதும் துணையாய் இருந்தால் போதும் என எண்ணியது. அவை இரண்டையும் இரட்சித்துக்கொள்ள இத்தனை பெரிய பிடாகையும், குடும்ப உறவினர்களும் இருக்கிறார்கள்.

அவர்கள் துரத்திக்கொண்டே ஏலா நடுவுக்கு வந்து விட்டார்கள். கறுப்புநாய் அடிக்குத் தப்பி ஏலா மறுகரை கடந்து மலையில் சென்று ஓடிமறைந்தது. வெறுங்கையுடன் வீடு திரும்பிய முயலும், காட்டுவாக்கனும் காலில் படிந்த சேற்றைக் கழுவ விருந்துவீட்டின் வடக்குப்புறம் உள்ள கிணற் றடியில் வந்து நின்றனர். வீட்டின் அடுக்களையிலிருந்து இரண்டு பேர் பேசுவது அவர்களின் காதில் மணிபோல வந்து விழுந்தது.

"காலத்தப் பாத்தியா பெண்ணே! சாதி கெட்ட சாதியில போய் நம்ம இனம் விழுந்துகெட்டதை."

"போயும் போயும் ஒரு காட்டுவாக்கனோடயா போய்ச் சேரணும்?"

"மழை பெய்யாத்ததும், விருட்சங்கள் விளங்காததும் எதனாலே?"

"கொளம் வற்றினதும், கொலம் அற்றுப்போனதும் எதனாலே?"

"அடுப்பு குப்பகோர பெருத்து வேணுமா? இப்பிடி ஒரு சம்பவம் போருமே."

"எல்லாம் கெட்டுது போ!"

"நம்ம பிளானும் தப்பிப்போச்சே..."

"அந்த நாய்தான் எல்லாத்துக்கும் காரணம்."

"அத மொதல்ல கொல்லணும்."

காட்டுவாக்கனும், முயலும் அதிர்ச்சியிலிருந்து மீள முடியாமல் நின்றனர். முற்றத்தில் சிதறிக்கிடந்த சோற்றுப் பருக்கைகளைக் கொத்தித்தின்ற கோழிகள் ஒவ்வொன்றாகச் செத்து விழுந்தன. அங்கிருந்து குலைநடுங்கத் தப்பி ஓடியவர்கள் கறுப்புநாய் சென்றடைந்த மலையை அடைந்து அது வரும் வரைக்கும் காத்து இருந்தனர். ஆனால் அவர்களால் பிறகு தங்கள் வாழ்நாளில் என்றுமே அந்தக் கறுப்பு நாயைக் காண முடியாமற் போய்விட்டது.

காதலர்களைச் சினேகித்து பச்சம்பிடித்து விஷம் வைத்துக் கொல்லும் முயற்சி தோற்றுப்போனதும் அவர்களின் உறவுக் காரர்கள் தங்கள் பிடாகையைச் சுசீந்தரத்தில் கூட்டினர். அது நாயைக் கொன்றுவிடும் முடிவை ஏகமனதுடன் நிறைவேற் றியது. அதன்படி அதற்கான முறையைப் பல்வேறு விதங்களில் அலசி ஆராய்ந்தது. கொடிய திட்டம் ஒன்று வகுக்கப்பட்டு கூட்டம் கலைந்தது.

மூவர் தலைமையில் அமைந்த ஒரு குழு மலையைக் கண்காணித்தது. மரங்களின் கூவலும், இருட்டுமாகச் சேர்ந்து தடையை உருவாக்கவே அவர்கள் வேறு விதமாக மலையை ஊடுருவ முயன்றனர். எந்தப் பகுதியில் எப்போது அது இருக்கும் என்பது தெரியாமல் யூகக் கணக்கெல்லாம் பொய்த்துப்போக, இனி ஏமாற்றிப் பிடிப்பதே சிறந்த வழி என்று பொறுமையோடு காத்திருந்தார்கள்.

அதன்படி, கொலைவெறியன் நல்லூர் தங்கசாமியை அழைத்து விருந்து வைத்தனர். என்ன செய்ய வேண்டும் என்று தெரியாத மிருகம் போன்ற அவன் உளறிய உளறல்களை எல்லாம் சேர்த்து ஒரு திட்டம் வகுத்து அவனையே அதற்குச் செயல் தலைவராகவும் நியமித்தனர். மாம்பட்டை தேகத்தில் மூளை இல்லாது போன அந்த மனிதன் விளைந்த கமுகம் மரம் ஒன்றை ஒரே வெட்டில் முறித்துப் போட்டான். அதனைப் பெரிய சாதனையாக அவனே கருதி ஓங்கிய வெட்டுக்கத்தி

யுடன் உறுமியபடி ஊரை மூன்று தடவை வலம் வந்தான். மார்த்தினி அம்மன் கோயிலில் கொண்டுபோய் அந்த வீரவாளைச் சாய்த்து வைத்து சபதம் செய்தவன் முகத்துக்கு நேராய்த் தூக்கி நிறுத்திய கோலத்தில் கொண்டுவந்து கம்முவைப் பிளந்தான். அதன் வரிச்சிகளைக் கொண்டுவந்து செதுக்கி விடாலு கட்டிப் பொறி அமைத்தான். அவன் கைத்திறமை அனைத்தையும் காட்டி கூட்டித் தந்த அந்தப் பொறி பார்வையில் ஒரு குட்டிப் பத்தாயம் போலக் காட்சி அளித்தது.

வரப்பில் அமைத்து வைத்திருக்கும் சூட்சும் அறியாத கறுப்புநாய் மறுநாள் அதிகாலை இருட்டோடு முயல் குட்டி களைக் காணும் ஆவலோடு புறப்பட்டது. கரை கடக்கும் நினைப்பில் வேகமாகச் சென்றபோது விடாலில் விழுந்து மாட்டியது. விழுந்த வேகத்தில் அதன் வால் சிதைந்து துண்டாகித் தெறித்தது. வலி தாங்க முடியாத ஆத்திரத்தில் ஊரே அதிரும் படியாக நாய் ஊளைபோட்டது. அந்த ஊளை யாரைக் கூட்ட வேண்டுமோ அவர்களைக் கூட்டாமல் யாமானின் உறவினர்களுக்கு சமிக்ஞை கொடுத்தது. அவர்கள் ரகசியமாக ஒரு சுமட்டுக்காரனைக் கூட்டிக்கொண்டு வந்தனர். இரவு வரும்வரை காத்திருந்த அனைவரும் பெரிய வடக்கயிறு கொண்டு வந்து பொறியை வரிந்து கட்டி இறுக்கினர். ஊர் உறங்கிய பிறகு விடாலைத் தலையில் சுமந்துவந்து மாட்டுத்தொழு ஒன்றில் இருப்பு நிறுத்தினான். மூன்று நாட்கள் அதற்கு ஆகாரம் எதுவும் கொடுக்காமல் பட்டினி போடவைத்துத் தளரச் செய்தனர். நாலாவது நாள் இராணுவச் சிப்பாயான யாமானின் சகோதரி மகனைக் கொண்டுவந்து நாயைச் சுட்டுக் கொல்லும்படியான ஒரு திட்டம் தீட்டினர்.

இடையில் தங்கசாமி தானே நாயை வெட்டிக் கொல்லச் சபதம் செய்தவன் என்று கூறியவாறு அவர்களின் எல்லைக்குள் புகுந்து நாயைக் கொல்ல முயன்றான். வடக்கயிறு அற்று விடாலு நிலைகுலையும் நிலையை அடைவதற்கு முன்னால் அங்கு கூடி இருந்தவர்கள் அவனை அடித்து உதைத்து ஊருக்கு வெளியில் விரட்டிவிட்டார்கள். அவர்களின் திட்டம் நிறைவே றாது என்று தனக்குத் திருவருள் கிட்டியதாக அவன் கூறியதைக் கேட்டு எல்லோரும் சிரித்தனர்.

எல்லா வழிகளும் அடைபட்ட நிலையில் அந்தக் கறுப்பு நாய் தனக்கே உரிய ரகசிய மொழில் அடிவயிற்றின் ஆழத்தி லிருந்து திரட்டி எடுத்த பெருங்குரலில் கதறத் துவங்கியது. அந்தக் குரல் நூறு மைல்களுக்கும் அப்பால் எங்கோ ஒரு சந்தில் அமர்ந்து வாற்றுச் சாராயம் அருந்திக்கொண்டிருந்த பொறியனின் நெஞ்சைப் போய்த் தட்டியது. தோளில்

பக்கறையை எடுத்து மாட்டிக்கொண்டு அவன் ஓடுவதைப் பார்த்து கூட இருந்தவர்கள் எதற்கு என்று தெரியாமல் திகைத் தனர். அதற்குள்ளாக அடுத்த குரல் அவன் எந்தத் திசையின் வழியாக வரவேண்டும் என்ற சமிக்ஞையைத் தந்தது.

கருக்கல் இன்னும் கறுக்கும் நேரம். காவல்காக்கும் பட்டா ளத்தின் பீடிமினுக்கம் இருட்டை அவ்வப்போது துளைபோட்டுக் கொண்டிருந்தது. அவர்களின் கண்கள் அவ்வப்போது குடி மயக்கத்தில் தளர்ந்து வீழ்ந்தாலும் இலக்கை நோக்கிக் காவல் புரிவதில் ஒளிர்ந்துகொண்டன. அந்த நிசப்தத்தின் விளையாட்டு தொடர்ந்து கொண்டிருக்கும் நீள வித்தையில் மாட்டுத்தொழு வின் ஓலையைக் கிழித்துக்கொண்டு உட்கிளம்பிய தோட்டைக் கம்பு அதன் முனையில் கட்டப்பட்டிருந்த ஆக்கத்தியின் துணைகொண்டு விடாலின் கயிற்றை அறுத்தெடுத்து வழி உண்டாக்கிக் கொடுத்தது. துள்ளலுடன் வெளியே வந்த கறுப்பு நாய் ஏலாவில் குதித்துப் பெருங்குளத்தின் கரையில் நின்ற பலாமரத்தின் போடு விழுந்த பொந்துக்குள் புகுந்துகொண்டது. சற்று நேரத்தில் அந்த இடத்திற்குப் பொறியனும் வந்து சேர்ந்தான். அதன் முதுகை வருடி முகத்தைப் பற்றி முத்தங் கொடுத்தான். மூன்றுமாசக் குழந்தையாகத் தெருவில் நாயும், நரியும் இழுத்துக்கொண்டு கிடக்கும் ஒரு இரவில் அதனைக் கண்டெடுத்து வளர்த்து ஆளாக்கியது வரையிலான சம்பவங் களை அவன் கண்ணிலிருந்து கிளம்பிய நீர் முகத்தில் வரைந்தது. கதறி அழுது தன் துயரங்களை எல்லாம் கரைத்துப் போட்ட கறுப்பு நாய் பொறியனின் மடியில் சற்று நேரத்தில் கால்களை நீட்டிப்போட்டுக்கொண்டு தூங்கத் தொடங்கியது. விம்மலின் துணுக்குகள் இடையிடையே எழுந்து அடங்கிப்போனது.

பொறியன் தனது பக்கறையிலிருந்து நீண்ட ஒரு குப்பியை எடுத்தான். அதன் முக்கால்பாகம் சாராயத்தால் அலம்பிக்கொண் டிருந்தது. பதைகள் உருவாகி உடைந்தும், தளும்பியும் காணப் பட்ட அந்தத் திரவம் அவன் அமைதியை மேலும் அமைதிப் படுத்துவதால் எப்போதும் அதன் நிறைவிலேயே அவன் காணப்பட்டான். கறுப்பு நாயின் முதுகை வருடியவாறு துண்டாகிப்போன வாலின் குற்றியில் அந்தச் சாராயத்தில் கொஞ்சம்போல விட்டான். நெளிந்துகொண்டிருந்த புழுக்கள் கீழே உதிர்ந்துவிழுந்தன. அருகில் கிடந்த வைக்கோல் புரியைப் பரப்பிப்போட்டுத் தீவைத்தான். பொடுபொடென்ற சத்தத்தில் வெடித்த புழுக்கள் நாற்றம் பரப்பின. வாலிலிருந்து உதிராதவற்றை ஈக்கிலின் துணையால் குத்தி எடுக்கும்போது நாய் வலியால் துடித்து வாயைத் திறந்து ஊளையிட்டது. சாராயத்தில் கொஞ்சம் போல அதன் வாய்வழி விட்டு உள்ளுக்கும் கொடுத்தான்.

'களுக்'கென சப்தித்து எரிச்சலின் உணர்வைப் பிரதிபலித்தவாறு எழும்ப முயன்றது. ஆனால் சிறிதுநேரத்தில் அதன் தலை மறுபடியும் துவண்டு அவன் மடியில் விழுந்தது. அனுக்கிப் பார்த்து அதன் நிலையை அறிந்தவன், தனது பக்கறையிலிருந்து ஊசி எடுத்து குற்றிவாலைத் தைக்கத் துவங்கினான். எழும்பும் போது வால் தரையில் ஊன்றி மண்ணேறாமல் இருப்பதற்கு பிளாஸ்டிக் பேப்பர் ஒன்றை விரித்து மறித்துக் கிடத்தினான். மண்ணில் துவண்ட தலைக்குக் கரியிலையால் சும்மாடு வைத்தான். தோலை மடித்து கற்றாழைத் தும்புகொண்டு அவன் தைக்கும் லாவகம் எழுச்சியூட்டுவதாக இருந்தது.

பொறியன் எப்போதும் அப்படித்தான். எதையும் சிரத்தை யோடு முழுக்கவனம் பொங்கச் செய்வான். கரியனுக்கு நாய்களைக் கொல்ல மட்டும்தான் தெரியும். பொறியனுக்கு அவைகளை வளர்க்கவும், பராமரிக்கவும்கூடத் தெரியும். நோய் ஏற்படும்போது அவற்றின் உணவுப் பழக்கவழக்கங்கள் குறித்தும், மருத்துவமுறைகள் பற்றியும் அவன் அறிந்திருந்தான். ஊரிலுள்ள வளர்ப்புப் பிராணிகளின் பண்ணைகளில் நாய்களின் வாலை வெட்டவும், தைத்துக்கட்டவும் எல்லோரும் அவனைத்தான் அழைப்பார்கள். வளர்ப்பு உயிரிகளின் மருத்துவர்கள்கூட பிறருக்கு எப்போதும் பொறியனைத்தான் சிபாரிசு செய்வார்கள். ஆடுமாடுகளுக்குரிய நாட்டு வைத்தியமும் அவனுக்குத் தெரியும். மருந்தில்லாத சில வைத்திய முறைகளையும் அவன் அறிந்து வைத்திருந்தான். காதை அறுத்து இரத்தம் கீழே விடுவது, சூடு வைப்பது, கயிற்றால் இறுக்கி முள்ளுக் கம்பு கொண்டு அடிப்பது என்று கடைசி நிமிடத்தில் உயிரை மீட்டுத்தரும் வித்தைகள் என்னென்ன உண்டோ அத்தனையும் செய்வான். அவனிடமிருந்து கற்ற கொலைத் தொழிலை மட்டுமே கரியன் முதன்மையாகச் செய்துகொண்டிருப்பதில் பொறியனுக்கு மிகுந்த வருத்தமும் உண்டு.

சற்றுநேரம் சிந்தனையில் மூழ்கியவனாகக் காணப்பட்ட பொறியன் விழித்தான். தனது அடிமடியில் கையைப் போட்டு ஒரு வெள்ளிப்பூணை உருவி வெளியே எடுத்தான். திரும்பும் திசையெல்லாம் அது ஒளி பகட்டிக்கொண்டிருந்தது.

ஆசாரிக்குடியில் பன்னிரெண்டு வயதான ஒரு சிறுபெண். பள்ளிக்கூடம் செல்லும்போது எழுபது வயதான கிழவன் ஒருவன் தினமும் பின்தொடர்வான். ஆக்கற சாதனங்களைத் தேடி அலையும் அவன் பார்வையில் அவளும் தட்டுப்பட பொக்கிஷத்தை எடுக்கும் ஆவலில் அவன் மனம் பொங்கி வழிந்தது. ஒருநாள் வடக்குப் பக்கமாக அவர்கள் வீட்டுச் சுவரில் ஏறி இருந்துகொண்டு அவள் ஒன்றுக்கிருப்பதைப்

பார்த்துவிட்டான். பெண் சத்தம் போட்டு ஊருக்கு அவனைக் காட்டிக் கொடுத்துவிட்டாள். உடனே அவள் குடும்பத்தினர் அவனைப் பிடித்து ஒரு அறையில் அடைத்துப் போட்டனர். கிழவனின் தொங்கிப்போன ஆண்குறியை வெட்டி எடுத்து ஒரு வெள்ளிப்பூணையும் மாட்டி வெளுப்பாங்காலை நேரத்தில் அவனை விரட்டி அடித்தார்கள். ஆறாத ரணத்தோடு ஜன்னி கண்ட கிழவன் ரோட்டில் விழுந்து கிடந்தான். அவன் வேட்டி இரத்தத்தில் குளித்திருந்தது. அதில் உட்காரும் ஈச்சிப் பட்டாளத்தைச் சமாளிக்க அவன் பெரிதும் சிரமப்பட்டான். யாரும் அவனுக்கு உதவி செய்யவோ, மருத்துவமனைக்குக் கொண்டு செல்லவோ முயன்றதாகத் தெரியவில்லை. அவன் எதற்கு அவ்வாறு தெருவில் கிடக்கிறான் என்பதைப் புரிந்த ஒருவன் பொறியன் மட்டும்தான். அவன் வேட்டியை அவிழ்த்து விஷயம் அறிந்ததும் பொறியன் அந்தப் பூணை முதலில் கழற்றி எடுத்தான். பிறகு சாராயத்தால் கழுவித் தோலை இழுத்துக் கூட்டித் தைத்து அவனைக் காப்பாற்றினான். அந்தப் பூண் தான் கறுப்புநாயின் வாலில் இப்போது சோபையுடன் ஒளி வீசிக்கொண்டிருக்கிறது.

விடாலின் சிதைவைப் பிடாவைக்காரர்களால் எதிர் கொள்ள இயலவில்லை. இத்தனை பாதுகாப்பாக எல்லா வற்றையும் செய்தபிறகும் நாயைக் கொல்ல முடியாத சம்பவத்தை அவர்கள் வைராக்கியமாகவே எடுத்துக்கொண்டனர். அது எப்படித் தப்பியது என்ற ஆராய்ச்சியில் ஈடுபட்டிருந் தவர்களின் மொத்த சந்தேகமும் ஆறு முயல்குட்டிகளின்மீது பதிந்தது. அவர்களோ மகிழ்ச்சி ஒருபுறம் இருக்க காணாமற் போன நாயின் ஏக்கத்தில் தவித்தனர்.

யாமானின் உறவினர்கள் அதற்குப் பிறகும் சும்மா இருக்க வில்லை. நாலா பக்கங்களுக்கும் ஆட்களை அனுப்பித் தேடிய தோடு பத்திரிகைகளில் விளம்பரம் செய்து சன்மானம் தருவதாகவும் அறிவித்தனர். இம்முறை அவர்கள் வகுத்த வியூகம் களரியாக இருந்தது. நாய் அகப்படும்போது சூழ நின்று களரி பயின்று வீழ்த்த வேண்டும். வடக்கன் களரி தெரிந்த மலபார் கோஷ்டி ஒன்று நூறு வீரர்களுடன் வந்து பறம்பக்குடியில் முகாம் அடித்தனர். அவர்களுக்காகக் கருக்கு பறிப்பும், கோழிபிடிப்பும் என ஊரே திருதூளிப்பட்டது.

கறுத்த நாய்க்கு ஒருதடவை தனது தோழிகளைப் பார்க்க வேண்டும் என்ற ஆசை மனதில் அரும்பியது. அதற்குப் பிறகு இந்த ஊரைவிட்டே எங்காவது சென்று சுதந்திரமாக வாழ வேண்டும். இந்த நினைப்பில் போடு விழுந்த பலாமரத்தின் பொந்திலிருந்து நள்ளிரவு நேரம் பார்த்து வெளியே இறங்கியது.

வயலுக்கு நடுவில் தீவு போன்ற தரைப் பரப்பில் அம்மன் கோயில் முற்றத்தில் அமர்ந்து மது அருந்திகொண்டிருந்த கும்பலில் ஒருவன் இருளை ஊடுருவிக்கொண்டு வெளியே வரும் இரண்டு கண்களைப் பார்த்து அலறினான். சிறுவர்கள் விளையாடும் கோலிக்குண்டின் நீலநிறம் ஒளிபெற்று உமிழ் வதைப் போன்று அதன் வெளிச்சம் இருந்தது.

சுற்றி நின்ற தென்னை மரங்களில் கட்டப்பட்ட ஒளி விளக்குகள் உயிர்பெற்று கொலைக்கதிரைப் பாய்ச்சின. திசை தெரியாத அளவுக்கு நாயின் கண்களைக் கட்டிப்போட்ட வெளிச்ச மதில்களின் சிறைச்சாலை விரிந்த பரப்பை ஆக்கிர மித்தது. இமைக்கும் பொழுதையும் விட்டுக்கொடுக்காத கறுப்பு நாய் ஒரு பாய்ச்சி எடுத்துக்கொண்டு முன்னால் பாய்ந்தது. வெளிச்சம் வேதனைப்படுத்த இடங்கொடுக்காமல் அதன் இமைகள் மூடியே இருந்தன. சூழ நின்றவர்களோ சரியாக அதன் திசையை மறித்து வாளால் விளையாடினர். மூக்கை நோக்கி வந்த முதல் வெட்டு மண்டையில் பட்டு இடது கண்ணோடு அற்று விழுந்தது. இரண்டாம் வெட்டுக்குத் தப்பித்து மூன்றாம் வெட்டில் அதன் பின்னங்கால்கள் இரண்டும் அடந்து விழுந்தன. அடுத்த வெட்டு காதுகளில் ஒன்றைப் பதம்பார்த்ததும் குதித்தெழுந்த மேளத்தில் ஒருவனின் குரல்வளையைக் கடித்துக் குதறிப்போட்டது.

வயல்தொழியில் இரத்தம் வடிந்து கலந்த சேறு பலரை வழுக்கிக் கீழே விழச்செய்தது. அந்தச் சந்தர்ப்பங்களைப் பயன்படுத்தி நழுவப் பிரயாசைப்பட்ட நாயை அவர்களின் களரிப்பயிற்று தடுத்து நிறுத்தியது. நிலத்தோடு பதுங்கி இழைந்த போது குறுக்குக்கு விழுந்த வெட்டு நழுவலில் தரையில் பதிந்தது. கழராத ஒரு கையால் ஒருவன் கண்ணைக் குறிபார்த்து அடித்தபோது காதுகளில் ஒன்று அற்று வீழ்ந்தது. அவர்களின் தளர்ச்சி மூச்சிரைப்பில் வெளிப்பட்டதும் கறுத்த நாய்க்குச் சற்றே ஆசுவாசம் பிறந்தது. அவர்களின் கணக்கு தனது கையில் இருக்கிறது என்பதை உறுதிப்படுத்திய நாய், அதன்பிறகு அதிகமாய்த் தரையில் இழையவில்லை. தலைக்குமேலே பறந்து விழும்போதும் யாராவது ஒருவனின் மேலே விழுந்து குதறியது. அதிகமும் ஓட்டங்காட்டி, விரட்டுகிறவர்களை அதி சீக்கிரத்தில் தளர்ச்சி அடையச் செய்யும் உத்தி அதன் கைவசம் வைத்திருந்தது போலும். பிடிகொடுக்காமல் அங்குமிங்குமாகப் பரந்ததால் அதுவும் தளர்ந்தது. இறுதியில் ஒருவன் கீழே சறுக்கி விழுந்தான். அவன் அந்தக் கூட்டத்திற்கு ஆசானாக இருக்க வேண்டும். கீழே விழுந்தவனை நோக்கி அனைவரும்

குனிந்தனர். அந்த ஒரு கணநேரத்தைப் பயன்படுத்திய கறுப்பு நாய் பெருங்குளம் செல்லும் மேட்டில் ஏறிக்குதித்து மறுகரை சென்று பார்வையிலிருந்தும் தூர எங்கோ மறைந்து போனது.

O

கரியனின் தேட்டம் விலகாத ஒரு காலைநேரம். தான் சுற்றிக்கொண்டிருக்கும் கிராமத்தின் புறங்கள் எதனை ஒளித்து வைத்திருக்கும் என்று தேடிவந்தானோ, அதனை அவன் இன்னொரு வடிவில் கண்டான். அவன் தேகம் ஒரு கல் லுருண்டைபோலச் சமைந்துவிட்டது. அவன் இயங்கமுடியாமல் தவித்தான். ஒற்றைக்கண் மனுஷியாய் நின்று அவள் அவனை நோக்கினாள். அது அரைகுறை நிலையில் மனுஷிதானா என்று அறியப்படாததாய் இருக்கவே அவன் கண்கள் அவளது உடலைத் தோண்டி நின்றன. அவன் மனதின் அறிதலைப் புரிந்த அவள் உதடுகள் புன்னகை அம்புகளை விடர்த்தன. திடீரெனக் கொட்டாவி வந்து வாய் பிளந்தது. அவள் பற்களின் கூர்மை சட்டென்று தனது தொழிலை நினைவுபடுத்த, கரியன் கண்ணியை மடியிலிருந்து உருவிக் கையில் எடுத்தான். அவள் புசுக்கெனப் பாம்புபோலக் குளத்தங்கரைக் கலுங்கினுள்ளே புகுந்துவிட்டாள்.

அவள் எதிர்ப்படும் போதெல்லாம் அவனை வந்தடையும் திகில் தற்போது இன்னொரு வடிவம் கொண்டது. அவள் கால்களில் ஒன்று இல்லாதது நிலத்தில் ஊர்வதற்கும், மீன் கன்னிகைபோல நீரில் நீந்துவதற்கும் உதவியாகிவிட்டது. அவளுக்கு ஏற்படும் குறைகள் மட்டும் எவ்வாறு வசதியாகிப் போய்விடுகிறது எனப் பொருமினான். அவள் பிறப்பே குறையை நிறைவு செய்யும் வலிமை படைத்து விளங்குவதை அவனால் அறிய முடியவில்லை.

உள்ளடக்கம் இல்லாத சூன்யம். அது எங்ஙனம் பிரபஞ்சத்தை உள்ளடக்கிச் சுவைத்துத் துப்புகிறது? கனிரசம் கொண்டு இன்னொரு படைப்பை உற்பத்தி செய்து வழங்குகிறது? வெறும் விளையாட்டாய், கேலியாய்த் தன்னால் எள்ளுப்போலக்கூட மதிப்பற்றதாய்க் கருதப்படும் அதுவா பூமியில் எல்லாமாய் நிறைந்து நிற்கிறது? கால்மேல் தூசாகத் தான் நினைத்த அதுவா தன்னைத் தயாரித்து வழங்கி இருக்கிறது? தன்னால் அவமதிக்கப்பட்ட அதுவா தன்னை உட்கொண்டு அடிக்கடி மரணத்தில் அடக்குகிறது?

அவன் செத்த பிணமாய் ஆனான். அவனுக்குள்ளிருந்த உயிர், திரவமாய் வெளியேறியது போலத் துவண்டான்.

அவனால் இயங்க முடியவில்லை.

அது மரணம்தானா?

அவன் துடித்தான். உயிர் இன்னமும் வற்றிவிடவில்லை என்பதுபோல இருந்தது அவன் இயக்கம். கையைக்காலை வெறிகொண்டசைத்து வேகம் காட்டினான். தன்னைக்கண்டு அவள் பயந்து ஒளிவதாக வார்த்தைகளினால் பிரகடனப் படுத்தினான்.

அவள் பொந்திலிருந்து குளத்தில் குதித்து நீந்தலானாள். மையப்பகுதியை அடைந்து சென்று மிதந்தாள். அவன் அவளை விரட்டிச் செல்வது போன்ற பாவனையில் நீரில் ஓடிக் குதித்தான். ஆனால் அவள் ஓடவில்லை. ஓடாத ஒருவரை எப்படியாக்கும் விரட்டுவது?

அவன் மீண்டும் குழம்பினான்.

அவள் எதைப் பற்றியும் கவலைப்படாத பாவனையில் குளத்தைச் சுற்றி நீந்தினாள். வேறுவழியின்றி அவனும் அவளைத் தொடர்ந்து சென்றான். கரையில் ஏறி உடலை உதறி நீரைத் தெளித்தவள் தன் கழுத்தை நீட்டி மண்ணில் சாய்வாய் அமர்ந் தாள். அவன் மடியில் இருக்கும் கண்ணியை அது கேலி செய்வதுபோலப் பொதுவில் இருந்தது.

அவன் மனம் பதறினான். எத்தனையோ உயிர்களைக் கவ்வி இழுத்த தனது கண்ணி அதன் வடிவில் கொண்டமைந்த சுருக்கைக்காட்டிலும் மிகப்பெரிய சுருக்கை அவள் எதுவுமின்றி மாட்டிவிட்டாள். இது தப்ப முடியாத கண்ணி. இந்தச் சுழலில் சிக்காமல் இருக்கவும் முடியாது. சிக்கினால் தப்பவும் முடியாது. அவன் அவளைத் தொடர்ந்துகொண்டிருந்தான்.

கரையை விட்டு விலகி அவள் வரப்பினூடே நடந்தாள். வரப்பிலிருந்து விலகி வயலில் குதித்தோடி குறுக்கே மற்றொரு ஏலாவில் ஏறி மேடான பரப்பை அடைந்தாள். அங்கொரு தென்னந்தோப்பின் ஓரம் துண்டாகிப்போன பரப்பில் ஒரு ஒற்றைப்பனை.

அந்த மேட்டை அவன் அடைந்தபோது சுற்றுப்புறங்கள் அனைத்தும் அந்தப் பார்வை மட்டத்திற்குக் கீழாக அடங்கி இருந்தது. துண்டுநிலம் ஒரு மேடையைப் போலக் காட்சி தந்தது.

அவள் கறுத்த சரீரத்தின் அருகில் சங்கு போன்ற வெளுப்பில் சரமாலையாக எதுவோ நீண்டு கிடந்தது. அவன் உன்னிப்பாகக் கவனித்தபோது கிழவி சுருண்டு கிடந்த வைக்கோற்

குமாரசெல்வா

படுக்கையும், அவள்மீது புரண்ட பழஞ்சீலைத் துணிகளும் தென்பட்டன. வரிசையற்ற உடம்புக்கூட்டின் உதிரிப் பாகங்கள் குலைந்து கிடப்பினும் தலையாய்த் திகழ்ந்தது மண்டையோடு! அது கிழவியின் எலும்புக்கூடு.

அவன் தலை உயர்ந்தது. உடல் விருப்பப்படாமலே உயிரை எடுப்பது அவன் சர்வாதிகாரத்தின் கீழ் அடங்கி இருப்பது போல எண்ணி நிமிர்ந்து அவளை ஒருமுறை பார்த்தான். கால்களால் முன்னேறி அவளை நோக்கி வந்தான்.

அவள் எழுந்தாள். பனைமரத்தின் நேர்கோடான நிழல் சுட்டும் ஒரு புதைகுழியின் முன்சென்று அமர்ந்தாள். அது ஏலா மட்டத்திலிருந்து ஐந்தாறு அடிகள் தாழ்வாக இருந்ததால் மேலிருந்து எல்லாவற்றையும் கவனிக்க முடிந்தது. அந்தப் புதைகுழி ஏனோ திறந்து கிடந்தது.

"வாடா இங்க!" அவள் அவனை அழைத்தாள்.

அவள் பயப்படுவதாக முன்பு வார்த்தைகளால் விளம்பியவன், அதற்கான சவால் இந்த அழைப்பெனப் புரிந்தான். உள்ளே பயந்தாலும் அதனைத் தனக்கு வெளியில் காட்ட மறுத்து அவளை நோக்கி நடந்தான். இரண்டடி தூரம் சென்றதும் குழி தெளிவாகத் தெரிந்தது. உள்ளே மருத்துவர்களால் விஷஊசி போட்டுக் கொல்லப்பட்ட சிறுவனின் சடலம்.

அவன் முகத்தில் இரத்தம் ஏறிக் குப்பெனச் சிவந்தது. 'சவாலா?' என்று ஏறிச்சென்றவன் முன்னால் எழும்பி நின்ற அவள் ஆடைகளைக் கழற்றி வயலில் எறிந்தாள். பூமிக்கு மேலே ஒருமுறை துள்ளியொரு பாய்ச்சல் காட்டிவிட்டுத் தரையில் படுத்தாள். அவள் குரல் அந்த வெளியை நிறைத்து ஒரு கொலைக் கயிறாகப் படர்ந்தது.

"வாடா! உன் துடிப்ப என் வெடிப்பில அடக்குறேன்."

அவன் புதைகுழியைப் பார்த்தான். தன் மரணத்தை விழுங்கும் அவள் ஆற்றலுக்கும், அதற்குமிடையில் சிக்கிப் பலம் உளுத்துப்போன தன் நிலையையும் உணர்ந்தான். சவைத்துத் துப்பப்படும் ஒரு சக்கைதான் இந்த ஆண் பிறவி என்பதை அறிந்ததும் அவன் பயம் இன்னும் அதிகமானது.

விடியற்காலையில் அடுத்த ஊர் சென்று பேருந்தில் ஏறி அமர்ந்தான். வண்டி நகரத் தொடங்கியதும் வெளியே பார்வையை ஓட்டினான். அகலம் குறைந்த ஒரு துண்டைக்

கட்டிக்கொண்டு ஒருவன் பொமேரியன் நாய் ஒன்றைக் குளிப்பாட்டிக் கொண்டிருந்தான். குனிந்தநிலையில் நின்று கொண்டிருந்த அவன் ஓதப்பிடுக்கைக் கவ்வ நினைத்து நாய் துள்ளியதும் கரியனுக்கு, 'சீச்சீ இந்தப் பழம் புளிக்கும்!' நரியின் கதை நினைவுக்கு வந்தது. பொட்டித் தெறித்துச் சிரிக்க எண்ணி, கடைசியில் அதற்கும் பயந்தான்.

வள்ளியூர் தென்றல், டிச.2002

முடிவு பெறாமல் சில...

முன்னுரை எழுதியபிறகு நூல் அச்சாவதற்கான இடைவெளியில் இதனோடு தொடர்புடைய இரண்டு முக்கியமான நிகழ்வுகள்.

முதலாவது ராஜமார்த்தாண்டனின் மரணம். எஸ்.எம்.எஸ். தகவலை நம்பமுடியாமல் நண்பர் மலரமுதனைத் தொடர்புகொண்டு கேட்டபோது அவர் சென்னையிலிருந்து குமரி மாவட்டத்திற்குத் தொடர்பு கொண்டு உறுதிப்படுத்தினார். சம்பவம் பொய்யோ? என்பதைவிட பொய்யாகக்கூடாதா? என்ற அசட்டுத்தன மான நம்பிக்கைதான் இந்த செல்போன் வாயிலான பேச்சுபரிமாற்ற சுழற்சி.

1985ஆம் ஆண்டு கன்னியாகுமரியில் நடைபெற்ற ஒரு இலக்கிய கருத்தரங்கில் ராஜமார்த்தாண்டனை நான் முதன்முதலாக சந்தித்தபோது என்னிடம் ஈடுபாடு கொள்ளாத ஒரு நபராக அவர் இருந்தார். அதன்பிறகு சரியாக இருபத்து மூன்று வருடங்கள் கழித்து ஒரு பகல் நேரத்தில் பி.டி. பிள்ளை கல்யாண மண்டபத்திற்கு அருகில் வைத்து தற்செயலாக அவரை நான் சந்தித்தபோது நெய்தல் கிருஷ்ணன் என்னை அறிமுகம் செய்து வைக்க, முன்பே தெரியும் என்று கூறிவிட்டு என் எதிர்பார்ப்புக்கு மாறாக ரொம்பநேரம் ஈடுபாட்டுடன் உரையாடினார். இந்தக் கதைத் தொகுப்பை முழுக்க முழுக்க அவர்தான் பிழைதிருத்தினார். அப்போது நாங்கள் சந்திக்க நேர்ந்த சமயங்களில் எல்லாம் சுவாரசியம் ததும்ப என்னோடு உரையாடிய நிகழ்ச்சிகளை என்னால் ஒருநாளும் மறக்க இயலாது. காலச்சுவடு அலுவலகத்தில் பணிபுரியும்

பிள்ளைகள், 'மார்த்தாண்டன் சார்' என்று அவரை அழைக்கும் போதெல்லாம் என்னை அழைக்கிறார்களோ என்று நான் துணுக்குறுவேன். மார்த்தாண்டம் எனக்கு ஊர்; அவருக்குப் பெயர்.

இத்தொகுப்புக்கு உங்களைப் பற்றிய நூலாசிரியர் குறிப்பை நான்தான் எழுதுவேன் என்று ராஜமார்த்தாண்டன் கூற, ஒருநாள் இருவருமாக எழுத அமர்ந்தோம். டாக்டர் குமார செல்வா எம்.ஏ.,எம்.ஃபில்.,பிஎச்டி. என்று அவர் எழுத முற்படவே, கல்வி ரீதியிலான பட்டங்களை நான் விரும்புவதில்லை என்றும், அவை இந்த உலகத்தில் வயிற்றுப் பிழைப்புக்காக நான் பெற்றுக் கொண்டவை என்றும், அதிலும் குமாரசெல்வா என்ற புனைபெயருடன் பட்டங்களை நான் ஒருபோதும் எழுதவேமாட்டேன் என்றும் பிடிவாதமாக மறுத்தேன். என்னைப் போலவே பெயருக்கு முன்னால் 'டாக்டர்' பட்டத்தைப் போடாதவர் ராஜமார்த்தாண்டன் என்பதை அவர் இறப்புக்குப் பிறகுதான் அறிந்துகொண்டேன்.

எங்கள் ஊரில் வைரமுத்து பாணியில் கவிதை என்று எழுதும் ஒரு கவிவல்லரசு. அவருடன் வேறொரு வேலையாக நாகர்கோயிலில் நடமாடியபோது ராஜமார்த்தாண்டன் எதிரே வந்தார். இருவரையும் பரஸ்பரம் அறிமுகப்படுத்தும்போது பெரிய சிக்கல்கள் உருவாகலாம் என்று நான் கவனமாக வேறு விஷயங்களை வலிந்து பேசிக்கொண்டிருந்தேன். இருவருமே ஒருவரை ஒருவர் யாரென்று என்னிடம் கேட்க, வந்தது வினை. கவிஞர் பெருமான் தனது திரைப்பட பிரவேசத்திற்காக தமிழிலும், மலையாளத்திலும் எழுதி வைத்திருந்த ஒரு பாடலை இருமொழிகளிலும் மாறி மாறி பாட ஆரம்பித்துவிட்டார். நான் வெட்கப்பட்டு ராஜமார்த்தாண்டன் முகத்தைப் பார்த்தேன். அவரோ, 'தீவிர இலக்கியம் பேசியவர்களே சினிமாப்பாடல் எழுத கம்பெனிபடிகளில் ஏறி இறங்கும்போது இதெல்லாம் சகிக்கக் கூடியவைதான்' என்றார்.

அதுதான் கடைசியாக அவரை நான் பார்த்தது. மூவருமாக எதிரே இருந்த பேக்கறிக்குச் சென்று டீ குடித்தோம். அதன் மேல்மாடியில் 'டாஸ்மாக்' கடை இருந்தது. அடுத்ததடவை வரும்போது இருவருமாக மேலே செல்லவேண்டும் என்று மனதில் நினைத்தேன். அதற்கு முன் அவர் மேலே சென்றுவிட்டார். அவர் இறுதியாக புரூப் பார்த்த தொகுப்பு இதுவென அறிந்தபோது மனதில் அந்த நேசம் கவிதையாக மணக்கிறது.

● ● ●

இரண்டாவதாக நண்பர் சதீஷ் சிஸ்ரோவின் மரணம். திடீரென்று மாரடைப்பால் இறந்துபோன அவருக்கு பெரிதாக ஒன்றும் வயதிருக்காது. செல்போனிலிருந்த எனது எண்ணை வைத்து அவரது தம்பி தொடர்புகொண்டு தகவலைத் தெரிவித்த போது அடக்கம் முடிந்து நான்கைந்து நாள் ஆகியிருந்தது. கல்லறை பிரதிஷ்டைக்கு நானும், புஷ்பராஜூம் சென்றிருந்தோம். இரவிபுதூர்க்கடைக்குப் பக்கத்தில் மஞ்சாடி என்றொரு சின்ன கிராமம். தகப்பனாரின் பூர்வீகம். சதீஷின் படந்தாலுமூடு வீட்டிற்கு நான் செல்லும்போதெல்லாம் அவரோடு எப்போதும் படர்ந்து கொண்டிருக்கும் இளைய பெண்குழந்தை தாயின் தோளில் வாடிவதங்கிக் கிடந்தது. என்னை நிலைப்படுத்திக் கொண்டு நிற்க பெரிதும் சிரமப்பட்டேன். அவர் தகப்பனாரிடம் சொல்லிக்கொண்டு திரும்பலாம் என நினைத்தபோது அவர் என்னை அழைத்து அங்கே விளம்பிய தின்பண்டப் பொட்டலம் ஒன்றை எடுத்து கையில் தந்தார். ஏற்கனவே தந்த பொட்டலத்தை சாப்பிட மனமில்லாமல் அருகிலிருந்த நாற்காலி ஒன்றில் வைத்துவிட்டு நான் வந்ததை அந்த ஆள் கூட்டத்திலும் அவர் கவனித்திருக்கிறார். எனது கையைப் பற்றியதும் அந்தத் தொடுகையின் பாஷை எனக்கு அவர் கூறிய ஆறுதல் எனப் புரிந்தது. மாவட்ட நீதிபதியாக இருந்து ஓய்வுபெற்ற அவர் கம்யூனிஸ்ட் கட்சி சார்பில் பத்மநாபபுரம் சட்டமன்ற தொகுதி வேட்பாளராகப் போட்டியிட்டவர் என்று பின்னர் அறிந்தேன்.

சதீஷ் என்னிடம் கடைசியாக செல்போனில் தொடர்பு கொண்டு பேசியபோது, ‘புத்தகம் எப்போது வரும்?’ என்று கேட்டார். ‘ஏப்ரல் மாதம் வெளிவரும்’ என்று கண்ணன் கூறியதாகத் தகவலைச் சொல்லிவிட்டு, ‘முதல் கதை உமது பத்திரிகையில் வெளிவந்ததால் முதல் புத்தகத்தை நான் உமக்கு கொண்டுவந்து தருவேன்’ என்றேன். இனிமேல் புத்தகம் கொடுக்க வீட்டிற்குச் சென்றால் அவரது மனைவி அழுததுபோல காலியான வீல்செயரைத்தான் நான் காண நேரிடும்.

நான் நெருங்கிப் பழகாமலே என்னோடு யுகமாய் வாழ்ந்திருந்த நினைவைத் தரும் இந்த இழப்புக்களை இந்நூலோடுள்ள தொடர்பினால் மட்டுமல்ல, அதற்கு அப்பாலும் நெகிழ்ச்சியுடன் நினைவுகூருகிறேன்.

24.08.2009 குமாரசெல்வா

விளவங்கோடு வட்டாரச் சொற்கள்

அசை	–	துணி காயப்போடும் கொடி
அடி உடுப்பு	–	உள்ளாடை
அதியளிஞ்ச	–	அளவுக்கு மீறிய
அய்யபாவம்	–	இரக்கம்
அலவறவிளி	–	அலறல்
அளி	–	காற்று புக பெரிய அளவில் மரச் சட்டங்களால் அமைக்கப்படும் திறப்பு
அன்னளித்தல்	–	விசாரித்தல்
அனுக்கி	–	அசைத்து (நகர்த்தி)
ஆக்கத்தி	–	முன்பக்கம் வளைந்த வெட்டுக்கத்தி
ஆக்கற சாதனம்	–	உபயோகமற்ற பழைய பொருட்கள்
ஆக்குப்புரை	–	சமையலறை
ஆதாளி	–	கூக்குரல்
இணிதல்	–	பிய்த்தெடுத்தல்
இழுவி வடிதல்	–	உருகி வடிதல்
ஊட்டுப்புரை	–	சாப்பாட்டு அறை
ஊறு	–	ஊற்று
எத்தி	–	சென்றடைதல்
எளுப்பம்	–	எளிது
ஒண்டுடி	–	(ஒண்டுக்குடி) ஒண்டிக்குடியிருத்தல் – அண்டிப் பிழைத்தல்

குமாரசெல்வா

ஓறும – நினைவு

கசேரி – நாற்காலி

கடக்குட்டி – கடைசிப் பிள்ளை

கடவம் – பனையோலையால் செய்யப்படும் பெட்டி

கடைக்கால் – சாலையின் இருபுறமும் நீர் ஒழுகிச் செல்லும் ஓடை

கதம்பை – தேங்காய்த் தொண்டு

கப்பி – மாவு இடிக்கும்போது அரித்தெடுத்த பின் இறுதியில் வரும் பருக்கை

கம்பை – கட்டுப்பாடு

கம்மேறி – கமுகு மரத்தில் ஏறுபவன்

கயம் – மிகுந்த ஆழமுள்ள நீர்நிலை

கரி இலை – காய்ந்த வாழை இலை

கரிச்சை – கருவண்டு

கறண்டு – மின்சாரம்

கன்னாசு – பிளாஸ்டிக் கேன்

கறுத்த கலியன் – மரச்சீனிக் கிழங்கில் ஒருவகை

காட்டுவாக்கன் – காட்டுப் பூனை (பொதுவாக வீட்டில் வளரும் கடுவன் பூனை காட்டுக்குச் சென்று காட்டுப் பூனையாகத் திரும்பி வரும் என்பது நம்பிக்கை)

கிடுவு – முழுத் தென்னை ஓலையில் வேயப் பட்ட மறைப்பு

குடிநீர் – உமிழ்நீர்

குப்பி கிளாஸ் – கண்ணாடி டம்ளர்

கும்மு – காளான்

குற்றிமூடு – மரம் வெட்டியபின் மீதமிருக்கும் மூடு

கூட்டுக்கட்டு – தொடர்பு

கைதள்ளல் – கைகலப்பு

கொக்கறை	–	கோழியின் இரைப்பை
கொதுவி	–	ஒடுங்கி
கோதல்	–	சாறு பிழிந்தபின் மிஞ்சிய சக்கை
கோள்	–	யோகம்
சக்க	–	பலாப்பழம்
சடங்கு வீடு	–	பெண் வயதுக்கு வந்த நிகழ்வைக் கொண்டாடும் வீடு
சல்லியம்	–	தொந்தரவு
சவுட்டு	–	உதை
சாரிவைத்தல்	–	சார்த்துதல்
சிரட்டை	–	கொட்டாங்கச்சி
சீனிசட்டி	–	வாணலி
சுந்தரிவெள்ள	–	மரச்சீனிக்கிழங்கில் ஒருவகை
சூந்து	–	துளைத்து
சூட்டு	–	ஓலைப்பந்தம்
செங்கவருக்கை	–	மாம்பழத்தில் ஒருவகை
செணம்	–	சீக்கிரம்
செய்வினை	–	பில்லி சூனியம்
செறைதல்	–	முறைத்தல்
சேல்	–	அழகு
சொடி	–	உற்சாகம்
சொதகாலம்	–	நல்லகாலம்
சோக்கேடு	–	(சுகக்கேடு) – சுகவீனம்
ஞாறு	–	நாற்று
தல்லுதல்	–	இடித்தல்
தள்ளம்பாட்டம்	–	தள்ளாட்டம்
தாக்கோல்	–	சாவி
தானகெடு	–	பாலுறுப்புகளைப் பழித்துப் பேசும் வார்த்தைகள்

குமரசெல்வா

தீட்டம்	–	மலம்
துறுத்தி	–	நாக்கை மடித்துக்காட்டும் குறிப்பு
தெக்கது	–	தென்மேற்கு மூலை அறை
தேச்சியம்	–	கோபம்
தொண்ண	–	பருமன்
தொழி	–	சேறு
தொறட்டி	–	யானையை அடக்கும் கருவி
நம்மாட்டி	–	மண்வெட்டி
நவளிப்பு	–	நக்கலடித்தல்
நாசுவத்தி	–	நாவிதன் மனைவி
நாலுகட்டு	–	நடுவில் முற்றம் விட்டு நான்கு புறமும் அறைகள் அமைந்த வீடு
நீக்கம்புகொள்ள	–	காலரா நோய்
நுள்ளுதல்	–	கிள்ளுதல்
பக்கறை	–	பை
பக்கி	–	வண்ணத்துப்பூச்சி
பதுக்க	–	மெதுவாக
பதை	–	நுரை
பள்ள	–	விலாப்புறம்
பழஞ்சிலகொடுக்கு	–	பழைய துணியிலிருந்து கிழித்தெடுத்த சிறிய துண்டு
பற்றம்	–	கூட்டம்
பற்றாது	–	முடியாது
பிடாகை	–	ஊர்கட்டுப்பாட்டுக்குள் அமைந்த இடம்
பிடுக்கு	–	விதைப்பை
புட்டான்	–	தட்டாரப்பூச்சி
பெருத்து	–	அதிகம்
பேடி	–	பயம்

பொடி சறுக்குதல் – சிறு பரல்கற்களில் கால்பற்றாமல் சறுக்கி விழுதல்

பொடியஞ்சாரம் – தூள்பறத்துதல்

போதக்கேடு – சுயநினைவிழத்தல்

போடு – பொந்து

மலங்காணி – ஆதிவாசி

மலந்தூக்கன் – மலைத்தேனீ

மாம்பட்ட – மதுக்கஷாயம்

மிண்டாமல் – பேசாமல்

முறுக்கான்கடை – வெற்றிலைபாக்குக் கடை (முறுக்குதல் – மெல்லுதல்)

மைத்துதல் – மயிரைப் பிடுங்குதல்

மையப்பெட்டி – சவப்பெட்டி

வக்குதல் – பொசுக்குதல்

வங்கடமீன் – ஒருவகை மீன்

வல்லவும் – ஏதாவது

வாற்று – வடித்த சாராயம்

வாலாமடைபய – அதிகம் சேட்டை செய்பவன்

விடாலு – பெருச்சாளி மற்றும் தொந்தரவு செய்யும் பக்கத்து வீட்டுக் கோழிகளைப் பிடிக்க பனம் மட்டையில் செய்யப் படும் பொறி

விறுத்தி – சுத்தம்

வீகிறுதி – வித்தியாசமான குறும்பு

வெப்றாளம் – பதற்றம்

வெளுப்பாங்காலை – விடியற்காலை

வேளம் – சொல்

வையிட்டு – சாயங்காலம்

வழக்குகள்

அம்மங்கட்டு – காதின் கீழ்ப்பகுதி கன்னத்தில் வீங்கி வரும்நோய். அம்மன் வந்து கட்டுகிறது என்ற நம்பிக்கையில் அம்மனை விரட்ட நெத்தலி மீனின் குடலை எடுத்துத் தடவுவர். மீன், பிசாசுகளுக்கு எதிரி என்று கருதப்படுகிறது.

ஆளுகாஞ்சான் – அடுத்தவர்களைக் காணச் சகிக்காதவன். தனது வீட்டுக்கு யாராவது வந்தால் தங்கிவிடுவார்களோ என்று அச்சம் கொள்பவன்.

ஒடுக்கு சாருதல் – படுத்தல். ஒடுக்கு பூஜையில் சாமி சிலைகளைப் படுக்க வைத்தலிலிருந்து தோன்றியது. சாருதல் என்பதற்கு 'சார்த்துதல்' என்பது பொருள். (ஒடுக்கு என்பதற்கு 'இறுதியில்' என்ற பொருளும் உண்டு. ஒடுக்கம் – கடைசி. ஒடுக்கம் தாறேன் – பிறகு தருகிறேன். இறுதியில் மனிதன் உறங்குவதை வைத்தும் தோன்றி இருக்கலாம்)

கீறுக்கு மாறு – நேர்மாறாக

குடிச்ச வெள்ளத்திலும் – ஒருபோதும் ('குடிச்ச வெள்ளத்திலும் நினைக்கவில்லை' என்பது வழக்கு.)

சப்பாத்து – குறுக்குப்பாதை (*sub-path* என்ற ஆங்கில வார்த்தையின் சிதைவு)

சீக்கிறி – சல்லியான உருவங்கொண்டவன்

சொக்கார அருவக்கார	– இரத்தத் தொடர்புடைய உறவினர்கள் (குமரி மாவட்டத்தின் கிழக்குப் பகுதியில் 'சொக்கார' என்றும், விளவங்கோட்டுப் பகுதியில் 'அருவக்கார' என்றும் கூறுகிறார்கள். தேங்காய்ப் பட்டணத்திற்கு அருகே 'அருவ' என்றொரு ஊர்ப்பெயரும் உண்டு.)
திரு'நீல'கண்டர்	– நீலப்படம் (ஆபாசத் திரைப்படம்)
தோட்டைக்காலன்	– தோட்டையைப் போல நீண்ட கால்களை உடையவன். (தோட்டை – மரத்திலிருந்து காய்களைப் பறிக்க உதவும் நீளமான கம்பு)
நெஞ்சம்பலவ	– பலகைபோன்ற நெஞ்சை உடையவன். அல்லது, நெஞ்சைப் பலகைபோல விரித்துக் காட்டுபவன் ('அவன் நெஞ்சிலிருந்து ஏழு வீதியில் நாலு பலகை அறுக்கலாம்' என்பது வழக்கு)
படம் ஓடுதல்	– சாராய விற்பனை நடந்துகொண்டிருத்தல்
பச்சபிடிச்சி	– செழிப்பு
பச்சம் பிடித்தல்	– நட்புகொள்ளுதல்
மினுங்குதல்	– மதுபானம் அருந்துதல்
விருந்து வீடு	– உறவினர் வீட்டுக்குச் செல்வதைக் கூறும் வழக்கு

தத்துவம்

ஆஸ்ரவம்	– கிணறுபோல வினைகள் ஊறிவந்து கொண்டே இருப்பது
புக்கலம்	– உயிரற்ற ஜடப்பொருட்கள்

கதை

சிதறால் கயத்தில் சதுரமீன்கள்	– சமண ஸ்தலமான சிதறாலில் ஒரு குளம் உள்ளது. அதில் பெரிய மீன்கள் உண்டு.

குமாரசெல்வா

ஒருநாள் வழிப்போக்கன் ஒருவன் அதிலிருந்து மீன்களைப் பிடித்து சதுர வடிவத்தில் துண்டுகளாக ஆக்கி, கரையில் கறிவைத்துக்கொண்டிருக்கும் போது திகம்பர முனிவர் ஒருவர் அங்குவந்து உயிர்களைக் கொன்று தின்பது எவ்வளவு தவறானது என்பதை எடுத்துரைத்தாராம். வழிப் போக்கன் மிகவும் கேலியாக, 'நான் செய்தது தவறு என்றால் இவற்றிற்கு மறுபடியும் உயிர் கொடு' என்று கூற, அவர் அடுப்பில் கொதித்துக் கொண்டிருந்த சட்டியில் சிரஞ்சீவி மரத்தின் கம்பை எடுத்துவந்து கடையவே, மீன் துண்டங்கள் அனைத்தும் உயிர்பெற்று எழுந்தனவாம். அவற்றை முனிவர் மீண்டும் அந்தக் கயத்தில் விடவே, அவை சதுர மீன்களாக இன்றும் உயிர் வாழ்ந்துகொண்டிருப்பதைப் பலரும் கண்டார்களாம்.